വിജ്ഞാനവർഷം

പുസ്തകം 120

ജീവിലോകത്തെ വിശേഷങ്ങൾ

jeevilokathe visheshangal

•

abdulla perambra

•

first edition
february 2016

•

typesetting
megha

•

published
chintha publishers, thiruvananthapuram

•

cover
prasoon

•

വിതരണം

ദേശാഭിമാനി ബുക്ക് ഹൗസ്

H O തിരുവനന്തപുരം–695 035
phone: 0471-2303026, 6063026
www.chinthapublishers.com
chinthapublishers@gmail.com

ബ്രാഞ്ചുകൾ

ഹെഡ്ഡാഫീസ് ബ്രാഞ്ച് കുന്നുകുഴി • സ്റ്റാച്യു തിരുവനന്തപുരം • കെ എസ് ആർ ടി സി ബസ് സ്റ്റേഷൻ ആലപ്പുഴ • കെ എസ് ആർ ടി സി ബസ് സ്റ്റേഷൻ എറണാകുളം • മച്ചിങ്ങൽ ലെയ്ൻ തൃശൂർ • ഐ ജി റോഡ് കോഴിക്കോട് • മാവൂർ റോഡ് കോഴിക്കോട് • എൻ ജി ഒ യൂണിയൻ ബിൽഡിങ് കണ്ണൂർ • സെൻട്രൽ ബസ് ടെർമിനൽ കോംപ്ലക്സ് താവക്കര കണ്ണൂർ

CO - VV. 120 / 2332 / 3836
ISBN - 978-93-85045-707

ജീവിലോകത്തെ വിശേഷങ്ങൾ

അബ്ദുള്ള പേരാമ്പ്ര

ചിന്ത പബ്ലിഷേഴ്സ്
തിരുവനന്തപുരം-695 035

അബ്ദുള്ള പേരാമ്പ്ര

കോഴിക്കോട് ജില്ലയിലെ പേരാമ്പ്രയിൽ ജനനം. ബിരുദാനന്തരം തൊഴിൽ ചെയ്തും അല്ലാതെയും ഇന്ത്യക്കകത്തും പുറത്തും പത്ത് വർഷത്തോളം പ്രവാസ ജീവിതം. വടക്ക്-കിഴക്കൻ സംസ്ഥാനങ്ങളിൽ ഒരു ഫ്രീലാൻസ് ജേർണലിസ്റ്റായി. ദുബായിൽനിന്നും *ഭാഷ* എന്ന പേരിൽ ഒരു ത്രൈമാസിക എഡിറ്റു ചെയ്തിറക്കി. കവി, ഗദ്യകാരൻ, ബാലസാഹിത്യകാരൻ, വിവർത്തകൻ, കോളമിസ്റ്റ് എന്നീ നിലകളിൽ ശ്രദ്ധേയൻ. *നെൽബാരിയിലെ അമ്മ* എന്ന ബാലനോവൽ കുട്ടികൾക്കുള്ള സിനിമയായിട്ടുണ്ട്. വിവിധ മേഖലകളിലായി 50 പുസ്തകങ്ങൾ. കവിതയ്ക്കും ബാലസാഹിത്യത്തിനും കഥയ്ക്കുമായി 15 പുരസ്കാരങ്ങൾ. ഇംഗ്ലീഷിൽനിന്ന് കുട്ടികൾക്കുവേണ്ടി ക്ലാസിക് നോവലുകൾ മലയാളത്തിലേക്ക് പുനരാഖ്യാനം ചെയ്തിട്ടുണ്ട്.
ഇപ്പോൾ ഒരു പബ്ലിക്കേഷൻ സ്ഥാപനത്തിൽ സബ് എഡിറ്റർ.

വിലാസം : മേഞ്ഞാണ്യം (തപാൽ)
കോഴിക്കോട് 673525

ഫോൺ : 9846323768

ഉള്ളടക്കം

പ്രസാധകക്കുറിപ്പ്

ജൈവ വൈവിദ്ധ്യങ്ങളുടെ കലവറയായ ഈ ഭൂമിയിലെ ഓരോ ജീവജാലത്തിനും അതിന്റേതായ സവിശേഷതകളുണ്ട്. പ്രകൃതി നിരീക്ഷണം മനുഷ്യന്റെ വളർച്ചയിൽ പ്രധാനപ്പെട്ട ഒന്നാണ്. ഇന്നേവരെയുള്ള പല കണ്ടുപിടുത്തങ്ങൾക്കു പിന്നിലും ജലജീവികളുടെയും പക്ഷികളുടെയും മൃഗങ്ങളുടെയും സ്വഭാവവിശേഷങ്ങളുടെ സ്വാധീനമുണ്ട്. ആകാശത്തിലൂടെ പറക്കുന്ന പക്ഷികളെ നിരീക്ഷിച്ചാണ് മനുഷ്യൻ വിമാനത്തിന്റെ ആദ്യരൂപകല്പന നിർവ്വഹിച്ചത്. ജീവിലോകത്തിലെ അത്ഭുതങ്ങൾ പലതും സാധാരണമനുഷ്യർക്ക് ഇന്നും അജ്ഞാതമാണ്. ഓരോ ജീവജാലത്തിന്റെയും സവിശേഷതകൾ വിവരിക്കുന്ന ഈ ഗ്രന്ഥം വിദ്യാർത്ഥികൾക്ക് ഏറെ സഹായകരമായിരിക്കും പ്രകൃതിയും പ്രോജക്ടും തയ്യാറാക്കുവാൻ. വിജ്ഞാന വർഷ പരമ്പരയിൽപ്പെട്ട ഈ പുസ്തകം സാധാരണവായനക്കാർക്കു കൂടി പ്രയോജനപ്പെടും വിധമാണ് തയ്യാറാക്കിയിരിക്കുന്നത്.

ചിന്ത പബ്ലിഷേഴ്സ്

അവതാരിക

ജീവിലോകത്തെ അത്ഭുതങ്ങൾ

പ്രൊഫ. കെ പാപ്പൂട്ടി

സെമറ്റിക് മതങ്ങളെല്ലാം അവതരിപ്പിക്കുന്ന ഉല്പത്തിക്കഥ ഇങ്ങനെയാണ്. ദൈവം ആറ് ദിവസം കൊണ്ട് എല്ലാ സൃഷ്ടിയും പൂർത്തിയാക്കിയ ശേഷം ഏഴാം നാൾ വിശ്രമിച്ചു. ഏറ്റവും ഒടുവിലത്തേതും ഏറ്റവും പ്രാധാന്യവുമായ സൃഷ്ടി മനുഷ്യനാണ്. മനുഷ്യനു വേണ്ടിയാണ് മറ്റെല്ലാം സൃഷ്ടിച്ചതു തന്നെ! മറ്റു മതങ്ങളിലെ സൃഷ്ടികഥകൾ വ്യത്യസ്തമാണെങ്കിലും മനുഷ്യന്റെ പ്രാമുഖ്യവും മറ്റു സകല ജീവികൾക്കും മേലുള്ള അധികാരവും ആരും ചോദ്യം ചെയ്യുന്നില്ല. മനുഷ്യന്റെ ഈ അഹങ്കാരത്തിന് ഏറ്റ ആദ്യ പ്രഹരമായിരുന്നു ഡാർവ്വിന്റെ പരിണാമ സിദ്ധാന്തം. ഒരു ശാസ്ത്ര സിദ്ധാന്തം എന്ന നിലയ്ക്ക് അത് ശാസ്ത്ര സമൂഹത്തിന് സ്വീകാര്യമായെങ്കിലും പ്രകൃതിയോടും ജീവജാലങ്ങളോടുമുള്ള സാധാരണ മനുഷ്യരുടെ സമീപനത്തിൽ അതു കാര്യമായ മാറ്റമൊന്നും വരുത്തിയില്ല. ശാസ്ത്രവും സാങ്കേതിക വിദ്യകളും ചേർന്ന്, പ്രകൃതിക്കുമേൽ ആധിപത്യം ചെലുത്താനുള്ള മനുഷ്യന്റെ ശേഷി വർദ്ധിച്ചുകൊണ്ടിരിക്കുന്നു.

ഇരുപതാം നൂറ്റാണ്ടിന്റെ രണ്ടാം പകുതിയോടെ കാര്യങ്ങൾ കുഴപ്പത്തിലേക്കു നീങ്ങിത്തുടങ്ങിയതായി നാം തിരിച്ചറിഞ്ഞു. അന്തരീക്ഷ മലിനീകരണം രൂക്ഷമായി; കാലാവസ്ഥാ വ്യതിയാനങ്ങൾ അസഹ്യമായി. വനനാശവും ജൈവവൈവിദ്ധ്യനാശവും ഭീകരമായി. മണ്ണിന്റെ വരൾച്ചയും, മരുഭൂവല്ക്കരണവും ഗുരുതരമായി. കീടങ്ങളെ നശിപ്പിക്കാൻ വിഷം തളിച്ചാൽ വിളകളിൽ പരാഗം നടത്താൻ പ്രാണികളും, പൂമ്പാറ്റകളും ഉണ്ടാവില്ലെന്നും; പ്രാണികളെ തിന്നുന്ന പക്ഷികളും തിരോഭവിക്കുമെന്നും പഴങ്ങൾ ഭക്ഷിക്കുന്ന വവ്വാലുകളും 'ശല്യക്കാരായ' നരിച്ചീറുകളും യഥാർത്ഥത്തിൽ കർഷകരുടെ മിത്രങ്ങളാണെന്നും ജീവികളുടെ

ഭക്ഷ്യശൃംഖല തകർക്കുന്നത് നാം മനുഷ്യനു തന്നെ ആപത്തു വരുത്തുമെന്നുള്ള ബോദ്ധ്യം പലർക്കും ഉണ്ടായിത്തുടങ്ങി.

എന്നാൽ ഈ ബോദ്ധ്യമെല്ലാം ബൗദ്ധിക തലത്തിൽ നിന്നതേയുള്ളൂ. അതുകൊണ്ട് സ്വാർത്ഥ താല്പര്യങ്ങളുമായി മുഖാമുഖം വരുമ്പോൾ ജ്വലിക്കുന്നത് സ്വാർത്ഥതയായിരിക്കും. ഉദാഹരണത്തിന് അമിതമായി കീടനാശിനി ഉപയോഗിക്കുന്നതിന്റെയും, വയൽ നികത്തി പറമ്പാക്കുന്നതിന്റെയും കുന്നിടിക്കുന്നതിന്റെയും നദികളിൽനിന്ന് മണൽ വാരുന്നതിന്റെയും 'പ്രകൃതി വിരുദ്ധത'യെക്കുറിച്ച് ബോദ്ധ്യമുള്ളവർ പോലും സ്വന്തം കാര്യം വരുമ്പോൾ അതെല്ലാം മറക്കുന്നു. ഇതിന് പ്രതിവിധി ഒന്നേയുള്ളൂ – പ്രകൃതി സംരംക്ഷണത്തിന് ഒരു വൈകാരിക തലം നല്കുക; കുഞ്ഞുന്നാളിലേ പ്രകൃതിയോട് ഒരടുപ്പം സൃഷ്ടിച്ചെടുക്കുക. ആദിവാസികൾക്കും ഗ്രാമീണ ജനതയ്ക്കുമെല്ലാം കുറേയൊക്കെ അതുണ്ട്. പുഴ മരിക്കുമ്പോൾ കാട് വെട്ടിത്തെളിക്കുമ്പോൾ, കിളികളുടെ ശബ്ദം കേൾക്കാതെ വരുമ്പോൾ അവർ അസ്വസ്ഥരാവും. എന്നാൽ ഇതൊന്നും ഒരിക്കലും ജീവിതത്തിന്റെ ഭാഗമായിരുന്നിട്ടില്ലാത്ത നഗരവാസികൾക്ക് അസ്വസ്ഥത ഉളവാകണമെന്നില്ല. ലോക ജനസംഖ്യയിൽ നഗരവാസികളുടെ അനുപാതം അതിവേഗം കൂടിക്കൊണ്ടിരിക്കുകയാണ്. കേരളത്തിൽ ഇന്നത് 40% വരും. അടുത്തുതന്നെ ഇത് പകുതി കടക്കും. നഗരജനങ്ങളുടെ ആവശ്യങ്ങളുടെ സമ്മർദ്ദമാണ് പ്രകൃതിക്കുമേൽ ഇന്ന് വലിയ ആഘാതമേല്പിക്കുന്നത്. പാറ പൊട്ടിക്കലും, മണ്ണെടുപ്പും, മണൽവാരലും ജലത്തിനു വേണ്ടിയുള്ള അമിതദാഹവും, അമിതമായ ഊർജ്ജ ഉപയോഗവും എല്ലാം രൂക്ഷമാക്കുന്നതിൽ നഗരവല്ക്കരണം വലിയ പങ്കാണ് വഹിക്കുന്നത്.

കുഞ്ഞുങ്ങൾ പക്ഷേ, ഗ്രാമത്തിലായാലും, നഗരത്തിലായാലും ഒരുപോലെയാണ്. അവർക്ക് പൂവും, പൂമ്പാറ്റയും ഇഷ്ടമാണ്. മരങ്ങളേയും പക്ഷികളേയും ഇഷ്ടമാണ്. മാനും മുയലും സിംഹവും കടുവയും കരടിയും കുറുക്കനുമെല്ലാം അവരുടെ കൂട്ടുകാരാവും. ഈ ഇഷ്ടങ്ങളെ വളർത്തിയെടുക്കാനും അവർ വളരുമ്പോൾ നഷ്ടമാകാതെ നോക്കാനും കഴിഞ്ഞാൽ ഭൂമിക്ക് ഇന്നേക്കു മാത്രമല്ല നാളേക്കും കാവലാളാകാൻ കഴിയും. പരിസ്ഥിതി സംരക്ഷണത്തിന് യുക്തിക്കുമപ്പുറം ഒരു വൈകാരികതലം കൂടി സൃഷ്ടിച്ചെടുക്കാനുള്ള പ്രവർത്തനത്തിന്റെ ഭാഗമാണ് ശ്രീ. അബ്ദുള്ള പേരാമ്പ്രയുടെ ജൈവവൈവിദ്ധ്യത്തെക്കുറിച്ചും ജീവിലോകത്തെക്കുറിച്ചുമുള്ള ഈ കൃതി. ജീവിവർഗ്ഗത്തിന്റെ വൈവിദ്ധ്യലോകത്തെ മാത്രമല്ല, അവയുടെ പ്രത്യേകതകളെക്കുറിച്ചും മറ്റും ആഴത്തിൽ ഈ പുസ്തകം വിവരിച്ചു തരുന്നുണ്ട്. ഈ കൃതിയിൽ എഴുത്തുകാരൻ ഉപയോഗിച്ചിരിക്കുന്ന ഭാഷ ലളിതവും രസകരവുമാണ്. കുട്ടികൾക്കും അദ്ധ്യാപകർക്കും തീർച്ചയായും ഈ കൃതി ഇഷ്ടപ്പെടുമെന്ന് ഞാൻ വിശ്വസിക്കുന്നു. വൈജ്ഞാനിക സാഹിത്യ മേഖലയ്ക്ക് അബ്ദുള്ള പേരാമ്പ്രയുടെ ഈ കൃതി ഒരു മുതൽക്കൂട്ടു തന്നെയാണ്.

1

പറക്കും സസ്തനി

വവ്വാലുകളുടെ കഥ

പറക്കും സസ്തനിയാണ് വവ്വാൽ. ധ്രുവപ്രദേശവും മരുഭൂമിയുമൊഴികെ എല്ലായിടങ്ങളിലും വവ്വാലുകളെ കാണാം. മൊത്തം സസ്തനികളുടെ കണക്കെടുത്താൽ, അവയിൽ നാലിലൊന്ന് വവ്വാലുകളാണ്. ലോകത്താകെ ആയിരത്തിൽപ്പരം ഇനം വവ്വാലുകളുണ്ടെന്നാണ് കണക്ക്. ഭൂമിശാസ്ത്രം, കാലാവസ്ഥ, ഭക്ഷണലഭ്യത എന്നിവയെ അടിസ്ഥാനമാക്കി ഇവ വ്യത്യസ്ത തരത്തിൽ കാണുന്നു. രാത്രികാലങ്ങളിൽ ഇര തേടിയിറങ്ങുന്ന വവ്വാലുകളെ ചുറ്റിപ്പറ്റി പല സമൂഹങ്ങളിലും ധാരാളം അന്ധവിശ്വാസങ്ങൾ നിലനില്ക്കുന്നുണ്ട്. വവ്വാലുകളധികവും ഒറ്റയ്ക്കാണ് ഇരതേടുന്നതെങ്കിലും കൂട്ടമായാണ് വസിക്കുന്നത്. നിബിഡവനങ്ങളിൽ ഇതര സസ്തനികളെക്കാൾ കൂടുതൽ വവ്വാലുകളെ കാണുന്നത് അതുകൊണ്ടാണ്. വവ്വാലുകളുടെ ദംശനമേറ്റാൽ ഭ്രാന്തിളകുമെന്നും മറ്റുമുള്ള ചില കുപ്രചാരണങ്ങൾ ലോകത്ത് വവ്വാലുകളുടെ നാശത്തിന് വൻതോതിൽ കാരണമായിട്ടുണ്ട്. ചില അപസർപ്പക കഥകളിൽ വവ്വാലുകൾ മുഖ്യ കഥാപാത്രമാണല്ലോ!

ഊളൻ പറവ

വവ്വാലുകളിൽ ഒരിനമാണിത്. ഇവയുടെ മുഖം, ചെവി, രോമാവൃതമായ കഴുത്ത് എന്നിവ കുറുക്കനോട് സാദൃശ്യമുള്ളവയാണ്. ചില ദേശങ്ങളിൽ 'ജമ്പുകപ്പറവ,' 'കുറുക്കൻ വവ്വാൽ' എന്നും ഇവയെ വിളിക്കാറുണ്ട്. ഭക്ഷണം തേടി ഏറെ ദൂരം സഞ്ചരിക്കുന്ന ഇവ സസ്യഭോജികളാണ്. സസ്യങ്ങളുടെ പുനരുല്പാദനത്തിന് 'ഊളൻ' പറവകൾ നന്നായി സഹായിക്കാറുണ്ട്. പറക്കുന്നതിനിടെ വിവിധയിനം സസ്യവിത്തുകൾ

അകത്താക്കുന്നതുമൂലമാണിത്. വിസർജ്ജനത്തിലൂടെ സസ്യവിത്തുകൾ പലദേശങ്ങളിലെത്തും. മണ്ണും കാലാവസ്ഥയും അനുകൂലമെങ്കിൽ സസ്യങ്ങൾ വളരും. വാഴപ്പഴം മുതൽ അത്തിപ്പഴം വരെ വവ്വാലുകൾക്ക് ഏറെ ഇഷ്ടപ്പെട്ടവയാണ്.

പ്രായപൂർത്തിയായ ഊളൻപറവയ്ക്ക് ഏകദേശം 50 സെ മീറ്റർ നീളം വരും. ആൺ വവ്വാലുകൾ പ്രത്യേക ശബ്ദമുണ്ടാക്കി തങ്ങളുടെ വാസപ്രദേശം ഇതര ജീവികളിൽനിന്നു രക്ഷിച്ചു നിർത്തുന്നു. മനുഷ്യൻ ചുമയ്ക്കുന്നതുപോലെയാണ് ഊളൻ പറവകൾ ശബ്ദിക്കുന്നത്.

പൊത്തുകളിൽ വാസം

വൃക്ഷങ്ങളിൽ മാത്രമല്ല, ഒഴിഞ്ഞ ഭിത്തികളിൽ മനോഹരമായ പൊത്തുകളുണ്ടാക്കി അതിൽ വസിക്കാനാണ് ഊളൻ പറവകൾക്ക് താല്പര്യം. ഒരു കോളനിയിൽ 150 ലേറെ വവ്വാലുകളുണ്ടാകും. കൂട് നിർമ്മാണം വ്യവസ്ഥാപിതമാണ്. ഒരു പൊത്തിന് നിശ്ചിത അകലം കാത്തുകൊണ്ടാണ് മറ്റൊരു പൊത്ത്. ആൺ വവ്വാലുകൾ പെൺവർഗ്ഗത്തെ ആകർഷിക്കുന്നതും, ഇണചേരുന്നതും ഈ പൊത്തുകളിൽ വെച്ചാണ്. പെൺ വവ്വാലുകൾ വർഷത്തിൽ ഒന്നോ, രണ്ടോ തവണ ഒരു കുഞ്ഞിനെ മാത്രം പ്രസവിക്കും. അമ്മയ്ക്കാണ് മക്കളുടെ സംരക്ഷണ ചുമതല. പകലിൽ കുഞ്ഞ് അമ്മച്ചിറകിനുള്ളിൽ സുരക്ഷിതയായിരിക്കും. ശത്രുക്കൾ ഏറെയുള്ള സമയമായതുകൊണ്ട് അമ്മ ഏറെ ജാഗ്രതയോടെ കുഞ്ഞിനെ സംരക്ഷിക്കും. രാത്രി അമ്മയും കുഞ്ഞും സ്വതന്ത്രരാവും. ഇരതേടിയിറങ്ങുന്ന രാത്രിനേരങ്ങളിൽ അമ്മയുടെ ചിറകിനുള്ളിൽ കുഞ്ഞുങ്ങൾ അള്ളിപ്പിടിച്ചിരിക്കുന്നത് രസകരമായ കാഴ്ചയാണ്. അമ്മയുടെ 2/3 തൂക്കമെത്തിയാൽ കുഞ്ഞ് പറക്കാനുള്ള ശ്രമം തുടങ്ങും. അമ്മയോടൊപ്പംതന്നെ ഇരതേടുന്ന കുഞ്ഞുങ്ങൾ അമ്മിഞ്ഞപ്പാലിനു വേണ്ടി കൊതിമൂത്താൽ അമ്മയെ ശരണം പ്രാപിക്കുകയും ചെയ്യും.

ഘ്രാണശക്തി

വവ്വാലുകളുടെ ഘ്രാണശക്തി അപാരമാണ്. മൈലുകൾക്കപ്പുറമുള്ള പഴങ്ങളുടെ മണംപോലും പിടിച്ചെടുക്കാൻ വവ്വാലുകൾക്ക് കഴിയും. പഴങ്ങൾ ശേഖരിച്ചുകൊണ്ടുവന്ന് കുഞ്ഞുങ്ങൾക്ക് ഭക്ഷണം നല്കുക അമ്മ വവ്വാലുകളുടെ ജോലിയാണ്. ഇങ്ങനെ ശേഖരിച്ചുകൊണ്ടുവരുന്നവയിൽ പലയിനം പഴങ്ങൾ കാണും. വവ്വാലിന് അതിന്റെ തൂക്കത്തിന്റെ രണ്ടര ഇരട്ടിയിലധികം ഭക്ഷണം അകത്താക്കാൻ കഴിയുമെന്ന് ശാസ്ത്രം തെളിയിച്ചിട്ടുണ്ട്. വെറും 15 മിനിറ്റിനുള്ളിൽ ഭക്ഷണം ദഹിക്കുകയും ചെയ്യും. ആമാശയത്തിലെത്തിയ പഴങ്ങളുടെ വിത്തുകൾ, പറക്കുന്നതിനിടെ പലയിടങ്ങളിൽ നിക്ഷേപിക്കുകയാണ് ചെയ്യുക. പശ്ചിമ ആഫ്രിക്കൻ വനങ്ങളിലെ ഇറോക്കോ വൃക്ഷത്തിന്റെ വിത്ത് വിതയ്ക്കുന്നത് വവ്വാലുകളാണ്. മില്യൺ കണക്കിന് ഡോളറാണ് ഓരോ

വർഷവും ഇറോക്കോ വൃക്ഷത്തിന്റെ വിപണനംമൂലം ആഫ്രിക്കൻ രാജ്യങ്ങൾക്ക് കിട്ടുന്നത്.

വവ്വാലിറച്ചി

പുരാതനകാലം മുതൽ ആധുനിക കാലംവരെ മനുഷ്യൻ വവ്വാലിറച്ചി പഥ്യാഹാരമായാണ് കണക്കാക്കുന്നത്. വവ്വാലുകളെ വേട്ടയാടിപ്പിടിച്ച് ആഹാരമാക്കി ഇന്ന് വൻതോതിൽ വിപണനം നടത്തുന്നുണ്ട്. ആഫ്രിക്കൻ മേഖലകളിലാണ് വവ്വാലുകളെ ധാരാളമായി വേട്ടയാടുന്നത്. ചില യൂറോപ്യൻ രാജ്യങ്ങളിൽ പ്രോട്ടീനിന്റെ കമ്മി നികത്താൻ വവ്വാലിറച്ചി മാർക്കറ്റുകൾ പ്രവർത്തിക്കുന്നുണ്ട്. ഏഷ്യൻ രാജ്യങ്ങളിലും വവ്വാലിറച്ചിക്ക് ആവശ്യക്കാർ ഏറെയാണ്. അനിയന്ത്രിതമായ വേട്ടയാടൽ മൂലം ആസ്ത്രേലിയ, തെക്കുകിഴക്കൻ ഏഷ്യൻ രാജ്യങ്ങൾ എന്നിവിടങ്ങളിൽ വവ്വാലുകൾക്ക് വംശനാശം സംഭവിച്ചിട്ടുണ്ട്. അമേരിക്കയിൽ ഒരു വവ്വാലിന് 30 ഡോളർ വരെ വിലകിട്ടും.

ശരീരം വൃത്തിയാക്കാനും, ചേക്കേറാനുമാണ് വവ്വാൽ വിരൽത്തുമ്പുകൾ ഉപയോഗിക്കുന്നത്. അതുകൊണ്ടുതന്നെ വിരൽത്തുമ്പുകൾ നന്നായി സംരക്ഷിക്കും. പക്ഷിയുടെ സവിശേഷതകൾ എല്ലാം ഒത്തിണങ്ങിയതിനാൽ വവ്വാലുകൾക്ക് പറവകളെപ്പോലെ തന്നെ ആകാശസഞ്ചാരം നടത്താൻ കഴിയും.

ഇരുപത് വർഷംവരെ ഇവ ജീവിക്കും. വവ്വാലുകളെ അനുകരിച്ചാണ് ശാസ്ത്രലോകം റഡാറുകൾ രൂപകല്പന ചെയ്തത്. വവ്വാലുകളുടെ ശബ്ദതരംഗ ദൈർഘ്യം 50,000 സെക്കന്റ് മുതൽ 1,00,000 സെക്കന്റ് വരെയാണ്.

ശബ്ദതരംഗം

ചെറിയ തരംഗങ്ങളായിട്ടാണ് വവ്വാലുകൾ ശബ്ദം പുറത്തുവിടുന്നത്. ഈ ശബ്ദതരംഗങ്ങളിൽനിന്നാണ് വവ്വാൽ തന്റെ സഞ്ചാരമാർഗ്ഗങ്ങളിലെ തടസ്സങ്ങളെയും ഇരകളെയും തിരിച്ചറിയുന്നത്. ഒരിക്കൽ പുറത്തുവിട്ട ശബ്ദത്തിന്റെ പ്രതിദ്ധ്വനി ലഭിച്ചാൽ മാത്രമേ അടുത്ത ശബ്ദതരംഗം പുറത്തുവിടുകയുള്ളൂ. ഇരയെ ലഭിച്ചുകഴിഞ്ഞാൽ ശബ്ദതരംഗം പുറത്തുവിടാൻ കഴിയാത്തതുമൂലം തുടർന്നുള്ള യാത്ര അപകടം നിറഞ്ഞതാണ്. എങ്കിലും, ചിലയിനം വവ്വാലുകൾക്ക് മൂക്കിലൂടെ ശബ്ദം പുറത്തുവിടാൻ കഴിയും. ഇത്തരം വവ്വാലുകൾ എണ്ണത്തിൽ കുറവാണ്. വവ്വാലുകളുടെ ശ്രവണേന്ദ്രിയ പുടങ്ങൾ വളരെ വികസിതമാണ്. പ്രതിദ്ധ്വനികൾ പിടിച്ചെടുക്കാനുള്ള സൗകര്യത്തിന് വേണ്ടിയാണിത്.

മാംസഭുക്ക്

മാംസഭുക്കുകളായ വവ്വാലുകൾ ഉറങ്ങിക്കിടക്കുന്ന ചെറുപറവകളെ അകത്താക്കുന്നു. പല്ലികളെയും തവളകളെയും പിടിച്ചു തിന്നുന്നവയു

മുണ്ട്. സ്വന്തം വർഗ്ഗത്തിൽപ്പെട്ടവയെ തിന്നുന്ന മാംസഭുക്കുകളായ വവ്വാലുകൾ ഇന്ത്യയിലും, കിഴക്ക് ഏഷ്യൻ രാജ്യങ്ങളിലും ധാരാളമുണ്ട്. അമേരിക്കയിൽ കണ്ടുവരുന്ന ഒരിനം വവ്വാലുകൾ മത്സ്യങ്ങളെ മാത്രം പിടിച്ചു ഉപജീവനം നടത്തുന്നവയാണ്. സമുദ്രതീരങ്ങളിലും പുഴക്കടവുകളിലും രാത്രികാലങ്ങളിൽ ഇവയെ കാണാൻ കഴിയും. ഈ വർഗ്ഗത്തിൽപ്പെട്ട വവ്വാലുകളുടെ ചിറകുകൾ കാൽമുട്ടുവരെ മാത്രമേ കാണുകയുള്ളൂ. വെള്ളത്തിലിറങ്ങി മത്സ്യം പിടിക്കാനുള്ള സൗകര്യത്തിന് വേണ്ടിയാണിത്. കൂർത്ത നഖങ്ങളാണ് ഇവയ്ക്കുള്ളത്. എളുപ്പത്തിൽ മത്സ്യങ്ങളെ പിടിക്കാൻ ഇവ സഹായിക്കുന്നു.

രക്തദാഹികൾ

ബ്രാംസ്റ്റോക്കറുടെ വിഖ്യാത നോവലായ *ഡ്രാക്കുള*യിൽ പരാമർശിച്ച രക്തദാഹികളായ വവ്വാലുകളെ ആരും മറന്നിട്ടില്ല, ഭീകര ചിത്രമാണിത്. പഴയ ക്ഷൗരക്കത്തിയെ ഓർമ്മിപ്പിക്കുന്നവയാണ് ഇവയുടെ പല്ലുകൾ. ഉറങ്ങിക്കിടക്കുന്ന മൃഗങ്ങളിൽ പല്ലുകൾ കുത്തിയിറക്കി മതിവരുവോളം ഇവ രക്തം കുടിക്കുന്നു. ഉമിനീരിലെ പ്രത്യേക ദ്രാവകം രക്തം കട്ടിയാവാതിരിക്കാൻ സഹായിക്കുന്നു. തന്മൂലം ഒരിക്കൽ മാത്രം കുത്തിയാൽ വയർ നിറയുന്നതുവരെ രക്തം കുടിക്കാം.

പരിസ്ഥിതി സന്തുലനത്തിന് വവ്വാലുകളുടെ നിലനില്പ് ആവശ്യമാണ്. പ്രകൃതിക്കും മനുഷ്യനും ഒരുപോലെ ഗുണം ചെയ്യുന്നവയാണ് ഇവ. കർഷകരുടെ മിത്രമാണ് വവ്വാൽ. സസ്യങ്ങളുടെ വംശവർദ്ധനവിന് ഇവ ഒട്ടേറെ ഗുണം ചെയ്യുന്നുണ്ട്. എങ്കിലും മനുഷ്യന്റെ ആർത്തിയും ദുരയും ഇവയുടെ വംശത്തെതന്നെ ഇല്ലാതാക്കുന്നു.

2

പാമ്പുകളുടെ ലോകം

മറ്റുജീവികളെപ്പോലെ പ്രകൃതിയുടെ അവിഭാജ്യ ഘടകമാണ് പാമ്പുകൾ. നിറം, ഘടന, ചലനം, സ്വഭാവം എന്നിവയെല്ലാം ഈ വർഗ്ഗത്തെ നിഗൂഢതയുള്ള ജീവിയായി മാറ്റി. അതുകൊണ്ടുതന്നെ പാമ്പുകളെ ശത്രുവായാണ് നാം കാണുന്നത്. മാത്രമല്ല, പാമ്പുകളെ ചുറ്റിപ്പറ്റി ധാരാളം അന്ധവിശ്വാസങ്ങളുമുണ്ട്. അപരിഷ്കൃത സമൂഹങ്ങളിൽ മാത്രമല്ല, അമേരിക്കയെപ്പോലുള്ള പരിഷ്കൃത സമൂഹങ്ങളിലും ഇത് കാണാം.

ചെറുതും വലുതും

ലോകത്ത് കണ്ടെത്തിയ പാമ്പുകളിൽ ഏറ്റവും വലുത് 'കിങ് കോബ്രയും' (King Cobra) 'അനാകോണ്ട'യുമാണ്. അഞ്ചു മീറ്ററിലേറെ നീളവും ഒരു തടിച്ച മനുഷ്യന്റെ കൈവണ്ണവുമുണ്ടാവും കിങ് കോബ്രയ്ക്ക്. സൗത്ത് അമേരിക്കയിൽ ധാരാളമായി കണ്ടുവരുന്ന അനാകോണ്ടയ്ക്ക് ഒമ്പതു മീറ്ററിലേറെ നീളമുണ്ട്. ഒരു മാനിനെ പ്രയാസമില്ലാതെ വിഴുങ്ങാൻ ഇവയ്ക്ക് കഴിയും. ഇന്ത്യയിൽ കണ്ടുവരുന്ന മലമ്പാമ്പിനെ (Python) പാമ്പുകളിലെ രാജാക്കന്മാരായി വിശേഷിപ്പിക്കുന്നു. ഏഴു മുതൽ എട്ടു മീറ്റർ വരെയാണ് ഇവയുടെ നീളം.

ലോകത്തിലെ ഏറ്റവും ചെറിയ പാമ്പുകൾക്ക് ഒരു വിരയുടെ (worm) വലിപ്പമേയുള്ളൂ. ഒറ്റനോട്ടത്തിൽ മണ്ണിരയാണെന്നേ തോന്നൂ. മരങ്ങളിലും, മണ്ണിനടിയിലുമാണ് ഇവയുടെ വാസം. ചെറുപാമ്പുകളിൽ വിഷമുള്ളവയും അല്ലാത്തവയുമുണ്ട്. സമുദ്രങ്ങളിൽ കണ്ടുവരുന്ന പാമ്പുകൾക്കും അധികം വലിപ്പം കാണില്ല. എങ്കിലും 'ക്രൈറ്റ്' (Krite) പോലെയുള്ള ചില സമുദ്ര പാമ്പുകൾക്ക് ഒരു മീറ്ററിലധികം നീളം കാണും.

ഇവ മിക്കസമയങ്ങളിലും വെള്ളത്തിനടിയിലാണ്. കറുപ്പിൽ വെളുത്ത വരകളോടു കൂടിയ ക്രൈറ്റുകൾക്ക് വിഷമുണ്ട്. ചെറിയ ജലജീവികൾ, മത്സ്യം എന്നിവയാണ് ജലപ്പാമ്പുകളുടെ (water snakes) മുഖ്യാഹാരം. തിളങ്ങുന്ന പച്ചനിറത്തിലും, കാവി നിറത്തിലുമുള്ള പാമ്പുകളുമുണ്ട്. മത്സ്യത്തോടൊപ്പം കരയിലെത്തി എലികളെയും ഇവ ശാപ്പിടുന്നു.

ജീവിതഘട്ടം

പാമ്പുകളുടെ വളർച്ച ഒരു ഘട്ടത്തിലും പൂർണ്ണമാകുന്നില്ല. ആദ്യ രണ്ടു വർഷങ്ങളിലാണ് പാമ്പ് പഴയ തോൽ ഉപേക്ഷിച്ച് പുതിയത് സ്വീക രിക്കുന്നത്. ഈ പ്രതിഭാസം കണ്ടിട്ടാകണം ഗ്രീക്കുകാർ, പാമ്പുകൾക്ക് മരണമില്ലെന്ന് വിശ്വസിച്ചിരുന്നത്. പാമ്പുകൾ അധികവും മുട്ടയിട്ടാണ് പ്രജനനം നടത്തുന്നത്. ഒന്നിലേറെ മുട്ടകളിടും. മുട്ടവിരിഞ്ഞ് പുറത്തു വരുന്ന കുഞ്ഞുങ്ങൾ അധികവും വൈകാതെ ഇഴയാൻ തുടങ്ങും. ചെറു ജീവികളെ തിന്നാണ് ഇവ ഉപജീവനം നടത്തുന്നത്.

പാമ്പുകളും അന്ധവിശ്വാസങ്ങളും

പാമ്പുകളെക്കുറിച്ചുള്ള മനുഷ്യന്റെ അറിവാണ് അവയെക്കുറിച്ചുള്ള അന്ധവിശ്വാസങ്ങളുടെ ഉറവിടം. പാമ്പുകൾ വാലുകളുപയോഗിച്ച് കടി ക്കും. അവ കണ്ണുകൾ കൊത്തി പുറത്തെടുക്കുമെന്നും അന്ധവിശ്വാസ ങ്ങളുണ്ട്. അതുപോലെ പാമ്പുകൾ പ്രതികാര ജീവികളാണെന്നും, അവ പാൽ കുടിക്കുമെന്നുമൊക്കെ. പശുക്കളുടെയും ആടുകളുടെയും മുല കൾ ചപ്പിക്കുടിക്കുന്ന പാമ്പുകളുണ്ടെന്ന് വിശ്വസിക്കുന്ന നിരവധി ജന വിഭാഗങ്ങൾ ഇന്ത്യയിൽ തന്നെയുണ്ട്. നാട്ടിലെ ജനങ്ങൾ കണ്ണിൽ പറ ന്നുവന്ന് കൊത്തുന്ന പാമ്പുകളുണ്ടെന്ന് ഉറച്ചുവിശ്വസിക്കുന്നവരാണ്.

ചിന്തിക്കാൻ കഴിവില്ലാത്ത ജീവിയാണ് പാമ്പ്. അവയ്ക്ക് വലിയ തലച്ചോറില്ല. ഇര പിടിക്കുക, കുഞ്ഞുങ്ങളെ വളർത്തുക, ഉറങ്ങുക എന്നി വയിൽ കവിഞ്ഞ ഒരു പ്രവൃത്തിയും അവയ്ക്കില്ല. അതുകൊണ്ടുതന്നെ പാമ്പുകൾക്ക് പകയോ, പ്രതികാരമോ തന്നെയില്ല.

ഇന്ത്യക്കാരെപ്പോലെ തന്നെ അമേരിക്കൻ വംശജരിലും പാമ്പുകളെ ചുറ്റിപ്പറ്റി ചില അന്ധവിശ്വാസങ്ങൾ നിലനില്ക്കുന്നുണ്ട്. പാമ്പുകൾ തങ്ങ ളുടെ വാൽ തിരുകി ഒരു ചക്രമായി രൂപാന്തരപ്പെടുത്തും. എന്നിട്ട് മനു ഷ്യനെ വളരെ വേഗത്തിൽ പിന്തിരിഞ്ഞ് ആക്രമിക്കുമെന്നും അവർ വിശ്വ സിക്കുന്നു. രോഗം പരത്തുന്ന പാമ്പുകളുണ്ടെന്ന് വിശ്വസിക്കുന്നവരും കുറവല്ല. കുഷ്ഠം പരത്തുന്നത് പാമ്പുകളാണെന്നും ഒരുകാലത്ത് ഇന്ത്യ ക്കാർ വിശ്വസിച്ചിരുന്നു.

ഭക്ഷണവും ഭക്ഷണരീതിയും

വിവിധ തരത്തിലുള്ള ഭക്ഷ്യപദാർത്ഥങ്ങൾ പാമ്പുകൾ സ്വീകരിക്കാ റാണ് പതിവ്. എന്ത് തിന്നണമെന്നും, അത് എത്ര മാത്രം വലിയതാവ

ണമെന്നും നിശ്ചയിക്കുന്നത് ഒരു പാമ്പ് എവിടെ ജീവിക്കുന്നു എന്നതിനേയും അതിന് എന്തുമാത്രം വലിപ്പമുണ്ട് എന്നതിനേയും ആശ്രയിച്ചാണ്. ഉദാഹരണത്തിന് ഒരു ജലപ്പാമ്പ് മത്സ്യങ്ങളെയും തവളകളെയും ഭക്ഷിക്കുന്നതുപോലെ.

മരങ്ങളിൽ കഴിയാൻ ഇഷ്ടപ്പെടുന്ന ചിലയിനം പാമ്പുകളുണ്ട്. പൊതുവെ ഇവ മരപ്പാമ്പുകളെന്നാണ് വിശേഷിപ്പിക്കപ്പെടുന്നത്. ഇത്തരം പാമ്പുകൾ യഥേഷ്ടം ചെറുപക്ഷികളെ പിടിച്ചുതിന്ന് വിശപ്പടക്കുന്നു. ഉറച്ച ശരീരഘടനയുള്ള പെരുമ്പാമ്പുകളെ പോലെയുള്ളവ മൃഗങ്ങളെപ്പോലും അകത്താക്കും. വിഴുങ്ങിയ വലിയ ഇരകൾ ദഹിച്ചു കിട്ടാൻ ദിവസങ്ങളെടുക്കും. അതുവരെ വിശ്രമമാണ്. പുള്ളിപ്പുലികളെപ്പോലും ഇരയാക്കുന്ന ചിലയിനം പാമ്പുകളെ ആഫ്രിക്കൻ വനാന്തരങ്ങളിൽ കണ്ടെത്തിയിട്ടുണ്ട്.

ആഴ്ചകളും മാസങ്ങളും ഭക്ഷണമില്ലാതെ കഴിയാൻ പാമ്പുകൾക്ക് ശേഷിയുണ്ട്. ചവച്ച് അരച്ചല്ല പാമ്പുകൾ ഇരയെ അകത്താക്കുന്നത്. മറിച്ച് അവ വിഴുങ്ങുകയാണ് ചെയ്യുന്നത്. ഒരു പാമ്പിന്റെ വായുടെ ഇരുവശവും വികസിക്കുന്ന പേശികളുണ്ട്. ഈ പേശികളാണ് ഏതൊരു ഇരയും വേഗത്തിൽ വിഴുങ്ങാൻ ആ പാമ്പിനെ സഹായിക്കുന്നത്.

വിഷമുള്ളവയും ഇല്ലാത്തവയും

ഇന്ത്യയിൽ 236 തരം പാമ്പുകളുണ്ടെന്ന് പറയുന്നു. ഇവയിൽ 50 എണ്ണം വിഷമുള്ളവയാണെങ്കിലും മിക്കവയും മനുഷ്യനെ ഉപദ്രവിക്കാത്തവയാണ്. ബംഗാളിൽ കണ്ടുവരുന്ന ഉഗ്രവിഷധാരിയായ 'ക്രൈറ്റ്' 'അപൂർവ്വമായേ മനുഷ്യനെ കടിക്കാറുള്ളൂ. മൂർഖൻ, അണലി എന്നിവയാണ് നല്ല വിഷമുള്ള രണ്ടിനം പാമ്പുകൾ. അണലി വിഭാഗത്തിൽത്തന്നെ ഒന്നുരണ്ട് തരക്കാർ നല്ല വിഷക്കാരാണ്. മൂർഖൻ വർഗ്ഗങ്ങളിൽ ആഫ്രിക്കയിൽ കണ്ടുവരുന്ന 'തുപ്പുന്ന മൂർഖൻ' (spiting cobra) വിഷത്തിന്റെ കാര്യത്തിൽ പേരു കേട്ടവനത്രെ! കൂടുണ്ടാക്കുന്ന ഏക പാമ്പും മൂർഖനാണ്. ബുദ്ധിയിലും ഇവർ പിന്നിലല്ല!

കരയിലെന്നപോലെ കടലിലും ഉഗ്രവിഷമുള്ള ചിലയിനം പാമ്പ് വർഗ്ഗങ്ങളുണ്ട്. ഇതുവരെ പ്രതിരോധ മരുന്ന് കണ്ടുപിടിച്ചിട്ടില്ലാത്ത പാമ്പുകളും കടലിലുണ്ട്. എങ്കിലും ഇവ മനുഷ്യനെ ആക്രമിക്കുക അപൂർവ്വമാണ്! ഇന്ത്യൻ സമുദ്രത്തിൽ വിഷപ്പാമ്പുകൾ തന്നെ 20-ലേറെയുണ്ട്. അഞ്ച് മണിക്കൂറിലേറെ നേരം ജലത്തിൽ കഴിയാൻ വിദഗ്ദ്ധരാണ് ജലപാമ്പുകൾ. 20 മുതൽ 40 മുട്ടകൾ വരെ ഒരു ജലപ്പാമ്പ് ഇടും. ഒലീവ് നിറത്തിലുള്ള 'കീൽബാക്ക്' പാമ്പുകൾ ജലത്തിലെ കൊതുക് ലാർവകളെ യഥേഷ്ടം തിന്നു നശിപ്പിക്കുന്നവരാണ്.

ഇണചേരൽ

പാമ്പുകൾ സ്വന്തം വർഗ്ഗത്തിൽപ്പെട്ട പാമ്പുകളുമായേ ഇണചേരൂ. അല്ലാതെ ഒരു രാജവെമ്പാല ചേരയുമായോ, മറ്റേതെങ്കിലും പാമ്പു

മായോ ഇണ ചേരുകയില്ല. എന്നാൽ നമ്മിൽ പലരും അങ്ങനെ തെറ്റിദ്ധരിച്ചിരിക്കുന്നുണ്ട്. ഇണചേരേണ്ട കാലങ്ങളിൽ പെൺവർഗ്ഗത്തിൽപ്പെട്ട പാമ്പുകൾ ഒരു പ്രത്യേകതരം ഗന്ധം മണ്ണിൽ കലർത്തുകയും, ഇത് കണ്ടെത്തി ആൺപാമ്പ് എത്തിച്ചേരുകയുമാണ് ചെയ്യുന്നത്. ഒരേസമയം നിരവധി ആൺപാമ്പുകൾ പെണ്ണിനെ തേടിവരുന്ന കാഴ്ചയും വിരളമല്ല. ഇത് ചില അസ്വാരസ്യങ്ങൾക്കും ചെറു ഏറ്റുമുട്ടലുകൾക്കും വഴിവയ്ക്കാറുമുണ്ട്. ഒടുവിൽ കൈയൂക്കുള്ളവൻ കാര്യം നേടി പോവുകയും ചെയ്യും.

പാമ്പുകൾക്ക് പൊതുവെ കാഴ്ചശക്തി കുറവാണ്. അതുകൊണ്ടുതന്നെ തന്റെ ശത്രുക്കളെ തിരിച്ചറിയുക എളുപ്പമല്ല. പാമ്പുകളുടെ വംശനാശത്തിന് ഒരു കാരണമിതാണ്. എങ്കിലും നല്ല കാഴ്ചശക്തിയുള്ള പാമ്പുകളുമുണ്ട്. മരപ്പാമ്പുകൾ ഇത്തരത്തിൽപ്പെട്ടവയാണ്. കാഴ്ചശക്തി കുറവായതുകൊണ്ടുതന്നെ ഗന്ധത്തിലൂടെ ശത്രുക്കളെ തിരിച്ചറിയാനുള്ള കഴിവ് പാമ്പുകൾക്കുണ്ട്. ഗന്ധമറിയാനുള്ള അതിന്റെ അവയവം മറ്റു ജീവികളെപ്പോലെ നാസാരന്ധ്രമല്ല. മറിച്ച് നാക്കാണ്. മിക്കപ്പോഴും പാമ്പുകൾ നാക്കുകൾ നീട്ടുന്നത് കണ്ടിരിക്കുമല്ലോ.

വംശനാശ ഭീഷണിയിൽ

മനുഷ്യന് പലവിധേന ഉപകാരങ്ങൾ ചെയ്യുന്നവരാണ് പാമ്പുകൾ. കൊതുക് ലാർവകളെ നശിപ്പിക്കുക, എലികളുടെ വംശവർദ്ധനവ് തടയുക എന്നിങ്ങനെ പല നല്ല ചെയ്തികളും പാമ്പുകൾ മനുഷ്യന് ചെയ്യുന്നുണ്ടെങ്കിലും, അന്ധവിശ്വാസത്തിന്റെയും മറ്റും പേരിൽ നാമവയെ കൊല്ലുന്നു. പാമ്പിൻവിഷത്തിനുവേണ്ടിയും തൊലിക്കുവേണ്ടിയും മാംസത്തിനുവേണ്ടിയും പാമ്പുകളെ യഥേഷ്ടം വകവരുത്തുന്നുണ്ട്. ചൈനക്കാർക്ക് ഏറ്റവും ഇഷ്ടപ്പെട്ട വിഭവങ്ങളിൽ ഒന്നാണല്ലോ പാമ്പിൻ മാംസം.

പാമ്പിൻ വിഷം നമ്മുടെ മരുന്ന് ഉല്പാദക മേഖലയ്ക്ക് ആവശ്യമായ ഒന്നാണ്. അതികഠിനമായ വേദനയ്ക്ക് പരിഹാരമായി നാം ഉപയോഗിക്കുന്ന 'കോബ്രോക്സിൻ' (Cobraxin) മൂർഖന്റെ വിഷത്തിൽ നിന്നാണ് ഉല്പാദിപ്പിക്കുന്നത്. പാമ്പ് കടിയേറ്റ ഒരു വ്യക്തിയെ നാം ചികിത്സിക്കുന്നത് പാമ്പിന്റെ വിഷംതന്നെ ഉപയോഗിച്ചിട്ടാണ്. കടിച്ച പാമ്പിന്റെ ഇനം അറിഞ്ഞാൽ ചികിത്സ എളുപ്പമാണെന്ന് ഡോക്ടർമാർ പറയുന്നത് അതുകൊണ്ടാണ്. പാമ്പിൻ വിഷത്തിൽ പ്രോട്ടീനും, എൻസൈമുകളും ധാരാളമായി അടങ്ങിയിട്ടുണ്ട്.

മിക്ക രാജ്യങ്ങളിലും പാമ്പുകളെ കൊല്ലുന്നത് തടയപ്പെട്ടിട്ടുണ്ട്. സംരക്ഷിത ജീവിലോകത്തെ ഒരു അംഗമാണ് പാമ്പുകളിന്ന്. നമ്മുടെ രാജ്യവും അതിൽനിന്ന് ഭിന്നമല്ല. പാമ്പുകളുടെ അനിയന്ത്രിതമായ വംശനാശം മനുഷ്യന്റെ ജീവിതതാളംതന്നെ തെറ്റിക്കുമെന്ന കാര്യത്തിൽ തർക്കം വേണ്ട.

3

ജീവപ്രപഞ്ചം

മൃഗങ്ങളിൽനിന്ന് മനുഷ്യനെ വേർതിരിക്കുന്നത് അവന്റെ സവിശേഷബുദ്ധിയാണ്. ചിരിക്കാൻ കഴിയുന്ന ഒരു ജീവിയാണ് മനുഷ്യനെന്നു പറയാം. എങ്കിലും ശാസ്ത്രം ഇന്നേവരെ കണ്ടെത്തിയ പല കണ്ടുപിടിത്തങ്ങൾക്കു പിറകിലും മൃഗങ്ങളുടെ സ്വഭാവ വിശേഷണങ്ങളുമായി ചില ബന്ധങ്ങളൊക്കെയുണ്ട്.

ആകാശത്തിലൂടെ പറക്കുന്ന പക്ഷികളെ നിരീക്ഷിച്ചാണ് മനുഷ്യൻ വിമാനത്തിന്റെ ആദ്യരൂപം രൂപകല്പന ചെയ്തതെന്ന് നമുക്കറിയാം. മറ്റൊരർത്ഥത്തിൽ പറഞ്ഞാൽ, പറവകളെപ്പോലെ പറക്കാൻ കഴിയുക എന്ന മനുഷ്യന്റെ സ്വപ്നത്തിന് നിദാനം പക്ഷികളായിരുന്നു. ഇങ്ങനെ പ്രകൃതിയിൽ, മനുഷ്യന്റെ കണ്ടുപിടിത്തങ്ങൾക്ക് പ്രേരകമായി ധാരാളം ജീവജാലങ്ങളുണ്ട്. അവയിൽ ചിലതിനെ പരിചയപ്പെടാം.

വൈദ്യുതി വാഹകർ

സമുദ്രത്തിന്റെ ആഴങ്ങളിൽ ശാസ്ത്രത്തിനിനിയും കണ്ടെത്താൻ കഴിഞ്ഞിട്ടില്ലാത്ത പല ജാതി മത്സ്യസമൂഹം അധിവസിക്കുന്നുണ്ടെന്നു പറഞ്ഞാൽ അവിശ്വസിക്കേണ്ടതില്ല. സ്വന്തം ശരീരത്തിൽ പ്രത്യേകതരം ബാറ്ററി പ്രവർത്തിപ്പിക്കാൻ കഴിയുന്ന 500 ൽപ്പരം വൈദ്യുതി മത്സ്യങ്ങളുണ്ടെന്നാണ് കണക്ക്. ആഫ്രിക്കൻ 'ക്യാറ്റ്ഫിഷ്' (Cat fish) ഇതിനൊരു ഉദാഹരണമാണ്. ഈ വിഭാഗത്തിൽപ്പെട്ട ചില സ്രാവുകൾക്ക് 350 വോൾട്ട് വൈദ്യുതി ഉല്പാദിപ്പിക്കാനുള്ള കഴിവുണ്ട്. ഈ വൈദ്യുതി കൊണ്ട് മനുഷ്യന് എത്ര ബൾബുകൾ ജ്വലിപ്പിക്കാൻ കഴിയുമെന്ന് ഊഹിച്ചുനോക്കൂ. അതേപോലെ, ഉത്തര അറ്റ്ലാന്റിക്കിൽ ജീവിക്കുന്ന 'റെഫിഷ്' എന്ന കൂറ്റൻ മത്സ്യം 650 വോൾട്ടിൽ വൈദ്യുതി ഉല്പാദിപ്പി

ക്കാൻ കഴിയുന്നവയാണ്. മാത്രവുമല്ല, തെക്കേ അമേരിക്കയിലെ സമുദ്ര മത്സ്യവിഭാഗങ്ങളിൽപ്പെടുന്ന ഇലക്ട്രിക് ഈൽ (electric eel) ഉല്പാദിപ്പിക്കുന്ന വൈദ്യുതിയുടെ അളവ് കേട്ടാൽ നാം ശരിക്കും ഞെട്ടിപ്പോകും. 886 വോൾട്ടാണത്. ഈ വസ്തുതകൾ വെച്ചുനോക്കുമ്പോൾ ഒരു ചോദ്യം സ്വാഭാവികമായും ഉയരും. ലോകത്താദ്യം വൈദ്യുതി ഉല്പാദിപ്പിച്ചത് മനുഷ്യനോ അതോ മത്സ്യങ്ങളോ? ഉത്തരം ലളിതം, മത്സ്യങ്ങൾ തന്നെ!

ചിതലിന്റെ കൊട്ടാരം

ആധുനിക മനുഷ്യൻ ചൂടിൽനിന്ന് അഭയംതേടി എയർകണ്ടീഷനുകൾ നിർമ്മിച്ചത്, വലിയ വാർത്തയായിരുന്നു ഒരുകാലത്ത്. ഇന്നത് നമ്മുടെ നാട്ടിൽവരെ സാർവ്വത്രികമായിത്തീർന്നുകൊണ്ടിരിക്കുന്നു. എന്നാൽ, മനുഷ്യൻ ഭൂമുഖത്ത് ജീവിതം ആരംഭിക്കുന്നതിനുംമുമ്പ് ചിതൽവർഗ്ഗം ശീതീകരണ കൊട്ടാരങ്ങൾ നിർമ്മിച്ചു. ആഫ്രിക്കയിലെ അത്യുഷ്ണമുള്ള 'കലഹാരി' മരുപ്രദേശങ്ങളിൽ കഴിയുന്ന ഒരിനം ചിതലുകൾ ആറടിയിലേറെ ഉയരത്തിൽ പിരമിഡ് ആകൃതിയിൽ വസതികൾ നിർമ്മിച്ച് അതിനകം ശീതീകരിക്കുന്നുവെന്നു പറഞ്ഞാൽ വിശ്വസിക്കുന്നവർ ഏറെയുണ്ടാവില്ല! ചിതലുകൾ തീർക്കുന്ന ഈ വസതികൾക്കുള്ളിൽ ആഴത്തിൽ ദ്വാരങ്ങൾ നിർമ്മിച്ച് നീരുറവകളുമായി ബന്ധിക്കുകയാണ് ചെയ്യുന്നത്. മരുഭൂമിയിലെ ചൂട് നിമിത്തം ജലം നീരാവിയായി മുകളിലോട്ട് വരുകയും ഈ ഈർപ്പം ദ്വാരങ്ങളിലൂടെ കടന്നുവന്ന് വസതികളെ ശീതീകരിക്കുകയുമാണ് ചെയ്യുന്നത്. അന്തരീക്ഷത്തിൽനിന്ന് അകത്ത് പ്രവേശിക്കുന്ന വായുവിനെ ശുദ്ധീകരിക്കാനുള്ള കഴിവ് ഈ ചിതലുകൾക്കുണ്ടത്രെ! കുടുസ്സായ മുറികളിൽ നാം സ്ഥാപിക്കുന്ന എക്സ്ഹോസ്റ്റ് ഫാനുകളായി ചിതലുകളുടെ ഈ ദ്വാരങ്ങൾ പ്രവർത്തിക്കുന്നു. ഏറെ സങ്കീർണ്ണതകളുള്ള ഈ എൻജിനീയറിങ് പ്രവൃത്തികൾക്ക് മാസങ്ങൾ നീണ്ട കഠിന ശ്രമങ്ങളാണ് പതിനായിരക്കണക്കിന് ചിതലുകൾ രാപ്പകലില്ലാതെ ചെയ്യുന്നത്.

കടലാസിന്റെ പൂർവ്വികർ

പുരാതന ഈജിപ്തുകാരാണ് പാപ്പിറസ് ചെടിയിൽനിന്ന് കടലാസ് നിർമ്മിക്കുന്ന വിദ്യ ആദ്യമായി ലോകത്തിന് സംഭാവന ചെയ്തതെന്ന് നമുക്കറിയാം. അതിനെത്തുടർന്ന് ചൈനക്കാർ മരത്തിന്റെ പൾപ്പുകൊണ്ട് കടലാസ് നിർമ്മിക്കാമെന്നു കണ്ടുപിടിച്ചു. എന്നാൽ, ഈ കണ്ടുപിടിത്തങ്ങൾക്കെല്ലാംമുമ്പ് 'വേട്ടാവെളിയൻ' എന്ന പ്രാണിവർഗ്ഗവും, മഞ്ഞക്കടന്നലുകളും കടലാസ് നിർമ്മാണത്തിന്റെ ആദ്യ പരീക്ഷണങ്ങൾ നടത്തിയിരുന്നതായി കാണാം. ഇവ കൂട് നിർമ്മാണത്തിനായി കടലാസുകളാണ് ആദ്യം ഉണ്ടാക്കുന്നത്. വേട്ടാവെളിയന്റെ വർഗ്ഗത്തിൽപ്പെട്ട 'ഹോർണൈറ്റ് (Hornite)' എന്ന വിഭാഗം സ്വന്തമായി നിർമ്മിക്കുന്ന കടലാസുകൊണ്ട് മരക്കൊമ്പുകളിൽ തൂക്കിയിടുന്ന രീതിയിൽ

കൂടുകൾ ഉണ്ടാക്കാറുണ്ട്. ഗോളാകൃതിയായിരിക്കും ഈ കൂടുകൾക്ക്. കൂടിനകം ചൂടേൽക്കാതിരിക്കാൻ പ്രത്യേക സജ്ജീകരണങ്ങൾ ഒരുക്കാനും ഇവ മടിക്കാറില്ല.

നീരാളികളുടെ സഞ്ചാരം

പ്രതിപ്രവർത്തനത്തിന്റെ ഫലമായി ഒരിടത്തുനിന്ന് മറ്റൊരിടത്തേക്ക് സഞ്ചരിക്കുന്ന വാഹനങ്ങൾ മനുഷ്യൻ കണ്ടുപിടിച്ചിട്ടുണ്ട്. വിമാനങ്ങൾ ഇങ്ങനെ സഞ്ചരിക്കുന്ന ഒരു വാഹനമാണ്. അതേപോലെ, ഈ പ്രതിപ്രവർത്തനതത്ത്വമനുസരിച്ച് കടൽ സഞ്ചാരം നടത്തുന്ന ചില മത്സ്യവിഭാഗങ്ങളുണ്ട്.

നീരാളിയും കൂന്തൽ മത്സ്യവും ഈ വിഭാഗത്തിൽപ്പെടുന്നവയാണ്. ഇങ്ങനെ സഞ്ചരിക്കുന്ന ജീവികൾ ശരീരത്തിലേക്ക് ജലം വലിച്ചെടുത്ത് അത് ശരീരത്തിലെ ഒരു പ്രത്യേക അറയിൽ നിക്ഷേപിക്കുകയും ശക്തിയായ പേശി സമ്മർദ്ദത്തിലൂടെ പുറത്തേക്ക് തള്ളുകയും ചെയ്യുന്നു. ഈ തള്ളലിൽ ഉണ്ടാകുന്ന ശക്തി നിമിത്തം ജീവി മുന്നോട്ടുനീങ്ങുന്നു. ഇങ്ങനെ സഞ്ചരിക്കുന്ന വേറെയും ജീവികൾ ജലത്തിലും കരയിലും ഉണ്ടെന്നറിയുക. ചിലയിനം ഈച്ചകളുടെ ലാർവകൾ, ജെല്ലി ഫിഷ് (Jelly fish), കടൽനക്ഷത്രം, സമുദ്ര അട്ടകൾ എന്നിവ ഉദാഹരണങ്ങൾ. ഒരു പക്ഷേ, പ്രതിപ്രവർത്തന സിദ്ധാന്തപ്രകാരം മനുഷ്യൻ കണ്ടുപിടിച്ച പലതും ഈ ജീവികളെ നിരീക്ഷിച്ചതിൽനിന്നും പഠിച്ചതിൽനിന്നും രൂപം കൊണ്ടതാവും!

വൈദ്യുതി ബൾബിന്റെ ഉപജ്ഞാതാക്കൾ

തോമസ് അൽവാ എഡിസനെ ലോകം ഓർമ്മിക്കുന്നത് വൈദ്യുതി വിളക്കിന്റെ കണ്ടുപിടിത്തത്തോടെയാണ്. എന്നാൽ, എത്രയോ നൂറ്റാണ്ടുകൾക്കുമുമ്പ് വൈദ്യുതി ബൾബുകൾ പ്രകാശിപ്പിച്ച് സ്വൈരവിഹാരം നടത്തിയിരുന്ന ജീവികളെ നാം ഓർക്കാറേയില്ല. ചില മിന്നാമിനുങ്ങുകൾക്ക് (firely) പ്രകാശോർജ്ജവും താപോർജ്ജവും നഷ്ടപ്പെടാതെ തന്നെ ഒരുതരം 'ശീതപ്രകാശം' (cold light) ഉല്പാദിപ്പിക്കാനുള്ള കഴിവുണ്ട്. അങ്ങനെ നോക്കുമ്പോൾ എഡിസന്റെ വൈദ്യുതി ബൾബുകൾ ഈ ജീവജാലങ്ങൾക്ക് പിറകെ നില്ക്കണം. കാരണം, വൈദ്യുതി ബൾബുകളിൽനിന്ന് താപോർജ്ജം നഷ്ടപ്പെടുന്നുണ്ട്. അതിവിടെ സംഭവിക്കുന്നില്ല.

മിന്നാമിനുങ്ങുകൾ മാത്രമല്ല ഇങ്ങനെ പ്രകാശം ജ്വലിപ്പിക്കാൻ കഴിയുന്നതായിട്ടുള്ളത്. ചിലയിനം സമുദ്ര ബാക്ടീരിയകൾ, തീവണ്ടിപ്പുഴു (Railroad worm), ഫ്ളാഷ്‌ലൈറ്റ് ഫിഷ് എന്നിവയും പ്രകാശം പൊഴിക്കാൻ കഴിയുന്നവയാണ്. ലൂഡിഫെറാസെ എന്ന എൻസൈം ഉല്പാദിപ്പിക്കുന്നതുകൊണ്ടാണ് ഈ ജീവികൾക്ക് സ്വയം പ്രകാശിക്കാൻ കഴിയു

ന്നത്. മിന്നാമിനുങ്ങിനെപ്പോലെതന്നെ പ്രകാശം പരത്താൻ കഴിയുന്ന പുറന്തോടുള്ള ഒരുതരം ജീവി ജപ്പാൻസമുദ്രത്തിലുണ്ട്. യുദ്ധാവശ്യാർത്ഥം ജപ്പാൻകാർ ഈ ജീവിയെ ഉപയോഗിച്ചിരുന്നതായി പറയുന്നു. രാത്രികാലങ്ങളിൽ ഭൂപടങ്ങൾ കാണാനും വായിക്കാനുമാണ് ഇവയെ അവർ ഉപയോഗപ്പെടുത്തിയത്. മാത്രവുമല്ല, മറ്റൊരു രസകരമായ കാര്യമുണ്ട്. ഈ ജീവിയുടെ പുറന്തോട് പൊളിച്ച് ഉമിനീരിൽ കലർത്തി പൗഡർ പരുവത്തിൽ ഉടലിൽ പുരട്ടിയാൽ ഇരുട്ടിൽപ്പോലും ആളുകളെ തിരിച്ചറിയാൻ കഴിയുമായിരുന്നുവത്രെ. യുദ്ധവേളകളിൽ രാത്രികാലങ്ങളിൽ സ്വന്തം ഗ്രൂപ്പിലെ പോരാളികളെ മനസ്സിലാക്കാൻ പട്ടാളക്കാർ ഇങ്ങനെ ചെയ്തിരുന്നു.

ബാക്ടീരിയകളെന്ന വടക്കുനോക്കിയന്ത്രം

ഒരു കപ്പ് വെള്ളത്തിൽ പൊങ്ങിക്കിടക്കുന്ന ഒരു കാന്തസൂചി. ഇതായിരുന്നു ആദ്യത്തെ വടക്കുനോക്കിയന്ത്രം. ക്രിസ്തുവർഷം 13–ാം ശതകത്തിലാണ് ഈ യന്ത്രം കണ്ടുപിടിച്ചത്. എന്നാൽ, ചിലയിനം ബാക്ടീരിയകളിൽ വടക്കുനോക്കി യന്ത്രങ്ങളുണ്ടത്രെ. ബാക്ടീരിയകളിലെ ചില മാഗ്നറ്റിക് നൂലുകളാണ് ഇങ്ങനെ വടക്കുനോക്കിയന്ത്രങ്ങളായി മാറുന്നത്. ഭക്ഷണയോഗ്യമായ വസ്തുക്കളുടെ സമീപത്തേക്ക് ബാക്ടീരിയകളെ നയിക്കുന്നത് ഈ മാഗ്നറ്റിക് നൂലുകളാണ്. ഇത്തരം കാന്തികശക്തി പ്രവർത്തിക്കുന്ന മറ്റുചില ജീവികളെക്കൂടി പ്രകൃതിയിൽ കാണാം. തേനീച്ച, ശലഭം, ചിപ്പികൾ, ഡോൾഫിനുകൾ, ചിലയിനം പറവകൾ എന്നിവ ഉദാഹരണങ്ങൾ മാത്രമാണ്. ഭൂമിയുടെ കാന്തികദിശ മനസ്സിലാക്കിയാണ് പറവകൾ നിശ്ചിത സ്ഥലത്തുതന്നെ എത്തിപ്പെടുന്നത്.

വവ്വാലുകളും റഡാറുകളും

യുദ്ധകാലങ്ങളിൽ വിമാനങ്ങളുടെ ഗതിയും സ്ഥാനവും നിർണ്ണയിക്കുന്നതിനുവേണ്ടിയാണ് മനുഷ്യൻ റഡാറുകൾ കണ്ടുപിടിച്ചത്. ശബ്ദതരംഗങ്ങൾ ഉപയോഗിച്ച് ജലത്തിനടിയിലെ വസ്തുക്കളുടെ സാന്നിദ്ധ്യം മനസ്സിലാക്കാനാണ് 'സോണാർ' എന്ന യന്ത്രത്തിന്റെ കണ്ടുപിടിത്തം. മനുഷ്യനിർമ്മിത റഡാറുകൾക്ക് കണ്ടെത്താൻ കഴിയാത്ത അതിനിസ്സാര വസ്തുവിന്റെ സാന്നിദ്ധ്യംപോലും കണ്ടെത്തുന്ന ജീവിയാണ് വവ്വാലുകൾ. എക്കോലൊക്കേഷൻ (Echolocation) തിരിച്ചറിയാനുള്ള കഴിവ് മറ്റു ജീവികൾക്കും പ്രകൃതിയിലുണ്ട്. സമുദ്രത്തിലെ ഡോൾഫിൻ, തിമിംഗലം തുടങ്ങിയ മത്സ്യങ്ങൾ സോണാർ സിസ്റ്റം പ്രവർത്തിപ്പിക്കുന്നവയാണ്. സമുദ്രാന്തർഭാഗത്തുള്ള ഇരകളെ ഇവ കണ്ടെത്തുന്നത് സോണാർസിസ്റ്റം പ്രവർത്തിക്കുന്നതുമൂലമാണ്. റഡാറുകളിൽ പ്രവർത്തിക്കുന്ന റേഡിയോ തരംഗങ്ങളുടെ മറ്റൊരു രീതിയാണ് വവ്വാലുകളിലും കാണുന്നത്.

കൊതുകിന്റെ ഉഷ്ണമാപിനി

മനുഷ്യൻ തെർമോമീറ്റർ കണ്ടുപിടിച്ചിട്ട് നൂറ്റാണ്ടുകളായി. കൊതുകിന്റെ ആന്റിനകൾക്ക് മനുഷ്യന്റെ തെർമോമീറ്ററുകളെക്കാൾ സൂക്ഷ്മതയേറുമെന്നു പറയുന്നത് ശാസ്ത്രം തന്നെയാണ്. അന്തരീക്ഷോഷ്മാവിന്റെ ഒരു ഡിഗ്രിയുടെ മുന്നൂറിൽ ഒരംശം വ്യതിയാനംപോലും തിരിച്ചറിയാൻ കഴിയുന്നതായി പറയപ്പെടുന്നു. പാമ്പുവർഗ്ഗങ്ങളിൽ ചിലയിനങ്ങൾക്ക് ഈ കഴിവുണ്ട്. പാമ്പിന്റെ തലയുടെ ഇരുവശത്തുമുള്ള ദ്വാരങ്ങളാണ് ഇതിന് സഹായിക്കുന്നത്. അന്തരീക്ഷ ഊഷ്മാവിന്റെ വ്യതിയാനങ്ങൾ മനസ്സിലാക്കാനുള്ള കഴിവ് മലമ്പാമ്പുകൾക്ക് അപാരമാണ്.

മുങ്ങിക്കപ്പലുകൾ

പ്രകൃതിയിലെ മുങ്ങിക്കപ്പലുകളായി അറിയപ്പെടുന്ന ഒരു ഏകകോശ ജീവിയാണ് 'റേഡിയോലാറിയൻസ്.' ഈ ജീവിയുടെ പ്രോട്ടോപ്ലാസത്തിൽ ഒരുതരം എണ്ണത്തുള്ളികളുണ്ട്. ഇവയുടെ സഹായം ആ ജീവിക്ക് അതിന്റെ ഭാരം നിയന്ത്രിക്കാനും ആഴിയിലൂടെ മേൽപ്പോട്ടും കീഴ്പ്പോട്ടും സഞ്ചരിക്കാനും സഹായകരമാകുന്നു. ഈ പ്രവർത്തനം മുങ്ങിക്കപ്പലുകളിൽ യന്ത്രങ്ങളുടെ സഹായത്തോടെ നടക്കുന്നു എന്നു മാത്രം. സമുദ്രത്തിൽ കാണുന്ന 'കണവ' മത്സ്യം മുങ്ങിക്കപ്പലുകളെ ഓർമ്മിപ്പിക്കുന്നവയാണ്. ഈ മത്സ്യത്തിന്റെ നീളമുള്ള നാക്ക് ധാരാളം അറകളുള്ള ഒന്നാണ്. ഈ അറകളിൽനിന്ന് വമിക്കുന്ന ജലത്തിന്റെ അനുപാതത്തിൽ വ്യത്യാസം വരുത്തി ഇവയ്ക്ക് എങ്ങനെ വേണമെങ്കിലും സഞ്ചരിക്കാൻ കഴിയും.

പ്രപഞ്ചത്തിലെ എല്ലാ വസ്തുക്കളും പ്രതിഭാസങ്ങളും പരസ്പരപൂരിതങ്ങളാണ്. ഒന്നിന്റെ അഭാവത്തിൽ മറ്റൊന്നിന് നിലനില്പ് അസാദ്ധ്യം തന്നെ! മനുഷ്യനും തഥൈവ. അതുകൊണ്ട് പ്രകൃതിസംരക്ഷണം മനുഷ്യന്റെ എല്ലാ കാലത്തെയും വലിയ ചുമതലയായി മാറുന്നു. ഇന്ന് നാം കാണുന്ന പല അത്ഭുത ജീവപ്രതിഭാസങ്ങളും നാളത്തെ തലമുറയ്ക്കുകൂടി വേണ്ടതാണെന്ന വസ്തുത നാം മറന്നുകൂടാ.

4

ചിലന്തികളുടെ ലോകം

ചിലന്തികളെ കാണാത്തവരുണ്ടാവില്ല. നമ്മുടെ വീട്ടിലും തൊടിയിലും അവയെ നിത്യേന നാം കാണുന്നു. വിവിധ വലുപ്പത്തിലും, നിറത്തിലും, ആകൃതിയിലുമായി ഏതാണ്ട് 35,000-ലേറെ തരം ചിലന്തികളുണ്ടെന്നാണ് ശാസ്ത്രലോകം കണ്ടെത്തിയിരിക്കുന്നത്. ഇവയിൽ മിക്കവയുടെയും രൂപവ്യത്യാസങ്ങൾ മനസ്സിലാക്കണമെങ്കിൽ മനുഷ്യ നേത്രങ്ങൾകൊണ്ട് സാദ്ധ്യമല്ല. ഒരു സൂക്ഷ്മദർശിനിയുടെ സഹായമുണ്ടെങ്കിൽ മാത്രമേ, ഇവയെ ശരിയാംവണ്ണം തിരിച്ചറിയാനും പഠിക്കാനും കഴിയുകയുള്ളൂ. ഭക്ഷണം കഴിക്കൽ, വംശവർദ്ധന, കൂട് നിർമ്മാണം, വേട്ടയാടൽ എന്നിവയിലെല്ലാം, ചിലന്തിവർഗ്ഗം വൈരുദ്ധ്യവും വൈവിദ്ധ്യവും പുലർത്തുന്നതായിക്കാണാം. ചെറുമത്സ്യങ്ങളെ പിടിച്ചു തിന്നുന്ന ചിലന്തികൾ വരെ ഈ പ്രപഞ്ചത്തിലുണ്ട്. നമ്മുടെ വീടുകളിൽ കാണപ്പെടുന്ന ചിലതരം ചിലന്തികൾ ചെറുപ്രാണികളെ വേട്ടയാടി ഭക്ഷിക്കുന്നത് പലപ്പോഴും ശ്രദ്ധിച്ചിരിക്കുമല്ലോ.

ഇനി ചിലന്തികളിലെ വ്യത്യസ്തവും, അപൂർവ്വവുമായ ചിലയിനങ്ങളെ പരിചയപ്പെടാം.

രാക്ഷസൻ ചിലന്തി

ചിലന്തി വർഗ്ഗത്തിലെ ഏറ്റവും വലിയ ഇനമാണ് പേര് സൂചിപ്പിക്കുന്നതുപോലെ രാക്ഷസൻ ചിലന്തികൾ. ഇവ അറ്റ്ലാന്റിക് മഹാസമുദ്രത്തിലെ അഗ്നിപർവ്വത ദ്വീപ സമൂഹങ്ങളിലാണ് ജീവിക്കുന്നത്. ചെറുതവളകൾ, ചീവിടുകൾ എന്നിവയെ ശാപ്പിട്ട് ഇവ ദ്വീപുകളെ അടക്കി ഭരിക്കുന്നു. ചെറുജീവികൾ ഉറക്കത്തിലോ മറ്റോ പരിസരങ്ങളെ മറന്നിരിക്കുമ്പോൾ രാക്ഷസൻ ചിലന്തികൾ അവയ്ക്കുമീതെ വല നെയ്ത്

ഇരയെ കെണിയിൽപ്പെടുത്തി ഭക്ഷിക്കുകയാണു പതിവ്. വല നെയ്തു കഴിഞ്ഞാൽ അവയെ ഭേദിച്ച് രക്ഷപ്പെടുക അസാദ്ധ്യമത്രേ! അത്രയ്ക്കു ബലമുള്ളവയാണ് ഈ ചിലന്തികളുടെ വലകൾ.

അർസീസ് ചിലന്തി

ഭൂമിക്കടിയിൽ ചെറുമാളമുണ്ടാക്കി അതിലാണ് അർസീസ് ചിലന്തിയുടെ വാസം. സംഘം ചേർന്നാണ് ഇവ ഇത്തരം മാളങ്ങൾ നിർമ്മിക്കുന്നത്. ഭൂമിക്കടിയിലെ ദൈർഘ്യമേറിയ ദ്വാരങ്ങളാണ് അർസീസ് ചിലന്തികളുടെ ഇഷ്ടതാവളം. ദ്വാരത്തിന്റെ മുകൾഭാഗത്ത് മണ്ണിന്റെ നിറമുള്ള നൂലുകൾകൊണ്ട് വലയുണ്ടാക്കി ഇരയ്ക്കുവേണ്ടി കാത്തിരിക്കുന്ന കാഴ്ച ഏറെ രസം പകരുന്നതാണ്. വലയിൽ ഇര കുടുങ്ങിക്കഴിഞ്ഞാൽ ഒരുതരം വിഷം കുത്തിവച്ച് അവയെ കൊല്ലുന്നു. കൊല്ലപ്പെട്ടുകഴിഞ്ഞാൽ മറ്റൊരുതരം ആസിഡ് സ്രവിപ്പിക്കുകയും അങ്ങനെ ഇരയെ കുഴമ്പു പരുവത്തിലാക്കി മൊത്തിക്കുടിക്കുകയും ചെയ്യുന്നു. പൂക്കളിൽ അടിഞ്ഞൂറിയ തേൻ ചിത്രശലഭങ്ങൾ ഊറ്റിക്കുടിക്കുന്നതുപോലെയുള്ള പ്രവർത്തനമാണിത്.

പറവതീനി

ചിലന്തിവർഗ്ഗങ്ങളിൽ മന്ദഗതിക്കാരാണ് പറവതീനി. ചിലന്തികളിലെ അതികായന്മാരെന്നാണ് ഇവയെ വിശേഷിപ്പിക്കാറുള്ളത്. ഒരു പറവയെ ഭക്ഷിക്കണമെങ്കിൽ അത്രയ്ക്ക് വലുപ്പവും വേണമല്ലോ? മരത്തിന്റെ മുകളിലാണ് ഇവയുടെ ആവാസം. ഒറ്റനോട്ടത്തിൽ ആ മരത്തിലെ മുഴയോ മറ്റോ ആണെന്നേ വിചാരിക്കുകയുള്ളൂ. അതുകൊണ്ടുതന്നെ പക്ഷികളും മറ്റും തെറ്റിദ്ധരിച്ച് മരത്തിൽ ചെന്നിരിക്കുമ്പോൾ തന്ത്രപൂർവ്വം ഈ ചിലന്തികൾ പ്രവർത്തിക്കുന്നു. വിഷം കുത്തിവെച്ച് കീഴ്പ്പെടുത്തുകയാണ് പറവഭോജകന്മാരുടെ ഒരു രീതി. ഈ പക്ഷിയെ കൊല്ലാൻ കുത്തിവയ്ക്കുന്ന വിഷത്തിന്റെ ഒരു പങ്കുണ്ടെങ്കിൽ ഒരു മനുഷ്യജീവനെ അപഹരിക്കാൻ കഴിയുമെന്ന് പറയപ്പെടുന്നു. മരങ്ങളിൽ കയറുന്നവർ അബദ്ധവശാൽ ഇങ്ങനെ ചിലന്തിക്കുത്തേറ്റ് മരണമടയാറുണ്ട്. മരത്തിന് സാദൃശ്യമുള്ള വർണ്ണമായതിനാൽ ഇവയെ എളുപ്പത്തിൽ തിരിച്ചറിയാനും കഴിയുകയില്ല.

ജല ചിലന്തി

ജലത്തിൽ കഴിയുന്നുണ്ടെങ്കിലും മത്സ്യത്തെപ്പോലെ, ജലത്തിൽ ചേർന്ന ഓക്സിജനെ വലിച്ചെടുത്ത് ശ്വസിക്കാൻ ഇവയെക്കൊണ്ട് കഴിയുകയില്ല. അതുകൊണ്ട്, വെള്ളം കടക്കാത്ത ഗോളം നെയ്തുണ്ടാക്കി അവയിലാണ് ജലചിലന്തികൾ വസിക്കുന്നത്. എങ്കിലും അധികകാലം ഈ ഗോളത്തിനുള്ളിൽ ചെലവഴിക്കാൻ ഇവയ്ക്ക് കഴിയാറില്ല. കാരണം,

ഗോളത്തിലെ വായു ക്രമേണ നഷ്ടമാകുമല്ലോ? അങ്ങനെ വരുമ്പോൾ കുമിളകളുടെ സഹായത്തോടെ ജലോപരിതലത്തിൽനിന്നും വായു സംഭരിച്ച് ഇതിൽ നിറയ്ക്കുന്നു. ഈ പ്രക്രിയ തുടർന്നുകൊണ്ടേയിരിക്കും.

ചാട്ടക്കാരൻ

ഭൂമദ്ധ്യരേഖാപ്രദേശങ്ങളിൽ സാധാരണമായി കണ്ടുവരുന്ന ചിലന്തികളാണ് ചാട്ടച്ചിലന്തികൾ. പഞ്ചവർണ്ണമാണിവയ്ക്ക്. പരുന്തിന്റെ കണ്ണുകളും, കഴുകന്റെ ആക്രമണസ്വഭാവവും ചാട്ടച്ചിലന്തികൾ പ്രകടിപ്പിക്കാറുണ്ട്.

ഇരപിടിക്കാൻ വേണ്ടി വലവീശുന്ന സ്വഭാവക്കാരനാണ് ചാട്ടച്ചിലന്തി. യൂറോപ്പിലാണ് ഇതിനെ അധികവും കണ്ടുവരുന്നത്. പുരാതന ഗ്രീക്കുകാർ ചിലന്തിവലകളെ ഉപയോഗപ്പെടുത്തി ഔഷധങ്ങൾ നിർമ്മിക്കുന്നതായി ചില ചരിത്രരേഖകളിൽനിന്നു കണ്ടെടുക്കപ്പെട്ടിട്ടുണ്ട്. മുറിവിൽനിന്നുള്ള രക്തസ്രാവം നിലയ്ക്കാൻവേണ്ടി ചിലന്തിനൂൽ (മാറാല) ചുറ്റിയിരുന്നതായി പറയപ്പെടുന്നു.

ചാട്ടച്ചിലന്തികൾ ആംഗ്യഭാഷകൾ ഉപയോഗിച്ച് കുഞ്ഞുങ്ങളോട് ആശയവിനിമയം നടത്തുന്നതായി പഠനങ്ങളിൽ തെളിഞ്ഞിട്ടുണ്ട്. നേർത്ത ശബ്ദം പുറപ്പെടുവിക്കാൻ കഴിയുന്ന ചിലന്തികളാണ് ചാട്ടച്ചിലന്തികളെന്ന കാര്യം ഓർക്കുക.

5

മത്സ്യലോകം

ഏതാണ്ട് 50 കോടി വർഷങ്ങൾക്കുമുമ്പാണ് ഭൂമിയിൽ മത്സ്യവർഗ്ഗം ഉടലെടുത്തതെന്ന് ശാസ്ത്രലോകം തെളിവിന്റെയും പഠനങ്ങളുടെയും പിൻബലത്തിൽ ഉറപ്പിച്ചു പറയുന്നു. ശീതരക്തമുള്ള മത്സ്യവർഗ്ഗം ആർട്ടിക് മേഖലയിലെ കൊടുംചൂടിൽപോലും അതിജീവിക്കുന്നതായാണ് പഠനം വ്യക്തമാക്കുന്നത്. ചുറ്റുപാടിന് അനുസരിച്ച് ശരീരത്തിലെ താപ നില ക്രമീകരിക്കാനാവാത്ത ജീവികളെയാണ് നാം ശീതരക്തജീവി കളെന്ന് വിളിക്കുന്നത്. ഈ അർത്ഥത്തിൽ മത്സ്യങ്ങൾ ഈ വിഭാഗത്തിൽ പ്പെടുന്നവരാണ്.

കരയിലെ ജീവികളെപ്പോലെ തന്നെ ജലജീവികളായ മത്സ്യങ്ങളും അനേകം വർഗ്ഗങ്ങളുള്ളതായാണ് കണ്ടെത്തിയിട്ടുള്ളത്. മത്സ്യങ്ങളുടെ ജീവിത രീതികളെക്കുറിച്ചും അവയുടെ വർഗ്ഗവിശേഷങ്ങളെക്കുറിച്ചും പഠനം നടത്തിയിട്ടുള്ള ശാസ്ത്രജ്ഞർ പറയുന്നതിനനുസരിച്ച്, മത്സ്യ ങ്ങൾ ഏതാണ്ട് 14,000 വർഗ്ഗങ്ങളിലേറെയുണ്ടെന്ന് കണക്കാക്കിയിട്ടുണ്ട്. ഇവയിൽ മൂന്നിൽ ഒരു ഭാഗം ഇന്ത്യൻ സമുദ്രത്തിലും പെസഫിക്ക് സമുദ്ര ത്തിലുമായി കണ്ടുവരുന്നു. ഇവയിൽ മനുഷ്യൻ ഇതുവരെ കാണാത്ത വയും പെടും. മത്സ്യങ്ങളിൽത്തന്നെ തരുണാസ്ഥികളുള്ളവയും അല്ലാത്തവയുമുണ്ട്. തിരണ്ടി, സ്രാവ് എന്നിവ തരുണാസ്ഥികളുള്ള മത്സ്യ ങ്ങളാണ്. നാം ഭക്ഷണത്തിനായി ഉപയോഗിക്കുന്ന അയല, വാള, നെയ്മീൻ എന്നിവ വ്യക്തമായ അസ്ഥികൂടങ്ങളുള്ള മത്സ്യങ്ങളാണ്. കടൽമത്സ്യങ്ങൾ കൂടാതെ ശുദ്ധജല മത്സ്യങ്ങൾ തന്നെ 7000 ത്തിൽപ്പരം വരുമെന്നു പറയുമ്പോൾ, അവയിലെ വ്യത്യസ്തതയും വൈജാത്യവും ഊഹിക്കാവുന്നതേയുള്ളൂ.

മത്സ്യത്തിന്റെ മണം

പ്രത്യേകതരം ഗന്ധം വമിപ്പിക്കുന്നവയാണ് മത്സ്യങ്ങൾ. തൊലിയിലെ ചില ഗ്രന്ഥികൾ ഉല്പാദിപ്പിക്കുന്ന ശ്ലേഷ്മ പദാർത്ഥമാണ് ഈ ഗന്ധത്തിന് അടിസ്ഥാനം. ചിലതരം മത്സ്യങ്ങൾ ഇണകളെ ആകർഷിക്കാൻ ഇങ്ങനെ ഗന്ധം പുറപ്പെടുവിക്കാറുണ്ട്. ശത്രുക്കളിൽനിന്ന് രക്ഷ നേടാൻ നിറംമാറ്റം നടത്തുകയും, ഗന്ധം പുറപ്പെടുവിക്കുകയും ചെയ്യുന്ന മത്സ്യങ്ങളും ജലലോകത്തുണ്ട്. 'ക്രൊമാറ്റോ ഫോറുകൾ' എന്ന കോശങ്ങളാണ് മത്സ്യങ്ങളുടെ പലതരം വർണ്ണങ്ങൾക്ക് കാരണം. ഓന്തുകളെപ്പോലെ ചുറ്റുപാടുകൾക്കനുസരിച്ച് നിറം മാറാൻ മത്സ്യങ്ങളെ സഹായിക്കുന്നത് ഈ കോശങ്ങളാണ്. കടൽപ്പരപ്പിനോട് ചേർന്ന് ജീവിക്കുന്ന മത്സ്യങ്ങൾക്ക് നീലയും കറുപ്പും നിറമാണെന്നു കാണാം. എന്നാൽ ആഴിക്കടലിലെ മത്സ്യങ്ങളുടെ നിറം ഇതിൽനിന്നു വ്യത്യസ്തമായിരിക്കും.

ആഴക്കടലിലെ അത്ഭുതം

ജല സസ്തനികളിൽ ഉഷ്ണരക്തമുള്ളവയാണ് തിമിംഗലവും ഡോൾഫിനും. ഇവ പാൽ ചുരത്തുന്നവയാണ്. എങ്കിലും സസ്തനികളുടെ സവിശേഷതയായ രോമം ഇവയിൽ കാണില്ലെന്നു മാത്രം! തൊലിക്കിടയിലെ ഉഷ്ണത്തെ തടയുന്ന ഒരുതരം കൊഴുത്ത പദാർത്ഥം ഈ ജീവികൾക്ക് പ്രയോജനകരമായി തീരുന്നു. ദീർഘനേരം വെള്ളത്തിനടിയിൽ കഴിയാൻ കെല്പുള്ളവരാണ് തിമിംഗലങ്ങൾ.

ജലോപരിതലത്തിൽനിന്ന് ഒറ്റശ്വാസത്തിൽ വലിച്ചെടുക്കുന്ന വായുവാണ് ദീർഘനേരത്തേക്ക് ഇവ ഉപയോഗിക്കുന്നത്. തിമിംഗലത്തിന്റെ പേശിക്കിടയിലെ 'ഹീമോഗ്ലോബിൻ' എന്ന പദാർത്ഥമാണ് ദീർഘനേര ശ്വസന പ്രക്രിയക്ക് സഹായിക്കുന്നത്. ഇങ്ങനെ 40 മിനിറ്റ് നേരം ഒരു തിമിംഗലത്തിന് വെള്ളത്തിനടിയിൽ കഴിച്ചുകൂട്ടാൻ കഴിയും. ഇരുപത്തിയഞ്ച് വലിയ ആനകളുടെ തൂക്കം പൂർണ്ണ വളർച്ചയെത്തിയ തിമിംഗലത്തിനുണ്ടെന്ന് പറഞ്ഞാൽ അവിശ്വസിക്കേണ്ടതില്ല. അതുകൊണ്ടുതന്നെ കടലിലെ ഏറ്റവും വലിയ ജീവി നീലത്തിമിംഗലമാണ്.

കൺപോളകളില്ലാത്ത ജീവികളാണ് മത്സ്യങ്ങൾ. അതിനാൽ ഇരുവശങ്ങളിലുള്ളതും കാണാൻ കഴിയും. സൂര്യപ്രകാശത്തിൽനിന്നു കണ്ണുകളെ സംരക്ഷിക്കേണ്ട കാര്യം മത്സ്യങ്ങൾക്കില്ല. സമുദ്രത്തിന്റെ ആഴങ്ങളിൽ കഴിയുന്ന മത്സ്യങ്ങൾക്ക് കാഴ്ചശക്തി കുറവാണെങ്കിലും ചിലയിനം മത്സ്യങ്ങൾക്ക് കാഴ്ചശക്തി കൂടുതലുമാണ്.

മനുഷ്യരെപ്പോലെ മണവും രുചിയും തിരിച്ചറിയാൻ കഴിയുന്നവരാണ് മത്സ്യങ്ങൾ. പൂച്ചമത്സ്യവും (cat fish) ശ്രവണ ശക്തിയിൽ കേമനാണ്. ഇരുട്ടിലൂടെ മനുഷ്യൻ ടോർച്ച് തെളിയിച്ച് നടക്കുന്നതുപോലെ കടലാഴിയിൽ വെളിച്ചമടിച്ച് സഞ്ചരിക്കുന്ന മത്സ്യങ്ങൾ ധാരാളമുണ്ട്. ഇണചേരാനും ഇരപിടിക്കാനും ഈ വെളിച്ചം ഇവയ്ക്ക് സഹായകമാകുന്നു. ഉഷ്ണമേഖലാ സമുദ്രത്തിൽ കാണുന്ന 'ജെല്ലി' മത്സ്യം ഒരു

ഉദാഹരണമാണ്. ആഴക്കടലിലെ ചിലയിനം മത്സ്യങ്ങൾക്ക് ബൾബു പോലെ ഒരു അവയവമുണ്ട്. 'ഫോട്ടോഫോറുകൾ' എന്നാണ് ഇവ അറിയപ്പെടുന്നത്.

വിരുതന്മാർ

വൈദ്യുതിമത്സ്യത്തെ കേട്ടിട്ടില്ലേ? 1000 വാട്ട് വരെ വൈദ്യുതി ഉല്പാദിപ്പിക്കാൻ കഴിവുള്ള മത്സ്യങ്ങളുണ്ട്. ഇസ്തിരിപ്പെട്ടി നല്ലപോലെ ചൂടാകാൻ ഈ വൈദ്യുതി മതി. തെക്കേ അമേരിക്കയിൽ കണ്ടുവരുന്ന വൈദ്യുത ആരലുകൾ 600 വോൾട്ട് വൈദ്യുതി ഉല്പാദിപ്പിക്കുന്നു. ആഫ്രിക്കയിലെ ജിംനാർക്സ്, ഇടിമത്സ്യം, മാർമെറസ്, ടോർപിഡോ തുടങ്ങിയവ ഈ വിഭാഗത്തിൽപ്പെടുന്നു. ഷോക്കേല്പിച്ചാണ് ഇവ ഇരകളെ പിടിക്കുന്നത്. ശത്രുക്കളിൽനിന്നു രക്ഷപ്പെടാനും ഈ 'വൈദ്യുതി പ്രയോഗം' ധാരാളം.

ഒറ്റനോട്ടത്തിൽ കാട്ടുപന്നിയെപ്പോലെ തോന്നിപ്പിക്കുന്ന കടൽക്കുതിരകളെ മത്സ്യങ്ങളുടെ പട്ടികയിൽപ്പെടുത്താൻ പലരും മടിക്കുന്നുണ്ടെങ്കിലും പഴയ കാലംതൊട്ടേ ഇവ ഭക്ഷ്യയോഗ്യമാണ്. പുഴുക്കളെയും നട്ടെല്ലില്ലാത്ത ജീവികളെയും ഭക്ഷിക്കുന്ന കടൽക്കുതിരകൾ ന്യൂസിലാന്റിലെ സ്റ്റ്യൂവർട്ട് ദ്വീപിൽ ധാരാളമായി കണ്ടുവരുന്നു. വേലിയേറ്റത്തിന്റെ സമയത്താണ് ഇവ പ്രത്യക്ഷപ്പെടുക. സംഘം ചേർന്ന് ജീവിക്കാൻ ഇഷ്ടപ്പെടുന്ന കടൽക്കുതിരകളെ മുക്കുവർ എളുപ്പത്തിൽ പിടിക്കാറുണ്ട്.

നീണ്ട ചിറകുകൾ ഉപയോഗിച്ച് ജലത്തിലൂടെ അതിവേഗം പറക്കുന്നവയാണ് 'പറവ' മത്സ്യങ്ങൾ. ആകാശത്ത് പറവകൾ വട്ടമിട്ട് പറക്കുന്നതുപോലുള്ള അനുഭവമാണിത്. ഇണചേരാൻ പ്രായമായിക്കഴിഞ്ഞാൽ ഈ മത്സ്യങ്ങൾക്ക് നീലനിറം വരും. ഇണചേരാനും വിശ്രമിക്കാനും ഇവ പാറമടക്കുകൾ കണ്ടെത്തുന്നു.

തേളും കോഴിപ്പൂടയും

മുതുകിൽ കോഴിപ്പൂട പോലെ രക്തവർണ്ണമുള്ള അലങ്കാരവുമായി കടലിൽ വിഹരിക്കുന്നവരാണ് 'പൂട' മത്സ്യങ്ങൾ. കണ്ടാൽ പേടി തോന്നുന്ന ഒന്ന്. ഒറ്റയും, തെറ്റയുമായി ഇവ കണ്ടുവരാറുണ്ട്. വർട്ട് ദ്വീപിൽ ധാരാളമായി കാണുന്ന പൂടമത്സ്യം സംഘമായി കണ്ടാൽ ഒരു മരത്തടി വെള്ളത്തിൽ പൊങ്ങിക്കിടക്കുന്നതായേ തോന്നുകയുള്ളൂ. കടലട്ടകളും ചെറു മത്സ്യങ്ങളുമാണ് ഇവയുടെ ഇഷ്ടാഹാരം. പിടിക്കാൻ അപാര വേഗതയുള്ളവയാണ് 'തേൾ മത്സ്യ'ങ്ങൾ. വാലറ്റം കറുപ്പായതിനാൽ ഇരകൾക്ക് ഇവയെ തിരിച്ചറിയുക എളുപ്പമല്ല. ചെറുജീവികളെ കൊല്ലാനും കഠിനമായി വേദനിപ്പിക്കാനും കഴിയുന്ന ഒരുതരം വിഷം ഈ മത്സ്യത്തിന്റെ മുതുകിലുണ്ട്. ന്യൂസിലാന്റ് സമുദ്രത്തിലാണ് തേൾ മത്സ്യങ്ങളുടെ വാസമധികവും. പവിഴ മത്സ്യങ്ങളും ഇവിടെ കാണാം.

തിരണ്ടി എന്ന അത്ഭുത മത്സ്യം

തിരണ്ടിയെക്കുറിച്ച് ധാരാളം അന്ധവിശ്വാസങ്ങൾ പൗരാണിക കാലം മുതലേ നിലവിലുണ്ടായിരുന്നു. പകുതി മത്സ്യവും, പകുതി പറവ യുമാണെന്നായിരുന്നു തിരണ്ടിയെക്കുറിച്ചുള്ള പഴയകാല വിശ്വാസം. നീണ്ട വാലും വാലിന്റെ അറ്റത്തുള്ള ആറിഞ്ചോളം വലിപ്പമുള്ള മുള്ളും നിമിത്തം പലരും ഇതിനെ ഭയത്തോടെയാണ് നോക്കിക്കണ്ടത്. തിരണ്ടി യുടെ കുത്തേറ്റാൽ മരണംവരെ സംഭവിക്കാറുണ്ട്. അത്രയ്ക്ക് വിഷമുണ്ട തിന്, പട്ടുപോലെ മൃദുലമായ ശരീരമാണ് തിരണ്ടിയുടേത്. രുചികര മാണ് മാംസം. കടലിന്റെ അടിത്തട്ടിൽവെച്ച് ആഹാരം സ്വീകരിക്കുന്നവ രാണ് തിരണ്ടികൾ. പ്രതികൂല സാഹചര്യങ്ങളിൽ അക്രമാസക്തരാവുന്ന വരാണ് തിരണ്ടികൾ.

ദേശാടന മത്സ്യങ്ങൾ

പക്ഷികൾ ദേശാടനം നടത്തുന്ന കാര്യം നമുക്കറിയാം. അതുപോലെ മത്സ്യങ്ങൾക്കുമുണ്ട് ദേശാടനങ്ങൾ. ഉത്തര അറ്റ്ലാന്റിക് സമുദ്രത്തിലെ 'സർഗാസോ' ദേശാടന മത്സ്യമാണ്. ദിവസങ്ങളോളം കടലിൽ യാത്ര ചെയ്ത് സ്വന്തം ജലദേശത്ത് തിരിച്ചെത്തുന്ന ഈ മത്സ്യങ്ങൾ പ്രജനന കാലമാകുന്നതോടെ അയ്യായിരത്തോളം കിലോ മീറ്റർ യാത്ര ചെയ്തി രിക്കും. ആരൽ മത്സ്യങ്ങളുടെ കുഞ്ഞുങ്ങളും അമ്മയോടൊപ്പം ദേശാടന ത്തിനിറങ്ങാറുണ്ടത്രെ!

എത്ര പറഞ്ഞാലും എഴുതിയാലും തീരാത്തതാണ് കടലിന്റെ അത്ഭുത കഥകൾ. മത്സ്യങ്ങളെപ്പോലെത്തന്നെ കടലാഴങ്ങളിൽ കഴിയുന്ന മറ്റനേകം ജീവികളുമുണ്ട്. മുതലയും ആമയും എന്നുവേണ്ട മറ്റൊരു വിചിത്രമായ ലോകമാണത്. പശമ ചെളിയുടെ നീണ്ട കയങ്ങളിൽ കഴി യുന്ന 'മഡ്ഷിഫർ' ജീവിക്കുന്നത് മറ്റൊരു കഥയാണ്.

6

മത്സ്യവൈവിദ്ധ്യങ്ങൾ

ഉദ്ദേശം 43.5 കോടി വർഷങ്ങൾക്കുമുമ്പു സൈലൂറിയൻ കാലഘട്ടത്തിൽ ജന്മമെടുത്ത ജീവികളാണ് മത്സ്യങ്ങളെന്നു കരുതപ്പെടുന്നു. ലോകമെമ്പാടുമുള്ള വലിയൊരു ജനതയുടെ നിത്യഭക്ഷണത്തിലെ ഒഴിച്ചുകൂടാൻ വയ്യാത്ത ഘടകമാണ് മീൻ. കേരളീയർക്കാണെങ്കിൽ ഊണിന്റെ കൂടെ ഒരു കഷണം മീനില്ലെങ്കിൽ തൃപ്തിയാവുകയില്ല. ശുദ്ധജലത്തിലും കടലിലുമായി എത്രതരം മത്സ്യസമ്പത്താണ് നമുക്കുള്ളത്. നമ്മുടെ കയറ്റുമതി വരുമാനത്തിലെ ഏറിയ പങ്കും മത്സ്യകയറ്റുമതിയിൽ നിന്നാണ് ലഭിക്കുന്നതെന്ന് കൂട്ടുകാർക്കറിയാമോ?

കേരളത്തിലെ തീരദേശങ്ങളിൽ വസിക്കുന്ന ആയിരക്കണക്കിനു ജനങ്ങളുടെ മുഖ്യ ജീവിതമാർഗ്ഗം മത്സ്യബന്ധനവും അനുബന്ധ വ്യവസായങ്ങളുമാണ്.

നമ്മുടെ തീരപ്രദേശങ്ങളിൽ സാധാരണയായി കണ്ടുവരുന്ന ഭക്ഷ്യയോഗ്യമായ ഏതാനും മത്സ്യങ്ങളെ പരിചയപ്പെടാം.

മത്തി (Sardine)

നിറയെ ചെതുമ്പലുകളുള്ള, വെള്ളിപോലെ തിളങ്ങുന്ന ഇവയ്ക്ക് 10 മുതൽ 20 സെ. മീറ്റർ വരെ നീളമുണ്ട്. മെഡിറ്ററേനിയൻ ദ്വീപായ സാർഡീനിയയിലാണ് ഇവയെ ആദ്യമായി കണ്ടുമുട്ടിയത്. അതുകൊണ്ട് ഇംഗ്ലീഷിൽ 'സാർഡിയൻ' എന്ന പേരിലും മത്തി അറിയപ്പെടുന്നു. മാർക്കറ്റിൽ ചിലപ്പോൾ തുച്ഛമായ വിലയ്ക്ക് വാങ്ങാൻ കിട്ടുന്നതാണ് ഇവ. അതുകൊണ്ട് പാവപ്പെട്ടവന്റെ മത്സ്യമായി മത്തിയെ വിശേഷിപ്പിക്കാറുണ്ട്. പോഷകസമൃദ്ധമായ മീനാണ് മത്തി. ജീവകം ഡി, കാത്സ്യം, മാംസ്യം, ഒമേഗ 3 എന്ന ഫാറ്റി ആസിഡ് എന്നിവ മത്തിയിൽ ധാരാളമുണ്ട്. ഏതു

രോഗക്കാർക്കും കഴിക്കാവുന്ന ഒന്നത്രെ ഇവ. കുട്ടികൾ ധാരാളമായി മത്തി കഴിക്കാൻ ഡോക്ടർമാർ നിർദ്ദേശിക്കാറുണ്ട്.

ചൂര (Tuna)

രുചിയിൽ രണ്ടാം സ്ഥാനത്തു നില്ക്കുന്ന മത്സ്യമാണ് ചൂര. ഇവയിൽ നിന്നുമെടുക്കുന്ന എണ്ണയ്ക്ക് വിദേശമാർക്കറ്റിൽ വൻഡിമാന്റാണ്. ജപ്പാനാണ് ലോകത്ത് ഏറ്റവും കൂടുതൽ ചൂര ഇറക്കുമതി ചെയ്യുന്ന രാജ്യം. ആഗോള വിപണിയിൽ ചെമ്മീൻ കഴിഞ്ഞാൽ ഏറ്റവും കൂടുതൽ വിറ്റുവരവുള്ള മത്സ്യമാണ് ചൂര. നീലകലർന്ന കറുപ്പുനിറവും വെളുപ്പുനിറമുള്ള അടിഭാഗവുമാണ് ഇവയ്ക്കുള്ളത്. മഴക്കാലം കഴിയുമ്പോഴാണ് ചൂരമത്സ്യങ്ങളെ നമ്മുടെ തീരപ്രദേശങ്ങളിൽ ധാരാളമായി കണ്ടുവരുന്നത്.

ആവോലി (Promfret)

വളരെ മൃദുലവും രുചിയേറിയതുമായ ഈ മത്സ്യത്തെ ഇംഗ്ലീഷിൽ ബട്ടർഫിഷ് എന്നപേരിലും അറിയപ്പെടുന്നു. ഇവയെ തവിട്ട്, കറുപ്പ് എന്നീ നിറങ്ങളിൽ കണ്ടുവരുന്നു. ചെതുമ്പലുകൾ മറ്റ് മീനുകളെ അപേക്ഷിച്ച് വളരെ ചെറുതാണ്.

കിളിമീൻ (Rede Snapper Fish)

കാണാൻ നല്ല ഭംഗിയുള്ള ഇവയ്ക്ക് പിങ്ക് കലർന്ന ചുവപ്പു നിറമാണുള്ളത്. പുതിയാപ്ലക്കോര എന്ന പേരിലും അറിയപ്പെടുന്നു. ചെമ്പല്ലിനോട് രൂപസാദൃശ്യമുള്ള ഇവയെ ഇരുപതോളം വ്യത്യസ്ത ഇനങ്ങളിലായി കാണപ്പെടുന്നു.

നീന്തലറിയാത്ത മത്സ്യം (Garden Eel)

ശാന്തസമുദ്രത്തിലും ചെങ്കടലിലും ധാരാളം കാണപ്പെടുന്ന ഗാർഡൻ ഈൽ എന്നയിനം മത്സ്യങ്ങൾക്കു നീന്താനറിയില്ല. മണലിനടിയിൽ പൂഴ്ത്തിവച്ചിരിക്കുന്ന ഒരു കൊച്ചു കുടിലിൽ വാൽകുത്തി നിന്നാണവ ആഹാരം തേടുന്നത്. വെള്ളത്തിന്റെ ഒഴുക്കനുസരിച്ച് അങ്ങോട്ടുമിങ്ങോട്ടും ആടിക്കൊണ്ടിരിക്കുന്ന ഇവ അടുത്തുവരുന്ന കൊച്ചു മത്സ്യങ്ങളെയും മറ്റുമാണ് ആഹാരമാക്കുക.

മത്സ്യത്തിന്റെ സഞ്ചാരം

ഒട്ടുമിക്ക സമയവും നീന്തുന്നതിനായി ചെലവഴിക്കുന്ന സ്വഭാവക്കാരാണു മത്സ്യങ്ങൾ. ശരീരത്തിനുള്ളിലുള്ള വായുസഞ്ചികളാണ് അവയെ ചലനത്തിനു സഹായിക്കുന്നത്. ചിറകുകളാണ് മത്സ്യത്തിന്റെ പ്രധാന ചലനാവയവങ്ങൾ

നത്തോലി (Indaian Anchovy)

ചുവപ്പുകലർന്ന തവിട്ടു നിറത്തോടുകൂടിയ ഇവയ്ക്ക് 12 സെന്റി മീറ്റർ വലിപ്പം മാത്രമേ കാണുകയുള്ളൂ. വശങ്ങളിൽ വെള്ളിപോലെ തിള ങ്ങുന്ന വരകൾ ഇവയുടെ പ്രത്യേകതയാണ്. തീരെകട്ടികുറഞ്ഞ മുള്ളു കളായതിനാൽ മുള്ളുകളയാതെ തന്നെ ചവച്ചിറക്കുവാൻ സാധിക്കും.

അയല (Indian Mackerel)

അറബിക്കടലിൽ ധാരാളമായി കണ്ടുവരുന്ന മത്സ്യങ്ങളിലൊന്നാ ണിത്. ഇരുട്ടിൽ തിളങ്ങുന്ന ഫോസ്ഫറസെന്റ് ഇവയുടെ ദേഹത്തുണ്ട്. കൂർത്ത വാൽചിറകുള്ള ഈ മത്സ്യത്തിന്റെ പുറംഭാഗത്തിന് വെള്ളിക ലർന്ന ഇരുണ്ട പച്ച നിറമാണുള്ളത്. കൂടാതെ ചെതുമ്പലുകൾ കുറവു മാണ്. കറിവെക്കാനും പൊരിക്കാനും ഇവ ഏറെ നല്ലതാണ്. ഭക്ഷണാ വശ്യങ്ങൾക്കുമാത്രമല്ല മത്സ്യവളമായും ഇവയെ ഉപയോഗിച്ചുവരുന്നു.

പാമ്പാട (Ribbon Fish)

വെള്ളിനിറത്തിൽ തിളങ്ങുന്ന ശരീരമുള്ള ഈ മത്സ്യത്തിന് ഏക ദേശം ഒന്നേകാൽ മീറ്റർ വരെ നീളം കാണാറുണ്ട്. വലിയ വായും കൂർത്ത വായും കൂർത്ത പല്ലുകളും ഇവയുടെ സവിശേഷതയാണ്. തളയൻ എന്ന പേരിലും ഇവ അറിയപ്പെടുന്നു.

അയക്കൂറ (Seer Fish)

രുചിയുടെ രാജാവ് എന്ന് വിശേഷിപ്പിച്ചുവരുന്ന ഈ മീനിന് 50 കിലോഗ്രാം വരെ തൂക്കവും രണ്ടു മീറ്ററിലേറെ നീളവും കാണപ്പെടുന്നു.

പുറം ഭാഗത്തിന് ഇരുണ്ട നീലനിറവും അടിഭാഗത്തിനു വെള്ളനിറ വുമാണിവയ്ക്കുള്ളത്. കൂടാതെ ശരീരത്തിനു കുറുകെയുള്ള വെളുത്ത വരകൾ, കൂർത്ത പല്ലുകൾ, ചെറിയ തല തുടങ്ങിയവ ഈ രുചിയേറിയ മത്സ്യത്തിന്റെ സവിശേഷതകളാണ്. മാർക്കറ്റിൽ 450–500 രൂപവരെ കിലോയ്ക്ക് വിലയുണ്ട്.

ചാകര വന്നേ ചാകര.....

കേരളത്തിന്റെ കടൽത്തീരത്തു മാത്രമായി കാണപ്പെടുന്ന ഒരു അത്ഭുതപ്രതിഭാസമാണ് ചാകര. തിരയടിക്കാതെ കടൽ നിശ്ചലമാകു ന്നതും തീരത്തോടടുത്തു ചെളി അടിഞ്ഞുകൂടുന്നതും ചാകരയുടെ പ്രധാന സവിശേഷതകളാണ്.

ഇത്തരം ചെളിക്കൂമ്പാരം ഉള്ളിടത്തെല്ലാം എക്കലിന്റെ കണികകൾ കുമിഞ്ഞുകൂടി ദ്രവരൂപത്തിലുള്ള ചിറകുകളുണ്ടാകുന്നു. ഇവിടെ ധാരാളം പ്ലവസസ്യങ്ങൾ ഉണ്ടാകും. മത്സ്യങ്ങൾക്കു പ്രിയങ്കരമായ ആഹാരസാ

ധനങ്ങളുടെ കലവറയായിത്തീരുന്ന ഈ പ്രതിഭാസമാണ് ചാകര എന്ന പേരിലറിയപ്പെടുന്നത്.

പ്രധാനമായും ആലപ്പുഴ ജില്ലയുടെ തീരക്കടലുകളിൽ മൺസൂൺ കാലത്തോ അതവസാനിച്ച ഉടനെയോ ആണ് ചാകരയുണ്ടാവുക.

അലങ്കാര മത്സ്യങ്ങൾ

കാഴ്ചയ്ക്കു മനോഹരമായതും കൃത്രിമ സാഹചര്യങ്ങളോടു പൊരുത്തപ്പെട്ടു വളരുന്നതുമായ മത്സ്യങ്ങളെ പൊതുവെ അലങ്കാര മത്സ്യങ്ങൾ എന്നുപറയുന്നു.

വീടുകളിൽ പ്രത്യേകം തയ്യാറാക്കിയ അക്വേറിയങ്ങളിൽ വളർത്തുന്ന ഇത്തരം മത്സ്യങ്ങളിൽ കൂടുതലും ശുദ്ധജല മത്സ്യങ്ങളായിരിക്കും എന്നാൽ, മറൈൻ അക്വേറിയങ്ങളിൽ ഉപ്പുവെള്ളത്തിൽ ജീവിക്കുന്ന വമ്പൻ മത്സ്യങ്ങളെയാണ് കൂടുതലും വളർത്താറുള്ളത്. വീടുകളിൽ വളർത്തുന്ന അലങ്കാരമത്സ്യങ്ങളിൽ ഏറെ പ്രചാരമുള്ള ഇനം സ്വർണ്ണമത്സ്യങ്ങളാണ്. ഇതുകൂടാതെ വിവിധ നിറങ്ങളിലുള്ള ഗപ്പികൾ, മോളികൾ, സയാമീസ് ഫൈറ്റർ, വാൾവാലൻ, എയ്ഞ്ചൽ, ഗൗരാമി, സീബ്ര എന്നീ ഇനങ്ങളും വീടുകളിലെ അക്വേറിയങ്ങൾക്കു ദൃശ്യഭംഗി പകരുന്നവയാണ്.

മത്സ്യശാസ്ത്രം

മത്സ്യങ്ങളെക്കുറിച്ചുള്ള ശാസ്ത്രശാഖ ഇക്തിയോളജി എന്നാണ് അറിയപ്പെടുന്നത്. 18–ാം നൂറ്റാണ്ടിന്റെ ആരംഭത്തിൽ പീറ്റർ ആർത്തേഡി എന്ന സ്വീഡിഷ് ശാസ്ത്രജ്ഞനാണ് മത്സ്യങ്ങളെക്കുറിച്ചുള്ള പഠനം ആദ്യമായി നടത്തിയത്. അതിനാൽ ഇദ്ദേഹത്തെ മത്സ്യശാസ്ത്രത്തിന്റെ പിതാവ് എന്നാണ് വിശേഷിപ്പിക്കുന്നത്. ഇന്ത്യയിലെ ബ്രിട്ടീഷ് സൈന്യത്തിന്റെ ഡോക്ടറായ തോമസ് മെർഡനാണ് ഇന്ത്യൻ സമുദ്രമത്സ്യങ്ങളെക്കുറിച്ച് വിശദമായി പഠനം നടത്തിയത്. അദ്ദേഹം 1865–ൽ രചിച്ച *മലബാറിലെ മത്സ്യങ്ങൾ* എന്ന ഗ്രന്ഥവും ഇന്ത്യയിലെ വിവിധ മത്സ്യങ്ങളെക്കുറിച്ചെഴുതിയ രണ്ടു ഗ്രന്ഥങ്ങളും മത്സ്യപഠനരംഗത്തെ ഏറ്റവും വലിയ നേട്ടമാണ്.

7

ഉറുമ്പുകളുടെ ലോകം

മനുഷ്യന്റെ ആവിർഭാവ കാലത്തിനുമുമ്പേ പ്രകൃതിയിൽ ഉറുമ്പുകളുണ്ടായിരുന്നുവെന്ന് ശാസ്ത്രലോകം പറയുന്നു. അതായത് ദിനോസറുകൾ ഭൂമിയിൽ അധിവസിച്ചിരുന്ന കാലം മുതൽക്കുതന്നെ ഇവയുടെ സാന്നിദ്ധ്യം ഉണ്ടായിരുന്നുവത്രെ! കൃത്യമായി പറഞ്ഞാൽ 145 മില്യൺ വർഷങ്ങൾക്കുമുമ്പുതന്നെ. ഭൂമിയിലെ വാസയോഗ്യമായ മിക്കയിടങ്ങളിലും ഉറുമ്പുകളുടെ സാന്നിദ്ധ്യമുണ്ടെന്ന് കണ്ടെത്തിയിട്ടുണ്ട്. ഏതാണ്ട് 30,000ത്തിൽപ്പരം വർഗ്ഗങ്ങളായി ഉറുമ്പുകളെ തരംതിരിക്കാവുന്നതാണെന്ന് ശാസ്ത്രം പറയുന്നു. എങ്കിലും ഇവയിൽ 12,000 ഉറുമ്പ് വർഗ്ഗങ്ങളെ മാത്രമേ ശാസ്ത്രത്തിന് തിരിച്ചറിയാനായിട്ടുള്ളൂ. ഇതിന്റെ പകുതിയിലധികം ഇന്ത്യയിൽ കണ്ടുവരികയും ചെയ്യുന്നു. വ്യത്യസ്ത തരത്തിൽപ്പെട്ട ഉറുമ്പ് വർഗ്ഗങ്ങൾ വ്യത്യസ്തമായ ജീവിതരീതിയും പെരുമാറ്റക്രമവും സൂക്ഷിക്കുന്നവയാണെന്ന് പറയപ്പെടുന്നു.

മനുഷ്യന് പലവിധത്തിൽ ഉപകാരം ചെയ്യുന്നവരാണ് ഉറുമ്പുകൾ. മനുഷ്യ നിലനില്പിന്റെ കണ്ണികളിൽ ഒരംഗമെന്നുതന്നെ ഉറുമ്പുകളെ വിശേഷിപ്പിക്കേണ്ടതുണ്ട്. മണ്ണിനെ ഫലഭൂയിഷ്ഠമാക്കി കൂടുതൽ വിളവ് നല്കാൻ മനുഷ്യനെ സഹായിക്കുന്ന ജീവശാസ്ത്ര ഏജന്റുമാരാണ് ഉറുമ്പുകളെന്ന് പറഞ്ഞാൽ അതിൽ ഒട്ടും അതിശയോക്തിയില്ല. ഇങ്ങനെയുള്ള ഉറുമ്പുകളെ മനുഷ്യന്റെ പ്രകൃതിവിരുദ്ധ പ്രവർത്തനങ്ങൾമൂലം നമുക്ക് നഷ്ടപ്പെടുകയും ചെയ്യുന്നു. ആധുനിക രീതിയിലുള്ള കാർഷികവൃത്തിയും രാസവളങ്ങളുടെ അമിതമായ ഉപയോഗവും നിമിത്തം ഭൂമിയിൽ നിന്നു തുടച്ചുനീക്കപ്പെട്ട ഉറുമ്പുവർഗ്ഗങ്ങൾ ധാരാളമുണ്ട്. 'പറാസ് ഉറുമ്പുകൾ' (Manamarium Pharaos) എന്ന വിഭാഗം ഒരു ഉദാഹരണം മാത്രമാണ്.

കോളനികൾ, ഗ്രൂപ്പുകൾ, വകുപ്പുകൾ

അനേകം കോളനികളിലായിട്ടാണ് ഉറുമ്പുകൾ വസിക്കുന്നത്. ഒരു കോളനിയുടെ നിർമ്മാണച്ചുമതല ഉറുമ്പ്കൂട്ടങ്ങളിലെ രാജ്ഞിയുടെ ബാദ്ധ്യതയാണ്. കൂട് നിർമ്മിച്ചു കഴിഞ്ഞാൽ യോജ്യമായിടത്ത് മുട്ടകളിടുന്നു. മുട്ട വിരിഞ്ഞ് ചെറിയ ലാർവകളാണുണ്ടാവുന്നത്. ഈ ലാർവകളുടെ ആദ്യബാച്ച് പുറത്തിറങ്ങുന്നത് രാജ്ഞിയുടെ ചൂടേറ്റുകൊണ്ടാണ്. ലാർവയുടെ ഘട്ടത്തിൽനിന്നു പ്യൂപ്പൽ ഘട്ടത്തിലേക്കും തുടർന്ന് ഇഴഞ്ഞുനടക്കുന്ന ഉറുമ്പുകളായും അവ ജോലികളിലേക്കിറങ്ങുന്നു. ചെറുതരം ഉറുമ്പുകളെയും രാജ്ഞിയെയും തീറ്റിപ്പോറ്റാനുള്ള ഉത്തരവാദിത്വം ഇവയ്ക്കാണ്.

ഉറുമ്പുകളെ പല ഗ്രൂപ്പുകളായിട്ട് നമുക്ക് തരം തിരിക്കാവുന്നതാണ്. ഓരോ ഗ്രൂപ്പിനും വ്യത്യസ്തമായ ജോലിയുണ്ട്. ഭക്ഷണത്തിനുള്ള അസംസ്കൃത വസ്തുക്കൾ ശേഖരിക്കലാണ് ഒരു ഗ്രൂപ്പിന്റെ ചുമതലയെങ്കിൽ, മറ്റൊരു കൂട്ടം പോരാളികളാണ്. കോളനികളെ കടന്നാക്രമിക്കുന്ന ഇതര ജീവജാലങ്ങളെയും മറ്റും പോരാടി തുരത്തേണ്ട വലിയ ദൗത്യം ഇവരുടേതാണ്. 'തൊഴിൽ വിഭജന'മെന്ന തത്ത്വം അതിന്റെ പൂർണ്ണമായ അർത്ഥത്തിൽ ഇവിടെ പ്രാവർത്തികവൽക്കരിക്കപ്പെടുന്നു. തേനീച്ചകളിലും ഇത്തരത്തിലുള്ള തൊഴിൽ വിഭജനമുണ്ട്. മനുഷ്യ ശരീരത്തിലെ ആന്തരാവയവങ്ങൾ എങ്ങനെയൊക്കെയാണോ പ്രവർത്തിക്കുന്നത് അതേപോലെയാണ് ഒരു ഉറുമ്പ്കോളനിയിലെ അന്തേവാസികളുടെ തൊഴിൽ വിഭജനങ്ങൾ. ഒരു കോളനിയിൽ ഏതാണ്ട് 20 മില്യൺ ഉറുമ്പുകളെങ്കിലും ഉണ്ടാവുമെന്ന് കണക്കാക്കിയിട്ടുണ്ട്. ഇവരെല്ലാം തന്നെ ഒരു വിധത്തിലല്ലെങ്കിൽ മറ്റൊരു വിധത്തിൽ തൊഴിലാളികളാണ്. കോളനിയിലെ 'രാജ്ഞി ഉറുമ്പ്' 20 മുതൽ 30 വർഷം വരെ ജീവിക്കുമെന്ന് പറയുന്നു. എന്നാൽ ഒരു തൊഴിലാളി ഉറുമ്പിന്റെ ആയുസ്സ് വെറും 60 ദിവസം മാത്രമാണ്. ഇതിൽ ആൺവർഗ്ഗം ദിവസങ്ങളോളം ജീവിച്ചാലായി. വറുതികാലത്തേക്കു മാത്രമല്ല, നിത്യ ഭക്ഷണത്തിനും മറ്റും ആഹാരം, അതും ഏറ്റവും നല്ലത് കണ്ടെത്തുക, അതിക്രമിച്ചുകടക്കുന്നവരെ ചെറുക്കുക, അസുഖം ബാധിച്ച് കിടക്കുന്ന സഹപ്രവർത്തകരെ സംരക്ഷിക്കുക തുടങ്ങി ഒരു തൊഴിലാളി ഉറുമ്പിന്റെ ബാദ്ധ്യതകൾ വളരെ വലുതാണ്. ഒട്ടും സ്വാർത്ഥത കൂടാതെയുള്ള പ്രവർത്തനമാണത്. ഇങ്ങനെ ഒരു 'കോളനി'യുടെ സുഗമമായ പ്രവർത്തനത്തിന് പരസ്പരം സഹവർത്തിത്വം അത്യാവശ്യമാണല്ലോ? അതിനാൽ നിരന്തരം ഉറുമ്പുകൾ തമ്മിൽ സംവദിച്ചുകൊണ്ടിരിക്കുന്നു. ഇത് ഒരു ഭാഷ ഉപയോഗിച്ചുകൊണ്ടല്ല എന്ന് മാത്രം! മറിച്ച് ശരീരത്തിൽനിന്നു പുറപ്പെടുവിക്കുന്ന ഒരുതരം കെമിക്കലിലൂടെയാണ് ഇവർ തമ്മിൽ ഇടപഴകുന്നത്. ഫെറോമൊൻസ് (pheromones) എന്നാണ് ഇതിന് വിളിക്കുന്നത്. അപകടസൂചനകളെ ഒരു ഉറുമ്പിൽനിന്നു മറ്റൊരു ഉറുമ്പിലേക്ക് വളരെ വേഗത്തിൽ സന്ദേശമായി എത്തിക്കാൻ ഈ കെമിക്കൽ സംവേദനംമൂലം കഴിയുന്നു. കോളനി

യിലെ അന്തേവാസികളെ തിരിച്ചറിയാനും ഇവയ്ക്ക് കഴിയാറുണ്ട്. അതിനാൽ പുറത്തുനിന്നും അപരിചിതനായ ഒരു ഉറുമ്പ് കോളനിയിൽ എത്തിപ്പെട്ടാൽ അത് രാജ്ഞിയുടെ ശ്രദ്ധയിൽപ്പെടുന്നു.

വിവിധതരം ഉറുമ്പുകൾ

ഹാർവെസ്റ്റർ (Harvester)

പേര് സൂചിപ്പിക്കുന്നതുപോലെ ഹാർവെസ്റ്റർ ആന്റ്സി (Harvester Ants)ന്റെ ദൗത്യം ഭക്ഷണം ശേഖരിക്കലാണ്. പാർക്ക്, ഗോഡൗൺ എന്നിവിടങ്ങളിലാണ് ഇത്തരം ഉറുമ്പുകളെ അധികവും കണ്ടുവരുന്നത്.

വീവർ (Weaver)

വീവർ ആന്റ്സി (Weaver Ants)ന്റെ മുഖ്യതൊഴിൽ ഇലകൾ കൊണ്ട് കൂട് നിർമ്മാണംതന്നെ. പച്ചിലകളാൽ ഉറുമ്പുകൾ കൂട് നിർമ്മിച്ചിരിക്കുന്നത് കണ്ടിരിക്കുമല്ലോ. 'Oecophilla' എന്നാണ് ഈ ഉറുമ്പുകളുടെ ശാസ്ത്രനാമം. നല്ലയിനം മാങ്ങകളിൽ കേടുവരുത്തുന്നത് ഈ ഉറുമ്പുകളാണ്. നല്ല നിർമ്മാണ കൗശലമുള്ളവരാണ് വീവർ ആന്റ്സ്. ചിലതരം ചൈനീസ് സോപ്പുകളുടെ നിർമ്മാണത്തിന് വീവർ ഉറുമ്പുകളുടെ രക്തം ഉപയോഗിച്ചു വരുന്നുണ്ട്. മരുന്ന് നിർമ്മാണം, ഭക്ഷണം എന്നിവയ്ക്കും ഈ വർഗ്ഗം ഉറുമ്പുകൾ കൊന്നൊടുക്കുന്നു.

ലീഫ് കട്ടർ (Leaf cutter)

ലീഫ് കട്ടർ ആന്റ്സ് (Leaf cutter ants) 42 തരമുണ്ടെന്ന് ശാസ്ത്രം തിരിച്ചറിഞ്ഞിട്ടുണ്ട്. സൗത്ത് അമേരിക്കയിലാണ് ഇവ അധികമായും കണ്ടുവരുന്നത്. ഭൂമിയിലെ അടുത്ത കർഷകർ ഈ ഉറുമ്പുകളാവണം. ഒരു ചെടിയിൽ പുത്തൻ നാമ്പിലകളെ വളർത്താൻ ഈ വിഭാഗം ഉറുമ്പുകൾ ചെറുതല്ലാത്ത സഹായം ചെയ്യുന്നുണ്ട്. ഇലകളുപയോഗിച്ച് കൂട് നിർമ്മാണമാണ് ഈ ഉറുമ്പുകളുടെയും മുഖ്യപണി. ഇലകളെ വൃത്തിയായി കട്ട് ചെയ്ത് വായിലെ ഒരുതരം പശ ഉപയോഗിച്ച് മനോഹരമായ വീടുകൾ ഉണ്ടാക്കുന്നു.

ആർമി (Army)

ആർമി ഉറുമ്പുകളുടെ ഒരു ഗ്രൂപ്പിൽ ഏതാണ്ട് 200 ഉറുമ്പ് വർഗ്ഗങ്ങളുണ്ടാവും. കൂട്ടമായിട്ടാണ് ഇവ ഇരകളെ ആക്രമിക്കുന്നത്. ഒരുദിവസം 10,000 ത്തിലേറെ ഇരകളെ ആർമി ആന്റുകൾ വകവരുത്തുന്നതായാണ് കണക്ക്. നവജാത ശിശുക്കൾ, പാമ്പുകൾ, പല്ലികൾ, കോഴികൾ എന്നുവേണ്ട ചിലതരം വ്യത്യസ്ത ജീവികളെപ്പോലും ഈ ഉറുമ്പുകൾ ആക്രമിച്ച് വകവരുത്തുന്നു. മരങ്ങളിൽ കയറി പക്ഷികളെപ്പോലും ഇവ വെറുതെ വിടാറില്ല. അന്താരാഷ്ട്ര കുറ്റവാളികളെ ശിക്ഷിക്കുന്ന മുറ

കളിൽ ഒരെണ്ണം ആർമി ആന്റ്സുകളെ ഉപയോഗിച്ചുകൊണ്ടുള്ളതാണ്. മറ്റിതര ഉറുമ്പുകളെപ്പോലെ സ്ഥിരമായി കൂട് നിർമ്മിക്കുന്ന കൂട്ടരല്ല ഇവ. സ്വന്തം ഉടലിൽ തന്നെ പാർപ്പിടമുണ്ടാക്കി നാട് ചുറ്റുന്നവരാണിവർ. നടപ്പിലും പ്രവൃത്തിയിലും ലോക പട്ടാളക്കാർക്കുപോലും മാതൃകയാവേണ്ട വർഗ്ഗമാണത്രെ ഈ ഉറുമ്പുകൾ!

ഫയർ (fire)

ഫയർ ആന്റ്സ് 285 തരമുണ്ട്. ലോകമാകെ വ്യാപിക്കുകയാണിവ. ഫയർ ആന്റ്സുകൾക്ക് ജിഞ്ചർ ആന്റ്സ് എന്നും റെഡ് ആന്റ്സ് എന്നും പേരുകൾ വിളിക്കാറുണ്ട്. അമേരിക്കയിൽ കപ്പൽ വഴിയാണ് ഈ ഉറുമ്പുകളെത്തിയതെന്ന് പറയപ്പെടുന്നു. ആസ്ട്രേലിയയിലും ഫിലിപ്പൈൻസിലുമായിരുന്നു ഇവയുടെ ആധിപത്യലോകം. തായ്‌വാനിലും ചൈനയിലും കുറവല്ല. നമ്മുടെ രാജ്യത്ത് കണ്ടുവരുന്ന ഫയർ ആന്റ്സുകൾ സൊലെനാപാസിസ് ജെമിനാറ്റാ വിഭാഗത്തിൽപ്പെട്ടവയാണ്.

മറ്റുള്ള ഉറുമ്പുകൾ ചെയ്യുന്നതുപോലെ ഫയർ ആന്റ്സുകൾ കടിച്ചതിനുശേഷം അവിടെ ആസിഡ് സ്പ്രേ ചെയ്യാറില്ല. എങ്കിലും കടിക്ക് നല്ല വേദനയുണ്ടാകും. ഏതാണ്ട് തീപൊള്ളിയ അനുഭവം. അതിനാലാണ് ഇവയ്ക്ക് ഫയർ ഉറുമ്പുകളെന്ന നാമധേയമുണ്ടായത്.

കടിയൻ

ഫയർ ഉറുമ്പിന്റെ കടിയേറ്റ് ഓരോ വർഷവും ഇരുപതിലേറെ മരണം നടക്കുന്നതായി കണക്കാക്കുന്നു. അമേരിക്കയിൽ മാത്രം 85 ബില്യൺ ഡോളർ ചികിത്സക്ക് മാത്രമായി ചെലവഴിക്കുന്നുവത്രെ! 750 മില്യൺ ഡോളറിന്റെ പച്ചക്കറി, നെൽവിത്ത് നാശം ഉറുമ്പുകളെകൊണ്ട് മാത്രം സംഭവിക്കുന്നു.

തലച്ചോർ

ഉറുമ്പിന്റെ തലച്ചോർ 2,50,000 ന്യൂറോണുകൾ അടങ്ങിയതാണ്. ജീവിയുടെ രൂപംവെച്ചുനോക്കുമ്പോൾ ലോകത്തിലെ ഏറ്റവും വലിയ തലച്ചോറിനുടമയാണ് ഉറുമ്പുകൾ.

ചത്ത സഹ ഉറുമ്പുകളെ ഉപയോഗിച്ച് കൂടിന്റെ ബലം കൂട്ടാൻ ഉറുമ്പുകൾ ശ്രമിക്കുന്നു. ചിലപ്പോൾ കൂട്ടുകാരന്റെ മരണത്തെ ഓർമ്മിക്കാനുള്ള വഴിയായും ശരീരാവയവങ്ങൾ സൂക്ഷിക്കാറുണ്ട്.

പുസ്തകം

ഉറുമ്പുകളെക്കുറിച്ച് എഴുതിയ ആദ്യപുസ്തകം *ഉറുമ്പുകൾ (The ants)* രചിച്ചത് ബെർട്ട് ഹോൽഡോബ്ലർ (Bert holldobler) ആണ്. 1991ലെ പുലിറ്റ്സർ സമ്മാനത്തിന് ഈ കൃതി അർഹമായി. സാഹിത്യേതര വിഭാഗത്തിലായിരുന്നു സമ്മാനം.

ചില രാജ്ഞിയുറുമ്പുകൾ അടുത്ത കോളനി ആക്രമിച്ച് അവിടത്തെ രാജ്ഞിയുറുമ്പിനെ കൊന്ന് ജോലിക്കാരെ തന്റെ വരുതിയിൽ കൊണ്ടുവരികയും ചെയ്യുന്നു.

സന്തുലിതാവസ്ഥ

ഉറുമ്പുകളുടെ അനിയന്ത്രിതമായ ആധിപത്യം പാരിസ്ഥിതിക സന്തുലിതാവസ്ഥയെ തകിടം മറിക്കുന്നതായി പഠനങ്ങൾ കണ്ടെത്തിയിട്ടുണ്ട്. ഇന്ത്യയിലെ വടക്ക്-കിഴക്കൻ സംസ്ഥാനങ്ങളിൽ പെരുകിവരുന്ന ലീഫ് കട്ടർ ഉറുമ്പുകളുടെ ആക്രമണം, അവിടത്തെ കാടുകളിൽനിന്നും തദ്ദേശീയരായ പല ജീവികളെയും പലായനം ചെയ്യാൻ പ്രേരിപ്പിച്ചിട്ടുണ്ട്. ഇത് സഗൗരവം വീക്ഷിച്ചുവരികയാണ് ശാസ്ത്രലോകം. എങ്കിലും നവസാങ്കേതികവിദ്യയുടെ പുരോഗതി ഉറുമ്പുകളെ മനുഷ്യനെങ്ങനെ പ്രയോജനപ്പെടുത്താൻ കഴിയുമെന്ന ആലോചനയിലാണ്. ഉറുമ്പുകളുടെ എൻസൈറ്റുകളും അവ ഉല്പാദിപ്പിക്കുന്ന ആസിഡുകളും പലവിധേനയും ഉപയോഗപ്പെടുത്തി മനുഷ്യന് ഗുണകരമാക്കാനുള്ള ശ്രമങ്ങൾ തുടങ്ങിക്കഴിഞ്ഞിട്ടുണ്ട്. ഉറുമ്പുകളുടെ പെരുമാറ്റങ്ങളെ അടിസ്ഥാനമാക്കി ഒരു പുതിയ സോഫ്റ്റ്വെയർ കമ്പ്യൂട്ടറുകളുടെ ഉപയോഗത്തിനായി അണിയറയിൽ രൂപംകൊണ്ടുവരുന്നു. ലോക പ്രശസ്ത ജീവശാസ്ത്രകാരനായ എഡ്വാർഡ് വിൽസൺ പറയുന്നത്, ആ കാലം വിദൂരത്തല്ല എന്നാണ്. വിഖ്യാത ഉറുമ്പ് പഠന ശാസ്ത്രജ്ഞനായ ബെർട്ട് ഇങ്ങനെ പറയുന്നു: “സയൻസിൽ ഉറുമ്പുകളെക്കുറിച്ചുള്ള ആധികാരികമായ പഠനങ്ങൾ നിഷേധിച്ചതു നിമിത്തം പ്രകൃതിചരിത്രം തന്നെ അപ്രസക്തമായി. അത് തിരിച്ചുപിടിക്കേണ്ടതുണ്ട്.” ഇതെല്ലാം ഈ ജീവിയുടെ ജീവശാസ്ത്രപരമായ പ്രാധാന്യത്തെയും പ്രസക്തിയെയുമാണ് സൂചിപ്പിക്കുന്നത്.

8

മുതല വിശേഷങ്ങൾ

ഉരഗവിഭാഗത്തിൽപ്പെടുന്ന ജീവിയാണ് മുതല. ദിനോസറുകൾ ഇവയുടെ പൂർവ്വികരാണെന്ന് വേണമെങ്കിൽ പറയാവുന്നതാണ്. എങ്കിലും ഭൂമുഖത്ത് ദിനോസറുകൾ ആധിപത്യംകൊണ്ടാടിയ കാലത്തും മുതലകളുണ്ടായിരുന്നു എന്നാണ് പഠനങ്ങളിൽനിന്ന് തെളിഞ്ഞിട്ടുള്ളത്. അതായത്, കോടിക്കണക്കിന് വർഷങ്ങൾക്കുമുമ്പുതന്നെ ഭൂമിയിൽ അധിവസിച്ചവരായിരുന്നു മുതലകളെന്നർത്ഥം. എങ്കിലും ഇത്രകാലമായിട്ടും വലിയതോതിലുള്ള രൂപപരിണാമങ്ങൾ സംഭവിക്കാത്ത ഒരു ജീവിയാണിത്. ഇതിന്റെ കാരണം ശാസ്ത്രലോകത്തിന് വ്യക്തമായി അറിയില്ല. ഇന്നുള്ള ഉരഗവർഗ്ഗങ്ങളിൽ വലുപ്പത്തിന്റെ കാര്യത്തിൽ മുതലകൾതന്നെയാണ് മുമ്പന്മാർ!

മുതലകൾ മുഖ്യമായും മൂന്ന് കുടുംബങ്ങളിലായി 23 വർഗ്ഗങ്ങളുണ്ട്. ചീങ്കണ്ണി, കെയ്മൻ (Caiman), മുതല എന്നിവയാണ് മുതല കുടുംബങ്ങളെന്നു പറയാം! കുടുംബങ്ങളിൽ ഉൾപ്പെടാത്തവയുമുണ്ട്. ഉദാഹരണത്തിന്, ഘരിയൽ (Gharial).

ഒരേസമയം വെള്ളത്തിലും കരയിലും ജീവിക്കാൻ താല്പര്യപ്പെടുന്നവരാണ് മുതലകൾ. ജലത്തിലും കരയിലും ഒരേ വേഗത്തോടെ സഞ്ചരിക്കാൻ കഴിയുന്ന അപൂർവ്വ പ്രത്യേകതയും ഇവയ്ക്കുണ്ട്. മാംസഭോജികളായതുകൊണ്ടുതന്നെ കരയിലും ജലത്തിലും ഇവയ്ക്ക് ഭക്ഷണത്തിന് ദൗർലഭ്യം നേരിടാറില്ല. വെള്ളത്തിലാവുമ്പോൾ മത്സ്യങ്ങളും മറ്റു ജീവികളും ഭക്ഷിക്കുന്നു. കരയിലും ധാരാളം മാംസഭക്ഷണം ഇവയ്ക്ക് ലഭിക്കുന്നു.

ചില ഭീമൻ മുതലകൾ വലിയ കന്നുകാലികളെവരെ പിടിച്ചുതിന്നാറുണ്ട്. മാനിനെയും പന്നികളെയും സൂത്രത്തിൽ അകത്താക്കുന്ന ചില

മുതലകളെ നാം കണ്ടിട്ടുണ്ടല്ലോ! ഇന്ത്യയിലും, അതേപോലെ ചില ഏഷ്യൻ രാജ്യങ്ങളിലും കണ്ടുവരുന്ന മുതലകൾ 'മൂർ' (Marsh Crocodile) എന്നാണ് അറിയപ്പെടുന്നത്. ഇന്ത്യയിൽ ചീങ്കണ്ണികളെ കാണാൻ കഴിയില്ല. ഇവിടെ മുതലകളേയുള്ളൂ. മുതലകളിൽനിന്ന് ചീങ്കണ്ണികളെ വേർതിരിക്കുന്നത് അവയുടെ രൂപത്തിലുള്ള വ്യത്യാസമാണ്. നീളത്തിൽ മുഖം കൂർത്തതായിരിക്കും ഒരു ചീങ്കണ്ണിയുടേത്. പൊതുവെ വണ്ണവും കുറവായിരിക്കും. തലയുടെ ആകൃതി നോക്കി മുതലകളുടെ കുടുംബങ്ങളെ തിരിച്ചറിയാമെന്നർത്ഥം. മുതലകൾ വായ പൂട്ടിയിരിക്കുമ്പോൾ, കീഴ്ത്താടിയിലെ വലിയ പല്ല് പുറത്തുകാണാനാകും.

ക്രൊക്കഡൈലസ് പോറോസസ്

തെക്കുകിഴക്കൻ ഏഷ്യ, ആസ്ട്രേലിയ എന്നിവിടങ്ങളിൽ കണ്ടുവരുന്ന ഒരു വിഭാഗമാണിത്. ഉപ്പുജലത്തിൽ ജീവിക്കാൻ കഴിയുമെന്നതാണ് ഇവയുടെ ഒരു പ്രത്യേകത. അതിനാൽ, ഇവയ്ക്ക് 'സാൾട്ട് വാട്ടർ ക്രൊക്കഡൈൽ' എന്ന വിളിപ്പേരുണ്ട്. ഇന്ത്യയിലെ ഗംഗാനദിയുടെ അഴിമുഖങ്ങളിൽ ഇവയുടെ സാന്നിദ്ധ്യമുണ്ട്. ചില ദ്വീപസമൂഹങ്ങളിലും ഇവയെ കാണാം. മുതലകൾക്കിടയിലെ ഭീമന്മാരാണ് ഈ വിഭാഗക്കാർ. പൂർണ്ണ വളർച്ചയെത്തിയ പോറോസസ് മുതലകൾക്ക് ഏഴുമീറ്ററിലധികം നീളമുണ്ടെന്ന് പറഞ്ഞാൽ മതിയല്ലോ. ആയിരം കിലോ തൂക്കവും വരും. അപ്പോൾ ഊഹിക്കാം ഇവന്മാരുടെ കേമം.

ഉപ്പുവെള്ളത്തിൽ യഥേഷ്ടം ജീവിക്കാൻ കഴിയുന്ന മറ്റൊരിനം മുതലകളാണ് തെക്കേ അമേരിക്കയിൽ കാണുന്ന അക്യൂട്ടസ്. വലുപ്പത്തിലും ഇവർ ചെറുതല്ല. എന്നാൽ, ക്യൂബയിലും മെക്സിക്കൻ തീരങ്ങളിലും കാണുന്ന 'മോർലെറ്റ്സ്' മുതലകൾ താരതമ്യേന വലിപ്പം കുറഞ്ഞവയാണ്. തെക്കേ അമേരിക്കൻ പ്രദേശങ്ങളിൽ കാണുന്ന കെയ്മനുകൾ ചീങ്കണ്ണിയോട് രൂപസാദൃശ്യമുള്ളവയാണ്. അധികം വലിപ്പം വെക്കാത്തവയാണിവർ.

ചീങ്കണ്ണികൾ, ഘരിയർ

'അലിഗേറ്റർ' (Alligator) അഥവാ ചീങ്കണ്ണികൾ വാസംകൊണ്ട് വടക്കേ അമേരിക്കക്കാരാണ്. ചെറിയ ജീവികളെ പിടിച്ചുതിന്നാനാണ് ഇവ ഉപജീവനം നടത്തുന്നത്. മുഖം കൂർത്തതായിരിക്കും. മിസിസിപ്പി നദിയിൽ ചീങ്കണ്ണികൾ വളരെയേറെയാണ്. ഈ കാരണംകൊണ്ട് ഇവയ്ക്ക് 'മിസിസിപ്പി അലിഗേറ്റർ' എന്ന അപരനാമമുണ്ട്. ഇന്ത്യ, മ്യാന്മർ എന്നിവിടങ്ങളിലാണ് ഘരിയർ മുതലകൾ കണ്ടുവരുന്നത്. ഗാവിയൽ (Gavial) എന്നും ഇവയെ വിളിക്കാറുണ്ട്. മുതലകൾ പൊതുവെ വംശനാശഭീഷണി നേരിടുന്നില്ലെങ്കിലും ഗാവിയൽ മുതലകൾ അങ്ങനെയല്ല. മത്സ്യങ്ങളാണ് ഈ മുതലകളുടെ മുഖ്യാഹാരം.

ചില മുതല വിശേഷങ്ങൾ

നീന്തൽ വിദഗ്ദ്ധരാണ് മുതലകൾ. മണിക്കൂറിൽ 40 കി മീ വേഗത്തിൽ ഇവ നീന്തുമത്രെ. മുതലകളുടെ വാലുകളാണ് ഇങ്ങനെ വേഗത്തിൽ നീന്താൻ ഇവയെ സഹായിക്കുന്നത്. വെള്ളത്തിനടിയിലായിരിക്കുമ്പോഴും നന്നായി കണ്ണ് കാണുന്നവയാണ് മുതലകൾ.

ഒരു മുതലയ്ക്ക് തന്റെ വായ അടയ്ക്കാൻ ശക്തി പ്രയോഗിക്കേണ്ടിവരുമ്പോൾ, തുറക്കാൻ അങ്ങനെ വേണ്ട. വായിലെ കൂർത്തു മൂർത്ത പല്ലുകളുടെ കടിയേറ്റാൽ മരണംവരെ ഉറപ്പാണ്. മുതലയുടെ കടി അതിശക്തമാണ്. ഒരു ചെറിയ ഇടത്തുതന്നെ നല്ല ഭാരം അനുഭവപ്പെടുത്താൻ മുതലകൾക്ക് കടിയിലൂടെ കഴിയുന്നു.

ഒരു പെൺമുതല മുട്ടയിട്ടുകഴിഞ്ഞാൽ, ആ മുട്ടയിൽ ഏല്ക്കുന്ന ചൂടിന്റെ അടിസ്ഥാനത്തിലാണ് മുതലക്കുഞ്ഞ് ആണോ പെണ്ണോ ആയിത്തീരുന്നത്. ഒരു നിശ്ചിത ശതമാനം മാത്രം ചൂടേറ്റാൽ അത് ആൺകുഞ്ഞായിരിക്കും. ചൂട് താരതമ്യേന കുറഞ്ഞാൽ പെണ്ണും! മുട്ട വിരിഞ്ഞുണ്ടാകുന്ന മുതലക്കുഞ്ഞുങ്ങളിൽ, ഭൂരിഭാഗവും (99 ശതമാനം) ഒരു വർഷത്തിനകംതന്നെ മറ്റുജീവികളുടെ ഭക്ഷണമാകും. ബാക്കി വരുന്നവയാണ് ജീവിക്കുന്നത്. അതിനാൽ, മുതലകൾ മുട്ടയിടാൻ തെരഞ്ഞെടുക്കുന്ന ഇടങ്ങൾ പ്രധാനമാണ്.

ആരായിരുന്നു മുതലകളുടെ പൂർവ്വികർ? അവർക്ക് ഒരു മീറ്റർ താഴെ മാത്രമേ നീളമുണ്ടായിരുന്നുള്ളൂവെന്ന് ചില ഫോസിൽ പഠനങ്ങൾ തെളിയിച്ചിട്ടുണ്ട്. മാത്രവുമല്ല, രണ്ടുകാലുകളിൽ എഴുന്നേറ്റു നടക്കാനും അവർക്ക് കഴിയുമായിരുന്നുവത്രേ!

കോഴികൾ ചെറിയ കല്ലുകൾ കൊത്തി വിഴുങ്ങുന്നത് കണ്ടിട്ടില്ലേ? ദഹനപ്രക്രിയയെ സഹായിക്കാനാണിത്. അതേപോലെ മുതലകളും കല്ലുകൾ വിഴുങ്ങാറുണ്ട്. ചെറിയ കല്ലുകളല്ല. വലിയ പാറക്കല്ലുകൾ! ആമാശയത്തിലെത്തുന്ന ആഹാരം പെട്ടെന്ന് ദഹിക്കാനാവില്ല.

9

മൂങ്ങകളുടെ അത്ഭുതലോകം

പക്ഷികളുടെ ലോകത്ത് ഒരുപക്ഷേ, ഏറ്റവും കൂടുതൽ തെറ്റിദ്ധരിക്കപ്പെട്ട ഒരു വിഭാഗമാണ് മൂങ്ങകൾ. ഏതൊരു പരിഷ്കൃത ലോകത്തും മൂങ്ങകളെക്കുറിച്ചുള്ള അന്ധവിശ്വാസങ്ങളും അബദ്ധധാരണകളും നിലനിൽക്കുന്നുണ്ട്. അവയുടെ ആകൃതി, മുഖഭാവങ്ങൾ, രാത്രിയിലെ സഞ്ചാരം, വിപണിയിലെ ആവശ്യകത എന്നിവയെല്ലാം ഇതിനു കാരണമായിട്ടുണ്ടാവാം! മൂങ്ങവർഗ്ഗത്തോടുള്ള മനുഷ്യന്റെ സമീപനങ്ങൾ ലോകത്തെല്ലായിടത്തും ഒരുപോലെയാണ്. ഇത് വിവിധ തരത്തിലും സ്വഭാവത്തിലുമുള്ള മൂങ്ങകളുടെ (Owls) വംശനാശത്തിനുതന്നെ കാരണമായി തീർന്നു. നമ്മുടെ നാട്ടിൽപ്പോലും മൂങ്ങകളിന്ന് ഒരു അപൂർവ്വകാഴ്ചയാണ്. മൂങ്ങവർഗ്ഗത്തിലെ ചിലയിനങ്ങളെ ഇനി പരിചയപ്പെടാം.

കഷണ്ടിത്തലയൻ (Barn Owl)

മൂങ്ങകൾക്കിടയിൽ സർവ്വസാധാരണമായി കണ്ടുവരുന്ന ഒരു വിഭാഗമാണ് കഷണ്ടിത്തലയന്മാർ. അന്റാർട്ടിക്ക ഒഴികെ മറ്റെല്ലാ ഭൂഖണ്ഡങ്ങളിലും ഈ മൂങ്ങകളുണ്ട്. സ്വർണ്ണമൂങ്ങ (Golden Owl), വെള്ളിമൂങ്ങ (White Owl), കുരങ്ങമുഖൻ (Monkey Faced) എന്നിങ്ങനെ വിവിധ പേരുകളിൽ വിവിധ ദേശങ്ങളിൽ ഇവ അറിയപ്പെടുന്നുണ്ട്. ഇന്ത്യയിൽ ഏറെ വേട്ടയാടപ്പെടുന്ന ഒരു വിഭാഗമാണിത്. വെള്ളിമൂങ്ങകളുടെ ഇറച്ചി, തൂവൽ എന്നിവയ്ക്കെല്ലാം ഇന്ത്യയിൽ ആവശ്യക്കാർ ഏറെയാണ്. ചില മാറാരോഗങ്ങൾക്കും സൗഭാഗ്യത്തിനും വെള്ളിമൂങ്ങകളെ വേട്ടയാടാറുണ്ട്. ഇതിൽ ശാസ്ത്രീയത ഒട്ടുമില്ല. അനിയന്ത്രിതമായി ഇവ ഇരയാക്കപ്പെടുന്നതിനാൽ വെള്ളിമൂങ്ങകളെ സംരക്ഷണ പക്ഷികളുടെ പട്ടികയിൽ സർക്കാർ ഉൾപ്പെടുത്തിയിട്ടുണ്ട്.

നീളമുള്ള കാലുകളാണ് ഈ മൂങ്ങകളുടേത്. ചെവിയുടെ ഭാഗം സൂക്ഷ്മ നിരീക്ഷണത്തിലേ കാണാൻ കഴിയൂ. നല്ല കാഴ്ചശക്തി, കേൾവിശക്തി എന്നിവയാൽ അനുഗൃഹീതരായ ഈ മൂങ്ങവർഗ്ഗം, അതുകൊണ്ടുതന്നെ അപാരവേട്ടക്കാരുമത്രെ! ചെവിയുടെ ഭാഗത്ത് തൂവൽ കൊണ്ടുള്ള അടപ്പ് (flap) കാണാം. ചെറിയ ശബ്ദങ്ങൾ കേൾക്കുമ്പോൾ ഈ അടപ്പ് താനെ തുറക്കപ്പെടും. കർണ്ണകഠോര ശബ്ദങ്ങൾ കേൾക്കാനിട വന്നാൽ അവ അടയുകയും ചെയ്യും. വളരെ വേഗത കുറച്ചുള്ള പറക്കലിലാണ് ഇവ വേട്ടയാടുന്നത്. തുറസ്സായ സ്ഥലങ്ങളാണ് വേട്ടയാടലിന് തെരഞ്ഞെടുക്കുന്നത്. മരങ്ങളുടെ മുകളിലും കെട്ടിടങ്ങളിലും രാപ്പാർക്കുന്നു.

പ്രാപ്പിടിയൻ മൂങ്ങ (Hawk Owl)

ആദ്യകാഴ്ചയിൽ ഒരു പ്രാപ്പിടിയനെ ഓർമ്മിപ്പിക്കുന്ന രൂപസാദൃശ്യമുള്ളവയാണ് പേര് സൂചിപ്പിക്കുന്നതുപോലെ ഇവ. രൂപത്തിൽ മാത്രമല്ല, പ്രവൃത്തിയിലും ഒരു പ്രാപ്പിടിയന്റെ സ്വഭാവമാണിവയ്ക്ക്. മറ്റൊരർത്ഥത്തിൽ പറഞ്ഞാൽ പേരിൽ മാത്രം മൂങ്ങയായവൻ. മറ്റ് കൂട്ടരെപ്പോലെ രാത്രിയിലല്ല ഇവന്റെ ഇരതേടൽ. പട്ടാപ്പകൽ ഭക്ഷണംതേടി പറന്നു നടക്കുന്നതും കാണാം. പ്രാപ്പിടിയൻമൂങ്ങകളുടെ തല വലുപ്പമുള്ളവയും ഏതാണ്ട് വൃത്താകൃതിയിൽ ഉള്ളവയുമാണ്. കണ്ണുകളും പുരികക്കൊടികളും മഞ്ഞ നിറമായിരിക്കും. മുഖത്തിന്റെ ഇരുവശങ്ങളിലും ഇരുണ്ട നിറം കാണാം. പ്രാപ്പിടിയനെ പോലെത്തന്നെ നീളമുള്ള വാല് മറ്റൊരു പ്രത്യേകതയാണ്. യൂറേഷ്യയിലും വടക്കേ അമേരിക്കയിലും ധാരാളമായി കണ്ടുവരുന്നതിനാൽ ഇവയെ നോർതേൺ ഹോക്ക് ഓൾ' എന്നും വിളിക്കാറുണ്ട്. മരങ്ങൾക്കിടയിലും പർവ്വതമുകളിലും കൂടുണ്ടാക്കി താമസിക്കുന്ന ഇവ ഇരതേടാനിറങ്ങുമ്പോൾ താഴ്വാരങ്ങളിലേക്ക് പറന്നിറങ്ങുന്നു. പക്ഷി, തവള, മത്സ്യം എന്നിവയെയെല്ലാം വേട്ടയാടി പിടിക്കാറുണ്ട്.

കുള്ളൻ മൂങ്ങകൾ

മൂങ്ങകൾക്കിടയിലെ കുള്ളന്മാരാണ് ടൗണി മൂങ്ങകളും (Tawny Owl) ബോറിയൽ (Boreal Owl) മൂങ്ങകളും. യൂറേഷ്യ, കാനഡ, അലാസ്ക എന്നിവിടങ്ങളിൽ മാത്രമാണ് ബോറിയൽ മൂങ്ങകളെ കണ്ടുവരുന്നത്. സ്വീഡനിലെ പ്രസിദ്ധ പക്ഷിനിരീക്ഷകനായ പീറ്റർ ഗുസ്താഫ് ടെൻഗ്മാം ആണ് ബോറിയൽ മൂങ്ങകളെ ആദ്യമായി കണ്ടെത്തിയത്. അതിനാൽ, ഇവ ടെൻഗ്മാം (Tengmalm) എന്ന പേരിലും അറിയപ്പെടുന്നുണ്ട്. എലിയടക്കമുള്ള ചെറിയ ജീവികളെയാണ് ഇവ വേട്ടയാടുന്നത്. തവളകൾ, വവ്വാലുകൾ, അണ്ണാന്മാർ, ചെറുപക്ഷികൾ എന്നിവയെല്ലാം തരംകിട്ടിയാൽ ഇവ ശാപ്പിടും.

ഒരു ചെറിയ പ്രാവിന്റെ അത്രയും വലുപ്പമുള്ള ടൗണി മൂങ്ങകൾ

കാഴ്ചയിലും പാവത്താനാണ്. പാതിരാത്രിയിൽ ഒച്ചവെച്ച് മനുഷ്യന്റെ ഉറക്കം കെടുത്തുന്ന ഇവർ ഇണകളെ ആകർഷിക്കാൻ വേണ്ടി പ്രത്യേക ശബ്ദം പുറപ്പെടുവിക്കുന്നത് കേൾക്കാം. തവള, ചെറുപക്ഷികൾ, പ്രാണികൾ, വിരകൾ, മത്സ്യം എന്നിവയെല്ലാം ഇവയ്ക്ക് പത്ഥ്യാഹാരമാണ്. യൂറേഷ്യയിലെ പൈൻമരക്കാടുകൾക്കിടയിൽ ഈ വർഗ്ഗത്തെ ധാരാളമായി കണ്ടെത്തിയിട്ടുണ്ട്.

യൂറേഷ്യൻ മൂങ്ങ (Eurasian Owl)

യൂറോപ്പിലും ഏഷ്യയിലും ഒരുപോലെ കണ്ടുവരുന്ന യൂറേഷ്യൻ മൂങ്ങകൾ പാറകളിലും മരങ്ങൾക്കിടയിലും സ്വൈരവിഹാരം നടത്തുന്നു. തുറസ്സായ ഇടങ്ങൾ, പുൽമേടുകൾ, വയൽപ്രദേശങ്ങൾ എന്നിവിടങ്ങളിലെല്ലാം യൂറേഷ്യൻ മൂങ്ങകളെ കാണാൻ കഴിയും. ലോകത്തിലെ ഏറ്റവും വലിയ മൂങ്ങകളാണിവ. ഇവയുടെ ശരീരത്തിന് 60 മുതൽ 70 സെന്റീമീറ്റർ വരെ നീളമുണ്ടാകും.

ഇവ ചിറകുകൾ വിടർത്തിയാൽ രണ്ടു മീറ്ററോളം കാണാം. മുലയൂട്ടുന്ന ജീവികളെ പിടിച്ചുതിന്നാൻ ഇഷ്ടപ്പെടുന്ന യൂറേഷ്യൻസ് ചിലപ്പോൾ ഇഴജന്തുക്കളെയും പക്ഷികളെയും പിടിച്ചുതിന്നാറുണ്ട്. മത്സ്യങ്ങളെയും ഇവ ഭക്ഷിക്കും. അരുവിക്കരയിൽ കാത്തിരിക്കുന്ന ചില മൂങ്ങകളെക്കുറിച്ച് പഠനങ്ങൾ വന്നിട്ടുണ്ട്. രാത്രിയിലാണ് ഇവയുടെ വേട്ട.

കാഴ്ചയിൽ ഭീകരന്മാരാണിവർ. തലയുടെ ഇരുവശങ്ങളിലും കൊമ്പുകൾപോലെ രോമങ്ങൾ എഴുന്നുനില്പുണ്ടാവും. ശരീരമാകെ രോമാവൃതമാണ്. തവിട്ടുനിറത്തിൽ അങ്ങിങ്ങായി കറുത്ത തൂവലുകളും കാണാം.

മണ്ണുമാന്തി മൂങ്ങ (Burrowing Owl)

'വു കുക്സ് ഫോർ മീ, വു കുക്സ് ഫോർ മീ' എന്നിങ്ങനെയാണ് ഇവയുടെ ശബ്ദരീതി. രാത്രിയിലും പകലും ഒരേപോലെ ഈ ശബ്ദം കേൾക്കാം. ഈ പ്രത്യേകത മറ്റു മൂങ്ങകളിൽ കണ്ടെത്താൻ കഴിയില്ല. മറ്റുള്ള മൂങ്ങകളിൽനിന്ന് ശബ്ദംകൊണ്ട് മറുപടി കിട്ടിക്കഴിഞ്ഞാൽ ഒച്ച താനെ ഇല്ലാതാവും. മാറിലും തലയിലും വെള്ള നിറമാണെങ്കിലും സാധാരണയായി തവിട്ടോ ചാരനിറമോ ആണ് ഈ മൂങ്ങകൾക്ക്. വലുപ്പം കൊണ്ട് ഇടത്തരമാണിവ! ഇരുണ്ട കാടുകളിൽ വസിക്കാൻ ഇഷ്ടപ്പെടുന്ന ഈ വർഗ്ഗം നല്ല വേട്ടക്കാരുമാണ്. മറ്റുള്ളവ തിന്നുന്ന പലതും ഇവയും ഭക്ഷണമാക്കും. വടക്കേ അമേരിക്കയിൽ ധാരാളമുണ്ടിവ.

മണ്ണുമാന്തി കുഴിയുണ്ടാക്കി അതിൽ താമസിക്കാൻ താല്പര്യം കാട്ടുന്നു. 'മണ്ണുമാന്തികൾ'. വടക്കേ അമേരിക്കൻ വംശജരായ ഇവർ വളരെ ചെറുതാണ്. നീളമുള്ള കാലുള്ള ഇവയുടെ തവിട്ടുനിറമുള്ള ഉടലിൽ അങ്ങിങ്ങായി വെളുത്ത പൊട്ടുകൾ കാണാം. തിളങ്ങുന്ന മഞ്ഞ നിറമാണ് കണ്ണുകൾക്ക്. വ്യത്യസ്തമായ ശബ്ദമാണ് ഇവയുടേത്.

കുട്ടിച്ചെവിയൻ (Short Eared Owl)

മഞ്ഞക്കണ്ണുകളും തവിട്ടുനിറവുമുള്ള കുട്ടിച്ചെവിയന്മാർ താരതമ്യേന വലുപ്പത്തിൽ അധികമല്ല. ചെറിയ ചെവികളാണ് ഇവയുടെ ഒരു പ്രത്യേകത. ആസ്ട്രേലിയ ഒഴികെയുള്ള മിക്ക ഭൂഖണ്ഡങ്ങളിലും സർവ്വസാധാരണമായ കുട്ടിച്ചെവിയന്മാരെ ഐസ്‌ലാൻഡ് പോലുള്ള ദ്വീപസമൂഹങ്ങളിലും കണ്ടെത്താം. അന്തിചായുന്ന നേരത്താണ് ഇവ ഇരതേടാൻ ഇറങ്ങുന്നത്. പുലർച്ചവരെ ഇതു തുടരും. സസ്തനികളെ (Mammals) തിന്നാനാണ് ഇഷ്ടം. പക്ഷേ, ചിലപ്പോൾ ഗതികെട്ടാൽ പക്ഷികളെയും അകത്താക്കും. വേട്ടയാടുന്ന നേരത്ത് വളരെ താഴ്ന്നു പറന്ന് ഇരയെ കണ്ടെത്തുകയാണ് ഇവയുടെ ഒരു രീതി. ചെറിയ പ്രകാശത്തിൽ പോലും തെളിമയാർന്ന കാഴ്ചയാണ് കുട്ടിച്ചെവിയന്മാരുടേത്. ഒരു സൂചി നിലത്തുവീഴുന്ന ശബ്ദംപോലും ഗ്രഹിക്കാനുള്ള അതുല്യമായ കേൾവിശക്തി ഇവയെ ഒന്നാം നമ്പർ വേട്ടക്കാരാക്കാറുണ്ട്. വിശേഷപ്പെട്ട ഈ പ്രത്യേകതകൾ മൂങ്ങകൾക്കിടയിൽ കുട്ടിച്ചെവിയന്മാരെ മാറ്റിനിർത്തുന്നു.

മഞ്ഞ് മൂങ്ങകൾ (Snowy Owl)

വടക്കേ അമേരിക്കയിൽ കണ്ടുവരുന്ന ഈ മൂങ്ങകൾ വലുപ്പത്തിൽ മുമ്പരാണ്. മൂങ്ങകളിൽ ആൺവർഗ്ഗമാണ് 'വെളുപ്പന്മാർ.' പെൺവർഗ്ഗത്തിന് അല്പം നിറവ്യത്യാസമുണ്ടാകും.

വെള്ളയിൽ മഞ്ഞക്കണ്ണുകൾ തിളങ്ങുന്നത് കാണാൻ നല്ല രസമാണ്. പൊതുവെ മറ്റു മൂങ്ങകളെ അപേക്ഷിച്ച് ഇവയുടെ കണ്ണുകൾ ചെറുതാണ്. കാലുകളെ മൂടി രോമങ്ങളുണ്ടാവും. കറുത്തനിറമുള്ള നഖങ്ങൾ ശക്തവും മൂർച്ചയേറിയതുമത്രെ! വടക്കേ അമേരിക്കയിലും ധ്രുവപ്രദേശത്തും ഇവയെ കാണാം. വളരെ ക്ഷമയുള്ള മഞ്ഞ് മൂങ്ങകൾ വേട്ടയാടുന്നത് സമയവും കാലവുമനുസരിച്ചാണ്.

ഒന്നിലും ധൃതി കാണിക്കില്ല. കേൾവിയിലും കാഴ്ചയിലും ഇവയ്ക്ക് ശക്തമായ ആധിപത്യമുണ്ട്. പകൽ നേരത്താണ് വേട്ട. കൊത്തിപ്പറിച്ച് തിന്നുന്നതിനേക്കാൾ ഇവയ്ക്കിഷ്ടം ഇരകളെ വിഴുങ്ങുന്നതാണ്.

ചാരവർണ്ണനും കൊമ്പൻ തലയനും (Grey Owl and Horned Owl)

ഏറ്റവും വലിയ മൂങ്ങകളിൽ ഉൾപ്പെടുന്നവയാണ് ചാരവർണ്ണന്മാർ. ഇവയുടെ ചിറകുകൾക്ക് ഒന്നര മീറ്ററിലേറെ വലുപ്പവും 83 സെന്റിമീറ്റർ ഉയരവും കാണും. മുഖം ഒരു ഡിസ്കിന്റെ ആകൃതിയിലാണ്. റഷ്യ, നോർത്ത് യൂറോപ്പ്, കാനഡ എന്നിവിടങ്ങളിലെല്ലാം ചാരവർണ്ണന്മാരുണ്ട്. ഇരുണ്ടതും ഇടതൂർന്നതുമായ വനങ്ങളിൽ ഇവ അധിവസിക്കുന്നു. രാവിലെയാണ് ഇവരുടെ വേട്ട. രാത്രിയിൽ ഉറക്കംതന്നെ. വൈകുന്നേരങ്ങളിലും ചിലപ്പോൾ വേട്ടയാടും.

തലയുടെ ഇരുവശങ്ങളിലും ഒരു കൊമ്പുപോലെ ഉയർന്ന് നിൽക്കുന്ന തൂവലിനാൽ അലങ്കൃതമായ കൊമ്പൻ തലയനെ ഈ പ്രത്യേ

കത കൊണ്ടുതന്നെ തിരിച്ചറിയുക സാദ്ധ്യമാണ്. ചാരനിറത്തിലും തവിട്ടു നിറത്തിലും കാണുന്ന ഈ മൂങ്ങവർഗ്ഗത്തിന് വൃത്താകൃതിയുള്ള വലിയ കണ്ണുകളാണുള്ളത്. ഇവയ്ക്ക് സ്വർണ്ണ നിറമാണ്. കണ്ണുകൾ ചലിപ്പിക്കാൻ കഴിയാത്തവയാണ്. മൂങ്ങകളുടെ ഒരു പ്രത്യേകതയാണത്. മുകളിലോട്ടും താഴോട്ടും വശങ്ങളിലേക്കും കാഴ്ചകൾ കാണാൻ മൂങ്ങകൾ തല ആവശ്യമുള്ളിടത്തേക്ക് തിരിക്കുകയാണ് ചെയ്യുന്നത്. 180 ഡിഗ്രി വരെ ഇങ്ങനെ ചലിപ്പിക്കാം. പൊതുവെ രാത്രികാലങ്ങളിൽ ഇരതേടാനിറങ്ങുന്ന ഇവ മഞ്ഞുകാലത്ത് പകലിലും വേട്ടയാടാറുണ്ട്. പക്ഷികളെയാണ് പത്ഥ്യാഹാരമായി കാണുന്നത്.

മൂങ്ങകളുടെ കഥ പറഞ്ഞാൽ തീരില്ല. മനുഷ്യർക്ക് എക്കാലത്തും അത്ഭുതം സൃഷ്ടിച്ച പക്ഷിവർഗ്ഗമാണത്. ചില രാജ്യങ്ങളിൽ മൂങ്ങകളെ മനുഷ്യന്റെ ശത്രുക്കളായി ചിത്രീകരിക്കാറുമുണ്ട്. ലോകത്തിലെ ചില ഗോത്രങ്ങൾക്കിടയിൽ മൂങ്ങകളെപ്പറ്റി പല അന്ധവിശ്വാസങ്ങളും നിലനിൽക്കുന്നു. ഐശ്വര്യത്തിന്റെ അടയാളമായും മൂങ്ങകളെ കാണുന്നവരുമുണ്ട്. മൂങ്ങകൾ ഭക്ഷ്യയോഗ്യമായതുകൊണ്ട് ഇവയെ ധാരാളമായി വേട്ടയാടുന്നു. ഒരു കൗതുകത്തിന് അങ്ങനെ ചെയ്യുന്നവരുമുണ്ട്. എങ്കിലും എല്ലാ അർത്ഥത്തിലും മനുഷ്യന്റെ മിത്രമാണ് മൂങ്ങകൾ. പരിസ്ഥിതിക്ക് ഇവ ഒരുപാട് ഗുണങ്ങൾ ചെയ്യുന്നുണ്ട്. അതൊന്നും നാം മുഖവിലയ്ക്കെടുക്കാറില്ലെന്ന് മാത്രം!

10

സഞ്ചിമൃഗങ്ങൾ

പെറ്റാറസും പോസ്സവും

പെറ്റാറസും പോസ്സവും സഞ്ചിമൃഗങ്ങളുടെ ഗണത്തിൽപ്പെടുന്നവയാണ്. ഇവ രണ്ടും കാടുകളിലാണ് വാസം. പൊതുവെ സഞ്ചിമൃഗങ്ങളിൽ പറക്കാൻ കഴിവുള്ള ജീവിയാണ് പെറ്റാറസ്. പഴവർഗ്ഗങ്ങൾക്കൊപ്പം തേനും ഇവ ഭക്ഷണമാക്കുന്നു. പെറ്റാറസിനെ പറക്കാൻ സഹായിക്കുന്നത് രോമാവൃതമായ അവയുടെ വാലും കൈകാലുകളിലെ നേർത്ത ചർമ്മവുമാണ്. രാത്രികാലങ്ങളിൽ ഇര തേടാൻ ഇറങ്ങുന്ന പെറ്റാറസ് ചാരവർണ്ണനാണ്. സംഘമായി ചേർന്ന് സഞ്ചരിക്കുന്ന പെറ്റാറസുകൾ ശത്രുക്കളിൽനിന്നും ശബ്ദമുണ്ടാക്കിയാണ് രക്ഷ നേടുന്നത്. രണ്ടു വർഷങ്ങൾകൊണ്ട് പൂർണ വളർച്ചയെത്തുന്ന പെറ്റാറസ് കുഞ്ഞുങ്ങൾ, അതുവരെ അമ്മയുടെ സഞ്ചിപോലുള്ള ആവരണത്തിൽ കഴിയുന്നു.

ആസ്ത്രേലിയക്കാരനാണ് പോസ്സം. പല നിറങ്ങളിൽ കണ്ടുവരുന്ന ഈ ജീവിക്ക് 'ബ്രഷ് വാലൻ' എന്നൊരു സുന്ദരൻ പേരുമുണ്ട്. വാൽ ബ്രഷ് പോലെ രോമാവൃതമാണ്. അക്കേഷ്യ, യൂക്കാലിപ്റ്റസ് മരങ്ങളിലാണ് പോസ്സത്തിന്റെ വാസം. എങ്കിലും പ്രതികൂല സാഹചര്യങ്ങളിൽ ജീവിക്കാനുള്ള കഴിവ് ഇവയ്ക്കുണ്ട്. പ്രസവാനന്തരം ആറ് മാസക്കാലം അമ്മയുടെ സഞ്ചിപോലുള്ള ആവരണത്തിലാണ് കുഞ്ഞുങ്ങൾ വളരുന്നത്. കൂർത്ത് മൂർച്ചയേറിയ നഖങ്ങൾ ഉപയോഗിച്ചാണ് ശത്രുക്കളെ എതിരിടുന്നത്. അതോടൊപ്പം ഘോരമായ ശബ്ദവും പുറപ്പെടുവിക്കും.

കംഗാരു

ആസ്ത്രേലിയക്കാരുടെ ദേശീയ മൃഗമായ കംഗാരു, തന്റെ ശരീ

രത്തിൽ ഒരു സഞ്ചിയുമായിട്ടാണ് ജനിക്കുന്നതു തന്നെ. കംഗാരുവിന്റെ കുഞ്ഞുങ്ങൾക്ക് ഈ സഞ്ചിയിൽ സസുഖം കഴിയാനാകും. ജനന സമയത്ത്, വലിപ്പം കുറഞ്ഞവയും ഭൂമിയിൽ ജീവിക്കാൻ പ്രാപ്തരല്ലാത്തവരുമായ കുഞ്ഞുങ്ങൾക്ക് കംഗാരുവിന്റെ ഈ സഞ്ചി ഏറെ ഉപകാരപ്രദമാണ്. കുഞ്ഞുങ്ങളുടെ രക്ഷാകവചമാണത്.

കംഗാരുക്കളിലെ ആൺവർഗ്ഗത്തിന് നിറത്തിൽ വ്യത്യാസം കാണും. ഇവയ്ക്ക് ചുവന്ന നിറമായിരിക്കും. നീല കലർന്ന ചാര വർണ്ണമാണ് പെൺകംഗാരുവിന്. തികച്ചും സസ്യഭുക്കായ കംഗാരുക്കൾ ഇലയും പൂവുമാണ് ഇഷ്ട ഭക്ഷണമായി തെരഞ്ഞെടുക്കുന്നത്. ആറ് അടിയിലേറെ ഉയരമുള്ള ആൺവർഗ്ഗമാണ് വലിപ്പത്തിൽ ഒന്നാം സ്ഥാനത്ത്. മുൻകാലുകളെ അപേക്ഷിച്ച് പിൻകാലുകൾക്കാണ് ശക്തിയും ഉറപ്പും. നീണ്ടു തടിച്ച വാലാണ് ഇവയുടേത്. കംഗാരുവിന്റെ ഓട്ടം രസകരമാണ്. മണിക്കൂറിൽ 50 കി മീ വേഗത്തിൽ ചാടി ഓടാൻ ഇവയ്ക്ക് കഴിയുന്നു. ഒരൊറ്റ ചാട്ടത്തിൽ 10 മീറ്റർ ദൂരം മറികടക്കും.

കംഗാരുക്കൾക്കിടയിൽ പല തരക്കാരുണ്ട്. പാറക്കൂട്ടങ്ങൾക്കിടയിൽ വിഹരിക്കുന്നവരെ യൂറോ കംഗാരു (Urokangaroo) അഥവാ 'മല കംഗാരു' എന്നു വിളിക്കാറുണ്ട്. ചിലയിനങ്ങൾ മരമുകളിൽ കഴിഞ്ഞു കൂടാൻ ഇഷ്ടപ്പെടുന്നവയാണ്. ഇവയെ 'ഡോറിയാസിസ് ട്രീ കംഗാരു' (Doriyasis Tree Kangaroo) എന്നും വിളിക്കാറുണ്ട്. വേട്ടയാടപ്പെടുന്ന മൃഗവർഗ്ഗത്തിൽപ്പെട്ടതാണ് കംഗാരു. ഇവയുടെ മാംസവും തുകലും ഏറെ പ്രിയപ്പെട്ടതാണത്രെ.

ഗ്രേറ്റർ ഗ്ലൈഡർ

യൂക്കാലിപ്റ്റസ് മരത്തിന്റെ ഇലകളും ചെടികളുടെ നാമ്പുകളും തിന്ന് ആസ്ത്രേലിയയുടെ കിഴക്കൻ പ്രദേശങ്ങളിൽ അധിവസിക്കുന്ന ഗ്ലൈഡറുകൾ ക്രീം നിറത്തോടുകൂടിയവയാണ്. ചാരനിറത്തിലുള്ളവയും ഇവയ്ക്കിടയിലുണ്ട്. ഇവയുടെ നഖങ്ങൾ മരത്തിൽ അള്ളിപ്പിടിച്ചു നില്ക്കാനും വലിഞ്ഞുകയറാനും പറ്റുന്ന തരത്തിലുള്ളവയാണ്. കൈകാലുകൾക്കിടയിലെ ചർമ്മം ഇവയുടെ വലിയൊരു പ്രത്യേകതയാണ്. വായുവിലൂടെ അതിവേഗത്തിൽ ചാടാൻ ഇത് ഉപകരിക്കുന്നു. 100 മീറ്റർ ദൂരം വരെ ഇങ്ങനെ ചാടും. ശക്തിയുള്ള നീണ്ട വാലുള്ളതിനാൽ ചാട്ടത്തിന്റെ ഗതി നിയന്ത്രിക്കപ്പെടുന്നു. രാത്രിയിലാണ് ഭക്ഷണം തേടി ഇറങ്ങുന്നത്. രണ്ട് കിലോഗ്രാം മാത്രമാണ് ഇവയുടെ ഭാരം. കംഗാരുക്കളെ പോലെ ശരീരത്തിലെ സഞ്ചിയിലാണ് കുട്ടികളെ വളർത്തുന്നത്.

കൊയ്‌ലകൾ

ആസ്ത്രേലിയൻ തീരപ്രദേശങ്ങളിൽ കണ്ടുവരുന്ന കൊയ്‌ല ഒരു സഞ്ചിമൃഗമാണ്. ഒറ്റനോട്ടത്തിൽ ഒരു ചെറിയ കരടിയാണെന്നേ തോന്നൂ. വീതിയേറിയ മുഖത്തോടുകൂടിയ ഇവയ്ക്ക് മൃദുവായ രോമങ്ങളും തവിട്ടു

കലർന്ന ചാരനിറവുമാണ്. യൂക്കാലിപ്റ്റസ് മരങ്ങൾ കൊയ്‌ലകളുടെ ഒരു ബലഹീനതയാണെന്നു വേണമെങ്കിൽ പറയാം. ജീവിതകാലം മുഴുവൻ അതിനു മുകളിൽ ഇവ കഴിച്ചുകൂട്ടുന്നു. ചവർപ്പുറ്റതാണെങ്കിലും ഈ മരത്തിന്റെ ഇലകൾ ഏറെ പ്രിയമാണവർക്ക്.

പൂർണ്ണ വളർച്ചയെത്തിയ ഒരു കൊയ്‌ലക്ക് 20 കി ഗ്രാം തൂക്കം കാണും. 90 സെന്റിമീറ്ററാണ് ആകെ ഉയരം. തള്ളവിരലുകൾ മരത്തിൽ മുറുകെ പിടിച്ചിരിക്കാൻ സഹായകരമായ രീതിയിലുള്ളവയാണ്. ഭയാനകമായ ശബ്ദം പുറപ്പെടുവിക്കാൻ കഴിയുന്ന ഇവ, ശത്രുക്കളെ തുരത്തുന്നത് ഈ ശബ്ദം ഉപയോഗിച്ചാണ്. വർഷത്തിൽ ഒരു തവണ പ്രസവിക്കുന്ന കൊയ്‌ലകൾക്ക് ഒരു കുഞ്ഞ് മാത്രമാണ് ജനിക്കുന്നത്. കുഞ്ഞുങ്ങളെ ശരീരത്തിലെ സഞ്ചികളിലാണ് സംരക്ഷിക്കുന്നത്. കാര്യപ്രാപ്തി നേടുന്നതുവരെ ഇങ്ങനെ സഞ്ചിയിൽ വളർത്തുന്നു. ചുരുങ്ങിയത് എട്ട് മാസങ്ങൾക്കുശേഷം പുറത്തെടുക്കും. കുഞ്ഞുങ്ങളെ വളർത്തുന്നതിൽ ആൺ കൊയ്‌ലകളും അതീവ ശ്രദ്ധാലുക്കളാണ്.

ഇനിയും ധാരാളം സഞ്ചിമൃഗങ്ങളുണ്ട്. അവയിൽ പ്രധാനപ്പെട്ടവയാണ് മാർ സൂപ്പിയൻ മോൾ, നമ്പാറ്റ്, ബിൽവിനേറ്റീവ് ക്യാറ്റ്, ക്വാൾ, ബെറ്റോങ്, ക്വാക്കാ, ബാൻഡിക്യൂട്ട്, ഡാസ്സിയർ തുടങ്ങിയവ. ആകൃതിയിലും നിറത്തിലും വ്യത്യാസമുണ്ടെങ്കിലും ഈ സഞ്ചിമൃഗങ്ങളെല്ലാം കുഞ്ഞുങ്ങളെ വളർത്തുന്നതും ആഹാരം സ്വീകരിക്കുന്നതും ഏതാണ്ട് ഒരേപോലെയത്രെ.

റിങ് ടെയിൽ

ചുവപ്പ് കലർന്ന ചാര നിറത്തോടുകൂടിയ ഒരു ജീവിയാണ് റിങ് ടെയിൽ, കുരങ്ങുകളെപ്പോലെ മരത്തിൽ കയറാൻ മിടുക്കന്മാരാണ് ഈ ജീവികൾ. ഒരു പൂച്ചയുടെ തലയാണ് ഇവയ്ക്കുള്ളത്. ഉടൽ ചാരവർണ്ണമാണെങ്കിലും കറുത്ത നിറത്തോടുകൂടിയതാണ്. ഒരു ചിലന്തിയെപ്പോലെ പ്രദേശങ്ങൾ കയറാൻ വിദഗ്ദ്ധരാണിക്കൂട്ടർ. ഏഴ് കിലോഗ്രാമാണ് റിങ് ടെയിലിന്റെ ശരീര ഭാരം. 50 സെ.മീ. നീളം വരും. ഇരുട്ടിലും നല്ല കാഴ്ചശക്തിയുള്ള ഇവ രാത്രിയാണ് ഭക്ഷണം തേടാൻ ഇറങ്ങുന്നത്. പഴങ്ങൾ, കിഴങ്ങുവർഗ്ഗങ്ങൾ എന്നിവ ഇഷ്ട ആഹാരമാണ്. ഒരു പ്രസവത്തിൽ ഒരു കുഞ്ഞ് മാത്രമേ ഉണ്ടാകൂ. സഞ്ചിയിൽ വെച്ചാണ് കുഞ്ഞിനെ മുലയൂട്ടുന്നത്. കുഞ്ഞിന് വളർച്ചയെത്തിയാൽ സഞ്ചിയിൽനിന്ന് പുറത്തെടുക്കുന്നു.

11

ആമക്കഥ

ഏതാണ്ട് 250 മില്യൺ വർഷങ്ങൾക്കുമുമ്പ് ദിനോസറുകളും മറ്റിതര ഭീകര ജീവികളും ഭൂമുഖത്ത് ജീവിച്ചിരുന്ന അതേ കാലത്ത് ആമകളും ഉണ്ടായിരുന്നതായി ഫോസിൽ പഠനങ്ങൾ തെളിയിച്ചിട്ടുണ്ട്.

ആമകളിൽ കരയാമകളും ജലആമകളും ഉണ്ടല്ലോ? കരയാമകൾ പച്ചക്കറികളും ചെടികളുടെ മൃദുല ഭാഗങ്ങളും മറ്റുമാണ് ഭക്ഷ്യയോഗ്യമാക്കുന്നത്. കടലാമകളാവട്ടെ, പുഴു, പ്രാണികൾ തുടങ്ങിയ ജീവികളെ ഭക്ഷിക്കുന്നു. മത്സ്യങ്ങളെ വേട്ടയാടിപ്പിടിക്കുന്ന വലിയതരം കടലാമകളുമുണ്ട്.

ജലസഞ്ചാരം നടത്തുന്ന ചെറുപക്ഷികളെയും ചിലയിനം സസ്തനികളെയും ഇരകളാക്കുന്ന ആമകൾ സുലഭമാണ് കടലിൽ.

പരമാവധി വിസ്താരത്തിൽ തുറന്നുവെച്ച് ജലത്തിലൂടെ സഞ്ചരിക്കുന്ന ആമകളുടെ വായിലേക്ക് ഇരകൾ വന്നുചേരുകയാണ് പതിവ്.

ഇരകളുടെ സാന്നിദ്ധ്യം മനസ്സിലാക്കാൻ ആമകൾക്ക് പ്രത്യേകം കഴിവുണ്ട്.

200 വർഗ്ഗം

ലോകത്ത് ആകെ 200 ൽ അധികം ആമ വർഗ്ഗങ്ങളുണ്ടെന്നാണ് ശാസ്ത്രം പറയുന്നത്. ജലത്തിലും കരയിലുമായി ഇവ ജീവിക്കുന്നു. എന്നാൽ ഈ കണക്കിൽ അഭിപ്രായ വ്യത്യാസമുള്ളവരുണ്ട്. എൻസൈക്ലോപീഡിയ ബ്രിട്ടാനിക്കയിൽ ആമകളുടെ വർഗ്ഗം 250 ലേറെ വരുമെന്ന് കാണാം.

പല്ലില്ലാത്തവർ

പരന്ന ശരീരപ്രകൃതിയാണ് ആമകൾക്കുള്ളത്. മുട്ടയിട്ട് വംശവർദ്ധനവ് നടത്തുന്ന ആമകൾ കാഴ്ചയിൽ വിരൂപനും മന്ദഗതിക്കാരനുമാണ്. ആമയുടെ പുറത്തും കീഴ്ഭാഗത്തും കട്ടിയുള്ള പുറന്തോടുള്ളതിനാൽ എളുപ്പത്തിലൊന്നും ഇവയെ വകവരുത്താൻ സാദ്ധ്യമല്ല. തല പാമ്പിന്റേതുപോലെ ആയതിനാൽ, കാഴ്ചയിൽ അരോചകമായി തോന്നുകയും ചെയ്യും. ഇവയ്ക്ക് പല്ലില്ലെങ്കിലും ചുണ്ടുകൾക്ക് കത്തിയേക്കാൾ മൂർച്ചയാണ്. ഭക്ഷണസാധനങ്ങൾ ഈ ചുണ്ടുകൾ ഉപയോഗിച്ചാണ് കടിച്ചു മുറിച്ച് തിന്നുന്നത്! ദിനോസറുകൾക്കുംമുമ്പ് ആമകൾ ഭൂമുഖത്ത് ജീവിച്ചിരുന്നതായി പറയപ്പെടുന്നുണ്ട്. പ്രതികൂല സാഹചര്യങ്ങളോട് കാണിച്ച അലസ മനോഭാവം ഇവയുടെ വംശനാശത്തിന് കാരണമായതായി പറയപ്പെടുന്നു.

വാട്ടർ ടാങ്ക്!

ആമകൾക്ക് മാസങ്ങളോളം ഭക്ഷണമില്ലാതെ കഴിയാൻ യാതൊരു പ്രയാസവുമില്ല. ഭക്ഷണം ലഭിച്ചാൽ അത് ആർത്തിയോടെ തിന്നുകയും ചെയ്യും. ഇത്തരം അമിത ഭോജനം ആമകളെ തടിയന്മാരാക്കി മാറ്റാറുണ്ട്. ചിലയിനം ആമകൾക്ക് തങ്ങളുടെ പിൻകാലുകളിൽ വെള്ളം സംഭരിച്ചു വെക്കാൻ കഴിയുമത്രെ!

ഒട്ടകങ്ങൾ തങ്ങളുടെ പൂഞ്ഞകളിൽ ഭക്ഷണം സംഭരിച്ചു വെക്കുന്നതുപോലെ! ഭക്ഷണത്തിന് ക്ഷാമം നേരിടുന്ന കാലങ്ങളിൽ പൊതുവെ കരയാമകൾ പുല്ലുകൾക്കിടയിലും ജലാശയങ്ങൾക്കിടയിലെ ചളിയിടങ്ങളിലും ഒളിച്ചിരിക്കാറാണ് പതിവ്. കടലാമകൾ ജലത്തിനടിയിൽ തന്നെയായിരിക്കും.

ആമമുട്ട

വാലും തലയും പൊക്കി പെണ്ണാമയുടെ മുമ്പിലൂടെ പ്രത്യേക ചലനത്തോടെയും ശബ്ദത്തോടെയും ആൺ ആമകൾ നടക്കുന്നതോടെയാണ് ഇണ ചേരുന്നതിന്റെ തുടക്കം. കാലിലെ ശക്തമായ നഖങ്ങൾ കൊണ്ട് പെണ്ണാമയുടെ മുഖത്ത് തൊഴിക്കുക കൂടി ചെയ്യും. 'Diamond backed turtle' എന്ന ഇനം ഒറ്റ ഇണചേരലിൽ നാല് വർഷം മുട്ടയിടുമത്രെ!

കടലാമയും കരയാമയും കരയിലാണ് മുട്ടയിടുന്നത്. സൂര്യപ്രകാശം ലഭിക്കുന്ന ഇടങ്ങളിലാണ് മുട്ടയിടുക. കടലാമകളുടെ മുട്ടകൾക്കാണ് വലിപ്പം കൂടുതൽ.

പലായനം

മുട്ടയിടൽ കഴിഞ്ഞാൽ പലായനം ചെയ്യുന്ന ചിലയിനം ആമകളുണ്ട്. അതിൽപ്പിന്നെ അവയ്ക്ക് മുട്ടകളുമായി യാതൊരു ബന്ധവുമുണ്ടാവില്ല. ഇര തേടി പോകുന്ന ആമകളും അടയിരിക്കാറില്ല.

ചെളിക്കൊതിയൻ

എമിസോർണികുലാറിസ് എന്ന ഇനത്തിൽപ്പെട്ട ആമകൾ മദ്ധ്യ യൂറോപ്പിൽ മാത്രമാണ് കണ്ടുവരുന്നത്. 24 മുതൽ 36 സെ മീറ്റർ വരെ ഇവ നീളമുണ്ടാവും. ഈ വർഗ്ഗത്തിൽ തവിട്ടുനിറമുള്ളവയും കറുത്ത നിറമുള്ളവയും ഉണ്ട്. കൂടുതൽ സമയവും ചെളിവെള്ളത്തിൽ കഴിയാനാണിവയ്ക്കിഷ്ടം. അവിടം തന്നെയാണ് മുട്ടയിടുന്നതും. ദക്ഷിണ യൂറോപ്പിലും, ചില ആഫ്രിക്കൻ രാജ്യങ്ങളിലും ഇവയെ കണ്ടെത്തിയവരുണ്ട്.

നീന്തൽ വിദഗ്ദ്ധർ

തവിട്ടു കലർന്ന കറുത്ത നിറത്തോടുകൂടിയ ക്ലെമിസ് കാസ്പിയൻ റിലുവാറ്റ ആമകൾക്ക് വെള്ളയോടു ചായ്വുള്ള പച്ചനിറത്തോടുകൂടിയ വരകൾ കാണാം. തടാകത്തിലും, കായലുകളിലുമായാണ് താമസം. നല്ല നീന്തൽ വൈദഗ്ദ്ധ്യമുള്ളവരാണിവർ. കരയിലാവുമ്പോൾ നല്ല വേഗതയോടെ നടക്കും. ജൂലായ് മാസങ്ങളിലാണ് പൊതുവെ മുട്ടയിടുന്നത്. തണുപ്പുകാലങ്ങളിൽ ജലത്തിനടിയിലെ 'നിദ്രാവസ്ഥ'യിലാവും. സിറിയ, യൂഗോസ്ലാവിയ, സൈപ്രസ് തുടങ്ങിയ രാജ്യങ്ങളിലാണ് ഇവ ധാരാളമായി കണ്ടുവരുന്നത്.

തോലൻ

തോലനാമകളെ പൊതുവെ രണ്ട് നിറങ്ങളിൽ കണ്ടുവരാറുണ്ട്. കടും തവിട്ടുനിറമുള്ളവയും, മഞ്ഞപുള്ളികളുള്ളവയും. രണ്ട് മീറ്റർ നീളമാണ് കാണുക. അതുകൊണ്ടുതന്നെ വലിപ്പമുണ്ട്. ശാന്തസമുദ്രത്തിലും അറ്റ്ലാന്റിക് സമുദ്രത്തിലും ഇവയെ കാണുന്നു.

പെരുംതലയൻ

അമേരിക്കൻ ഐക്യനാടുകളിലെ നദികളിലാണ് ഇത്തരം ആമകളെ കണ്ടുവരുന്നത്. 14 ഇഞ്ച് വലിപ്പമേ ഇവയ്ക്കുള്ളൂ. പുറന്തോട് ഒലിവ് പച്ചനിറമാണ്. പുറന്തോട് പരന്നതും, വിശാലവുമാണ്. മുൻഭാഗം ചുവപ്പ് കലർന്ന തവിട്ടുനിറമാണ്. ശരീരത്തെ അപേക്ഷിച്ച് തലഭാഗം ഏറെ വലിപ്പമുള്ളതാണെന്ന പ്രത്യേകത ഇവയ്ക്കുണ്ട്. മരം കയറാൻ സമർത്ഥരാണ് പെരുംതലയൻ ആമകൾ.

നീരാമ

ലോകത്തിലെ ശുദ്ധജലാശയങ്ങളിൽ കണ്ടുവരുന്ന ഏറ്റവും വലിയ ആമകളാണ് നീരാമകൾ. ആമസോൺ നദിയുടെ കയങ്ങളിൽ അധിവസിക്കുന്ന ഈ ആമകൾക്ക് 3 അടിയിലേറെ നീളമുണ്ട്. അടയിരിക്കുന്നവയാണ് ഈ ആമകൾ. വെളുത്തവാവ് ദിവസങ്ങളിൽ നീരാമകൾ കരയിലെത്തി കൂട്ടത്തോടെ മുട്ടകളിടുന്നു. മണലിൽ മുട്ടയിടുമ്പോൾ മാന്തി ശബ്ദമുണ്ടാക്കുന്നത് ഇവയുടെ ഒരു പതിവ് രീതിയത്രെ!

ഗ്രീക്കാമ

കറുപ്പ് നിറത്തോടുകൂടിയ കരയാമകളാണിവ. പുറന്തോടിന്റെ രണ്ടറ്റങ്ങളിലും മഞ്ഞനിറം കാണാമെന്നത് ഒരു പ്രത്യേകതയാണ്. ചൂടിനെയും, തണുപ്പിനെയും, ഒരുപോലെ അതിജീവിക്കാൻ ഇവയ്ക്ക് കഴിയും. ഗ്രീക്കാമകളെ ഇറ്റലിയിൽ ധാരാളമായി കാണാം. 20 സെന്റിമീറ്റർ മാത്രമാണ് ഇവയുടെ വലിപ്പം.

ആമസോൺ ആമയും, കടിയനും

30 ഇഞ്ചിൽ കൂടുതൽ വലിപ്പമില്ലാത്തവയാണ് ആമസോൺ ആമകൾ. ഈ ആമകളുടെ കഴുത്ത് നീണ്ടവയാണ്. ആമസോൺ നദിയിൽ ജീവിക്കുന്നതുകൊണ്ടാണ് ഇവയ്ക്ക് ഈ പേർ വന്നത്. ആഫ്രിക്കയിലും ആസ്ത്രേലിയയിലെ തീരദേശങ്ങളിലും ഇവയെ ധാരാളം കാണാം.

എന്നാൽ അമേരിക്കയിലെ കിഴക്കൻ പ്രദേശങ്ങളിൽ കണ്ടുവരുന്നവയാണ് കടിയനാമകൾ (Snapping Turtle). വിവിധതരം ആമകളുമായി ഇവയ്ക്ക് വംശബന്ധമുണ്ടെന്ന് പറയുന്നു. ഹിമയുഗത്തിനു എത്രയോ മുമ്പ് ഇവ ജീവിച്ചിരുന്നതായാണ് പഠനങ്ങൾ കാണിക്കുന്നത്. ശത്രുക്കളെ കണ്ടാൽ യാതൊരു പേടിയും കൂടാതെ അവയ്ക്കുനേരെ ചാടി വീഴാൻ ഇവയ്ക്ക് കഴിയും. ഇവയുടെ ചുണ്ടുകൾ 'കുടിലു'കൾക്ക് സമാനമാണ്. അതുകൊണ്ടുതന്നെ ശത്രുക്കളെ വേഗത്തിൽ കീഴ്പ്പെടുത്താൻ കടിയനാമകൾക്ക് കഴിയുന്നു. വെള്ളത്തിൽ മാത്രമല്ല, കരയിലും ഇവയ്ക്ക് ആക്രമണ പാടവമുണ്ട്. പച്ചക്കറികളാണ് കടിയനാമകളുടെ പഥ്യാഹാരം.

ആമ കടിച്ചാൽ....

ആമകൾക്കു പല്ലില്ലെങ്കിലും ചുണ്ടുകൾക്കു കത്തിയേക്കാൾ മൂർച്ചയുണ്ട്. തല പാമ്പിനെ ഓർമ്മിപ്പിക്കുന്നതാണ്. കരയാമകളുടെ പഥ്യാഹാരം പച്ചക്കറികളും ചെടികളുടെ മൃദുല ഭാഗങ്ങളുമാണ്. കടലാമകളുടെ ഇഷ്ടാഹാരം ഒച്ചുകൾ, പുഴുക്കൾ, പ്രാണികൾ മുതലായ ചെറുജീവികളാണത്രേ. ചിലതരം വലിയ കടലാമകൾ മത്സ്യങ്ങളെ വേട്ടയാടാറുണ്ട്. വേറെ ചിലത് പക്ഷികളെ വരെ അകത്താക്കാറുണ്ട്.

ഭക്ഷണം വേണ്ടേ....

തീറ്റപ്രിയരാണെങ്കിലും മാസങ്ങളോളം ഭക്ഷണം കൂടാതെ ജീവിക്കാൻ ആമകൾക്കു കഴിയും. ഭക്ഷണം കിട്ടിയാൽ ആർത്തിയോടെ തിന്നും. ചിലയിനം ആമകൾ പിൻകാൽമുട്ടുകളിൽ വെള്ളം സംഭരിച്ചു വയ്ക്കാറുണ്ട്. ആഹാരത്തിനു ക്ഷാമം നേരിടുന്ന കാലത്തു കരയാമകൾ മണ്ണിനടിയിലും ഈർപ്പമുള്ള പുല്ലുകൾക്കിടയിലും ചളിയിലുമാണ് ഒളിച്ചിരിക്കുന്നത്. ഇത്തരം ഘട്ടങ്ങളിൽ കടലാമകൾ ജലത്തിൽ തന്നെ കഴിയുന്നു. അതുകൊണ്ട് കടലാമകൾക്കു സ്വേദഗ്രന്ഥികളിൽ വെള്ളം ശേഖരിച്ചുവയ്ക്കാൻ കഴിയാറുണ്ട്.

ഇണചേരൽ

പ്രത്യുല്പാദന കാലമായാൽ ആമകൾ ചലനത്തിലും ഭാവത്തിലും ചില പ്രത്യേക ഭാവങ്ങൾ പ്രകടിപ്പിക്കാറുണ്ട്. ഇണചേരാനൊരുങ്ങുമ്പോൾ ആണാമ വാലും തലയും പൊക്കി പെണ്ണാമയുടെ മുമ്പിലൂടെ മുമ്പോട്ടും പിറകോട്ടും ഒരു നടത്തമുണ്ട്. ആ ചലനത്തിനിടയിൽ പെണ്ണാമയുടെ കവിളത്തു തന്റെ മൂർച്ചയുള്ള കാൽനഖങ്ങൾകൊണ്ട് പ്രഹരിക്കുന്നു. ഇതൊരു സൂചനയാണ്. പെണ്ണാമ ഒരു പ്രത്യേകതരം ശബ്ദം പുറപ്പെടുവിക്കുന്നതും കേൾക്കാം.

എമിസ് ഓർബികുലാറിസ്

മദ്ധ്യയൂറോപ്പിൽ കണ്ടുവരുന്ന ആമകളാണ് എമിസ് ഓർബികുലാറിസ്. ഈ വർഗ്ഗത്തിൽപ്പെട്ട ആമകൾ തവിട്ടുനിറത്തിലും കറുപ്പു നിറത്തിലും കണ്ടുവരാറുണ്ട്. ഏതാണ്ട് 26 സെ മീ നീളം ഇവയ്ക്കുണ്ട്. ചളിവെള്ളമാണ് ഇവർക്ക് ഏറെ ഇഷ്ടം. ചളിയിൽ തന്നെയാണു മുട്ടയിടുന്നതും. അപൂർവ്വമായി പശ്ചിമേഷ്യ, ജർമ്മനി, വടക്കു പടിഞ്ഞാറൻ ആഫ്രിക്ക, ദക്ഷിണയൂറോപ്പ് എന്നിവിടങ്ങളിലും ഇവയെ കണ്ടുവരാറുണ്ട്.

ആമയുടെ ആയുസ്സ്

180 വർഷം വരെ ജീവിക്കുന്ന ആമകളുണ്ടെന്നാണു പറയപ്പെടുന്നത്. ഒരു കൈപ്പിടിയിലൊതുങ്ങുന്നതു മുതൽ 800 കിലോ വരെ തൂക്കമുള്ള ആമകളുണ്ടത്രേ. ലെതർ ബാക്ക് ടർട്ടിൽ 800 കിലോഗ്രാം വരെ തൂക്കം വയ്ക്കും.

12

കൗശലക്കാരുടെ കൗതുകലോകം

ഇരപിടിയൻ സൂത്രം

മറ്റു മൃഗങ്ങളെ പോലെയല്ല കുറുക്കന്മാർ. ശക്തിയേക്കാൾ ബുദ്ധിയാണ് കുറുക്കന്മാരുടെ ആയുധം. എന്തും തിന്നുന്നതുകൊണ്ട് ഇവർക്ക് ഭക്ഷണ ക്ഷാമം അധികം നേരിടേണ്ടി വരാറില്ല. കാട്ടിലാകുമ്പോൾ അത് സുലഭമാണ് താനും. ഇരയെ ഓടിച്ചിട്ട് പിടിക്കുന്ന തന്ത്രം കുറുക്കനില്ല. വളരെ സാവധാനമാണ് അവന്റെ ഓരോ സമീപനവും. ശബ്ദമില്ലാതെ ഇരയെ സമീപിക്കുന്ന രീതിയാണ് കുറുക്കന്മാരുടേത്. മണംപിടിച്ച് ഇരയെ കണ്ടെത്തിക്കഴിഞ്ഞാൽ, ചെറുജീവികളാണെങ്കിൽ വേഗത്തിൽ അധീനപ്പെടുത്തുകയാണ് ചെയ്യുക. തന്നെക്കാൾ വലിയ ജീവികളോട് മൃദു സമീപനങ്ങൾ സ്വീകരിച്ച് മറ്റുചില തന്ത്രങ്ങൾ മെനയുന്നു. ഇരയുടെ കാലിൽ കടിച്ച് അവയെ രക്ഷപ്പെടുന്നതിൽനിന്നും അസാദ്ധ്യമാക്കുകയാണ് കുറുക്കന്റെ തന്ത്രം.

ബ്ലാൻഫോഡ് കുറുക്കൻ (Blanfords Fox)

ഇന്ത്യയിൽ ചിലയിടങ്ങളിൽ മാത്രം കണ്ടുവരുന്ന ഈ വിഭാഗം കുറുക്കന്മാർ പടിഞ്ഞാറൻ ഏഷ്യയിലാണ് ധാരാളമായുള്ളത്. കൂട്ടംകൂടാൻ ഇഷ്ടപ്പെടാത്ത ഈ വിഭാഗക്കാർ തനിച്ചാണ് വേട്ടയാടുന്നത്. ഇണ ചേരുന്ന സമയങ്ങളിൽ മാത്രം കൂട്ടുകൂടുന്നു. വലിയ ജീവികളെ വേട്ടയാടാനുള്ള ത്രാണിയില്ലാത്തതിനാൽ രാത്രികാലങ്ങളിൽ കാട്ടിലും മറ്റും കണ്ടുകിട്ടുന്ന ചെറുപ്രാണികളാണ് മുഖ്യ ആഹാരം. ഇവ പഴങ്ങളും നന്നായി ഭക്ഷിക്കും. അതുകൊണ്ടുതന്നെ പഴവർഗ്ഗങ്ങൾ വളരുന്ന ഇടതൂർന്ന വനമേഖലയാണ് വിഹരിക്കാൻ ഇക്കൂട്ടർ ഇഷ്ടപ്പെടുന്നത്. മറ്റു കുറുക്കന്മാരെപ്പോലെ അത്രയൊന്നും ബുദ്ധികൂർമ്മതയുള്ളവരല്ല

ബ്ലാൻഫോഡുകൾ. അതിനാൽ കെണിയിൽപ്പെടുത്താൻ ഏറെ എളുപ്പമാണ്. ഈ കാരണത്താൽ ലോകത്ത് വംശനാശം സംഭവിച്ചുകൊണ്ടിരിക്കുന്ന ജീവിവർഗ്ഗങ്ങളിൽ ഇവനും ഉൾപ്പെടും.

ഫെനക്സ് ഫോക്സ് (Fenex Fox)

കുറുക്കന്മാരിൽ ഏറ്റവും ചെറിയ വർഗ്ഗമാണിത്. എന്നാൽ, മറ്റുള്ളവയിൽനിന്നും ഇവയെ വേർതിരിച്ചു നിർത്തുന്നത് ഇവയുടെ ചെവിയുടെ വലിപ്പമാണ്. നീണ്ട് ദൈർഘ്യമേറിയതാണ് ഫെനക്കിന്റെ ചെവികൾ. മണലിൽ കുഴികളുണ്ടാക്കി അതിൽ ജീവിക്കാനാണ് ഇവർക്കിഷ്ടം. അന്തിചായുമ്പോൾ മാളംവിട്ട് ഇര തേടാനിറങ്ങും. പക്ഷികൾ, പല്ലിവർഗ്ഗങ്ങൾ, പ്രാണികൾ, എലികൾ എന്നിവയെയെല്ലാം ഇവ ശാപ്പിടുന്നു. ഏതാണ്ട് 35 മുതൽ 43 വരെ സെന്റിമീറ്റർ നീളമുണ്ടാകും ഒരു ഫെനക്സ് കുറുക്കന്. വെറും ഒന്നര കിലോ മാത്രം തൂക്കം കാണും. അപ്പോൾ ഊഹിക്കാവുന്നതേയുള്ളൂ ഇവയുടെ വലിപ്പം.

ആർട്ടിക് ഫോക്സ് (Artic Fox)

മറ്റുള്ള കുറുക്കന്മാരിൽനിന്നും വ്യത്യസ്തമായി ധാരാളം പ്രത്യേകതകളുള്ള ഒരു വർഗ്ഗമാണ് ആർട്ടിക് ഫോക്സുകൾ. പ്രകൃതിയിലെ കാലാവസ്ഥയ്ക്കനുസൃതമായി നിറംമാറ്റം സംഭവിക്കുന്നതാണ് ഇവയുടെ ശരീരം. മഞ്ഞുകാലത്ത് തൂവെള്ള നിറമായിരിക്കും ഇവയ്ക്ക്. ഉഷ്ണകാലമാകുമ്പോൾ തൊലിയുടെ നിറം വ്യത്യാസപ്പെടുന്നു. ഇവ പക്ഷികളെയും മത്സ്യങ്ങളെയുമാണ് വേട്ടയാടുന്നത്. എന്നാൽ, മറ്റുള്ളതൊന്നും തിന്നില്ല എന്നു വിചാരിക്കേണ്ടതില്ല. തണുപ്പ് കാലത്ത് കരടികളെ പിന്തുടർന്ന് അവ ഭക്ഷണമാക്കാതെ ഉപേക്ഷിച്ചുപോകുന്ന മാംസാവശിഷ്ടങ്ങൾ ഭക്ഷിക്കാറുണ്ട്. അധിക ഭക്ഷണം നാളേക്ക് കരുതിവെക്കുന്ന സ്വഭാവം ഇവയ്ക്കുണ്ട്. മണ്ണിൽ കുഴിയുണ്ടാക്കി അതിൽ സൂക്ഷിക്കുകയാണ് ചെയ്യുക. ഉയർന്ന പ്രദേശങ്ങളിൽ കൂടുകെട്ടി താമസിക്കുന്ന ജീവികളെ അതിസാഹസികമായി പിടികൂടി ഭക്ഷിക്കാൻ ഇവയ്ക്ക് അപാര കഴിവാണത്രെ.

ഞണ്ട് തീനികൾ (Crab Eating Foxes)

ദക്ഷിണ അമേരിക്കയിലാണ് ഈ വിഭാഗം കുറുക്കന്മാരെ അധികവും കണ്ടുവരുന്നത് പുൽപ്രദേശങ്ങളും മരങ്ങൾനിറഞ്ഞ ഇടങ്ങളുമാണ് ഇവയ്ക്ക് പഥ്യം. പേര് സൂചിപ്പിക്കുന്നതുപോലെ ഞണ്ടുകളെയാണ് ഇവയ്ക്ക് പ്രിയം. അതോടൊപ്പം പക്ഷികൾ, മത്സ്യങ്ങൾ, ഇഴജന്തുക്കൾ, പ്രാണികൾ, പല ജീവികളുടെയും മുട്ടകൾ, പഴങ്ങൾ എന്നിവയെല്ലാം ഞണ്ട്തീനി കുറുക്കന്മാർ ഭക്ഷണമാക്കുന്നു. നമ്മുടെ വയലുകളിൽ രാത്രികാലങ്ങളിൽ വിഹരിക്കുന്നത് ഈ വിഭാഗത്തിൽപ്പെട്ട കുറുക്കന്മാരാണ്.

കൾപിയോ (Culpeo)

തെക്കേ അമേരിക്കയിൽ കണ്ടുവരുന്ന നീളം കൂടിയ ഒരു വർഗ്ഗം കുറുക്കന്മാരാണിവ. പർവ്വതനിരകളിലും ഇടതൂർന്ന കാടുകളിലും പുൽമൈതാനങ്ങളിലുമായി കഴിയാനാണ് ഇവയ്ക്കിഷ്ടം. മുയലുകളെയാണ് ഇവ ഏറെയും വേട്ടയാടുന്നത്. ബ്ലാൻഫോഡുകളെ പോലെ പ്രാണികളും പക്ഷികളും ഇവയുടെ ഇരകൾതന്നെ. പഴവർഗ്ഗങ്ങൾ കണ്ടാൽ വെറുതെ നോക്കിനില്ക്കുകയുമില്ല.

വവ്വാൽ ചെവിയൻ (Bat eared Fox)

ചെവിയുടെ പ്രത്യേകത ഒന്നുകൊണ്ടു മാത്രമാണ് വവ്വാൽ ചെവിയൻ എന്ന പേര് ലഭിച്ചത്. തലയിൽ വേറിട്ടുനില്ക്കുന്നതുപോലെ ചെവി ഉയർന്നു നില്ക്കുന്നു. മണ്ണിലൂടെ ഇഴയുന്ന ചെറിയ ചിതലുകളുടെ ശബ്ദംപോലും ഇവയ്ക്ക് പിടിച്ചെടുക്കാൻ കഴിയുമത്രെ. രാത്രികാലങ്ങളിൽ ഇരതേടാൻ ഇറങ്ങുന്ന ഇവയ്ക്ക് ചെറു ഒച്ചുകളെപോലും തിരിച്ചറിയാൻ കഴിയുന്നതു നിമിത്തം, ഒരു ശ്രമവും പാഴായിപ്പോകുന്നില്ല. വളരെ ചെറിയ ശബ്ദംപോലും തിരിച്ചറിയാൻ ഈ ചെവിയന്മാർക്കാകും. ചിതൽ, ഉറുമ്പുകൾ, വണ്ടുകൾ എന്നിവയെയെല്ലാം ഇവ ആഹാരമാക്കുന്നു. ഒളിഞ്ഞിരിക്കുന്നതെന്തും കണ്ടെത്താനുള്ള കഴിവും ഈ വിഭാഗത്തിൽപ്പെട്ട കുറുക്കന്മാരുടെ പ്രത്യേകതയാണ്.

ചുവന്ന കുറുക്കനും ചാരവർണ്ണനും

ലോകത്തിന്റെ മിക്ക ഭാഗങ്ങളിലും കണ്ടുവരുന്ന ഒരു വിഭാഗം കുറുക്കന്മാരാണ് റെഡ് ഫോക്സ്. കാട്ടിലും മേട്ടിലും മരുഭൂമിയിലും പുൽമേടുകളിലും ഇവ ഒരേപോലെ ജീവിക്കുന്നു. അപാരമായ കാഴ്ചശക്തിയും കേൾവിശക്തിയുമുള്ള വിഭാഗമാണിത്. മണംപിടിക്കാൻ റെഡ്ഫോക്സിനോളം കഴിവുള്ള മറ്റൊരു മൃഗമില്ലെന്ന് പറയാറുണ്ട്. മനുഷ്യന്റെ കാഴ്ചവട്ടത്തുനിന്നും അകലം കാക്കാൻ ഈ പ്രത്യേകതകൾ ഇവയെ സഹായിക്കാറുണ്ട്. അതിനാൽ, വംശനാശഭീഷണി നിലനിൽക്കുന്നില്ലെങ്കിലും ലോകത്തിലെ പല രാജ്യങ്ങളിലും റെഡ് ഫോക്സിന്റെ അസാന്നിദ്ധ്യം അനുഭവിച്ചു തുടങ്ങിയിട്ടുണ്ട്.

തലയുടെ പിൻഭാഗം, മാറിടം എന്നിവിടങ്ങളിൽ ചാരനിറത്തോടെയും ഇരുവശങ്ങളിലും തവിട്ട് നിറത്തോടെയുമുള്ളതാണ് ചാരവർണ്ണൻ കുറുക്കന്മാർ. കാനഡ, കൊളംബിയ, വെനിസ്വേല എന്നിവിടങ്ങളിലാണ് ഇവയെ കണ്ടുവരുന്നത്. വേട്ടയാടുമ്പോൾ തനിച്ചാണ് ഇവയുടെ സഞ്ചാരം. ഭക്ഷണമായി എന്തും തിന്നുന്ന സ്വഭാവക്കാരുമാണ്. എങ്കിലും എലികളെ കണ്ടാൽ മറ്റൊന്നും വേണ്ട; അത്രക്കിഷ്ടമാണ്.

13

മരുഭൂമിയിലെ ജീവലോകം

യൂറോമാസ്റ്റിക്സുകളും മൊളാക്കുകളും

മരുഭൂമിപ്രദേശങ്ങളിലും വരണ്ടയിടങ്ങളിലും അപൂർവ്വമായി കണ്ടുവരുന്ന ഒരിനം ഉരഗ വർഗ്ഗമാണ് 'യൂറോമാസ്റ്റിക്സുകൾ.' ഇന്ത്യയിലെ രാജസ്ഥാൻ മരുഭൂമിയിൽ ഇവയുടെ സാന്നിദ്ധ്യമുണ്ട്. മണ്ണിലും മണലിലും ഒരുപോലെ ജീവിക്കാൻ പാകത്തിലുള്ള ശരീരഘടനയാണ് ഇവയ്ക്കുള്ളത്. സാധാരണ ഓന്തുകളിൽനിന്നും ഇവയെ തിരിച്ചറിയുക എളുപ്പമത്രെ. തടിച്ചവാലും അല്പം പരന്ന മുഖവും ഇവയെ വ്യത്യസ്തമാക്കുന്നു. വാലിൽ എഴുന്നുനില്ക്കുന്ന മുള്ളുകൾപോലെയുള്ള ചെതുമ്പലുകളുണ്ട്. ശത്രുക്കളിൽനിന്ന് രക്ഷനേടാൻ ഈ ചെതുമ്പലുകൾ സഹായകമാണ്. ശത്രുക്കളായ പാമ്പുകളെ കാണുമ്പോൾ ഓടി മാളത്തിലൊളിക്കുകയാണ് പതിവ്. അവിടെയും രക്ഷയില്ലെങ്കിൽ വാലുകൊണ്ട് തുരുതുരാ അടിയാണ്. ആ അടികൊണ്ടാൽ പിൻവാങ്ങാത്ത ശത്രുക്കൾ കുറവാണ്. ശത്രുക്കളിൽനിന്ന് രക്ഷപ്രാപിക്കാൻ വേറെയുമുണ്ട് സൂത്രപ്പണികൾ. കഴുത്തിനടിയിലായി തൂങ്ങിക്കിടക്കുന്ന സഞ്ചിപോലുള്ള ഭാഗമാണ് ആ ആയുധം. ഇത് ഒരു ബലൂൺ പോലെ വീർപ്പിച്ച് കാണിക്കുകയാണ് ചെയ്യുക. രക്തവർണ്ണമുള്ള ഒരു ബലൂൺ കണ്ടാൽ പേടിക്കാത്ത ജീവികൾ ഏതാണുണ്ടാവുക?

ആസ്ട്രേലിയൻ മരുഭൂമികളിലും മണൽപ്രദേശങ്ങളിലും കണ്ടുവരുന്ന മറ്റൊരു ഉരഗ ജീവിയാണ് 'ഭീകരന്മാ'രായ മൊളോക്കുകൾ. ഓന്തുവർഗ്ഗക്കാരനാണ് ഇവനും. ഓറഞ്ചും തവിട്ടും നിറങ്ങളോടുകൂടിയ ഇവയുടെ ശരീരമാകെ എഴുന്നുനിൽക്കുന്ന മുള്ളുകളുണ്ട്. ശത്രുക്കളെ പേടിപ്പിക്കാൻ ഇവതന്നെ ധാരാളം. എട്ടിഞ്ച് മാത്രമേ വലുപ്പമുള്ളൂവെങ്കിലും തലഭാഗം മുതൽ വാൽഭാഗം വരെ നിറഞ്ഞുകിടക്കുന്ന മുള്ളുകളാണ്.

ചില നാടുകളിൽ 'മുള്ളൻ പിശാച്' എന്നൊരു അപരനാമം കൂടിയുണ്ട് ഇവയ്ക്ക്. ഈ രണ്ട് ഉരഗവർഗ്ഗങ്ങളും മുട്ടകളിട്ടാണ് വംശവർദ്ധന നടത്തുന്നത്.

മരുഭൂമിയിലെ കപ്പൽ

മരുഭൂമിയിലെ കപ്പലെന്നാണ് ഒട്ടകങ്ങളെ വിളിക്കാറ്. അതിപുരാതന കാലംമുതൽതന്നെ മനുഷ്യൻ യാത്രചെയ്യാനും ഭാരം ചുമക്കാനും ഒട്ടകങ്ങളെ ഉപയോഗപ്പെടുത്തിയിരുന്നു. ജലപാനമില്ലാതെ ദിവസങ്ങളോളം കഴിയാൻ ഒട്ടകങ്ങൾക്കുള്ള കഴിവാണ് മനുഷ്യൻ ഉപയോഗപ്പെടുത്തിയത്. മാത്രവുമല്ല, ഇവയുടെ മാംസവും പാലും മനുഷ്യൻ ആരോഗ്യ സംരക്ഷണത്തിനും വിശപ്പിന്റെ ശമനത്തിനുംവേണ്ടി ആശ്രയിച്ചിരുന്നെന്ന് കാണാം.

ഒട്ടകങ്ങൾ പൊതുവെ രണ്ടുതരമുണ്ട്. അറേബ്യൻ രാജ്യങ്ങളിൽ കണ്ടുവരുന്ന ഒട്ടകങ്ങൾക്ക് ഒരൊറ്റ കൂന് (hump) മാത്രമേയുള്ളൂ. കിഴക്കൻ ആഫ്രിക്കയിലും പടിഞ്ഞാറൻ ഏഷ്യൻ രാജ്യങ്ങളിലും സർവ്വസാധാരണമായ ഒട്ടകങ്ങൾക്ക് രണ്ട് കൂനുകൾ കാണാം. അതുകൊണ്ടുതന്നെ ഇവയെ തിരിച്ചറിയുക എളുപ്പമാണ്. ഒരു ഒട്ടകത്തിന്റെ ആയുസ്സ് 50 മുതൽ 60 വർഷംവരെ കണക്കാക്കിയിട്ടുണ്ട്. ശരീരത്തിലെ കൊഴുപ്പാർന്ന ഭാഗം കേന്ദ്രീകരിക്കപ്പെട്ടതാണ് ഒരു ഒട്ടകത്തിന്റെ കൂന്. ജലം സംഭരിച്ചുവെക്കാനുള്ള ഒന്നല്ലയിത്; പലരും അങ്ങനെ വിശ്വസിക്കുന്നുണ്ടെങ്കിലും! ശരീരം ക്ഷീണിക്കുമ്പോൾ, ആവശ്യമായ ഊർജം പ്രദാനം ചെയ്യുന്നത് ഈ ഭാഗമാണ്. ഒരർത്ഥത്തിൽ ശരീരത്തിലെ ജലനഷ്ടം നികത്തുന്നത് ഈ കൂനുകളാണെന്ന് പറയാം.

ഒട്ടകം ഒരിക്കൽ ജലം കുടിച്ചാൽ, അത് നന്നായിത്തന്നെ ഉപയോഗപ്പെടുത്തും. ഒറ്റത്തവണ 20 മുതൽ 25 ഗാലൻവരെ ജലമാണ് ഒരു ഒട്ടകം കുടിക്കുന്നത്. ഒട്ടകത്തിന്റെ കിഡ്നി മറ്റിതര ജീവജാലങ്ങളുടെ കിഡ്നികളേക്കാൾ വളരെ ഫലപ്രദമായതാണ്. ശരീരത്തിന്റെ ആരോഗ്യകരമായ പ്രവർത്തനത്തിന് ഈ കിഡ്നി ഏറെ സഹായിക്കുന്നു. ഒട്ടകച്ചാണകം ഉപയോഗിച്ച് തീകത്തിക്കാനും ഭക്ഷണം പാകംചെയ്യാനും കഴിയുമത്രെ!

കംഗാരു എലി

നോർത്ത് അമേരിക്കൻ മണൽക്കാടുകളിലെ അന്തേവാസികളാണ് കംഗാരു എലികൾ. ഇരുകാലുകളിലും എഴുന്നേറ്റുനിൽക്കാനുള്ള കഴിവാണ് ഇവയുടെ ഒരു പ്രത്യേകത. എലികളെപ്പോലെതന്നെ കരണ്ടുതിന്നാണ് ഇവ ജീവിക്കുന്നത്. ഒറ്റനോട്ടത്തിൽ ചെറിയ കംഗാരുവിനെപ്പോലെ തോന്നിക്കുന്ന ഇവ 22 വർഗ്ഗങ്ങളുണ്ട്. എങ്കിലും 100 മുതൽ 200 മില്ലിമീറ്റർ വരെ വലിപ്പമേ കാണൂ. പൂർണ്ണ വളർച്ചയെത്തിയ ഒരു കംഗാരു എലിക്ക് 180 ഗ്രാം തൂക്കം കാണും. നീളമുള്ള വാൽ അധികം വണ്ണമില്ലാത്തവയാണ്. മുൻകാലുകളുടെ വലുപ്പമാണ് ഈ എലികളുടെ മറ്റൊരു പ്രധാന പ്രത്യേകത.

മുൻകാലുകൾകൊണ്ട് മണലിൽ വലിയതും ആഴത്തിലുള്ളതുമായ കുഴികളുണ്ടാക്കി അതിൽ കഴിയുകയാണ് കംഗാരു എലികൾ ചെയ്യുന്നത്. മരുഭൂമിയിലെ അത്യുഷ്ണത്തിൽനിന്നും രക്ഷകിട്ടാനാണ് ഇങ്ങനെ ആഴമുള്ള കുഴികളുണ്ടാക്കുന്നത്. വളരെ അപൂർവ്വമായേ ഇവ ജലപാനം നടത്തുകയുള്ളൂ. മരുഭൂമിയിൽ അതിനുള്ള സാദ്ധ്യതയും കുറവാണല്ലോ. മനുഷ്യന്റെ കിഡ്നികളെക്കാൾ നാലിരട്ടി പ്രാപ്തമായ കിഡ്നികളാണ് ഈ എലികളുടേത്.

പ്രാണികളും മുൾച്ചെടികളുടെ ചെറുഭാഗങ്ങളും മരുപ്രദേശങ്ങളിൽ കാണുന്ന അപൂർവ്വയിനം ചെടികളുടെ ഇലകളും മറ്റും കരണ്ടുതിന്നാണ് ഇവ ജീവൻ നിലനിർത്തുന്നത്. മണ്ണ് മാന്തി അവയിൽ ഭക്ഷണപദാർത്ഥങ്ങൾ സൂക്ഷിച്ചുവെക്കുന്ന രീതി ഈ ജീവികൾക്കുണ്ട്. ഭക്ഷണ ദൗർലഭ്യം കണക്കിലെടുത്താണ് ഈ തയ്യാറെടുപ്പ്.

അഡാക്സ്

സഹാറാ മരുഭൂമിയിൽ വംശനാശം നേരിടുന്ന കൃഷ്ണമൃഗമാണ് (ഹരിണം) അഡാക്സ്. മാൻവർഗ്ഗത്തിൽപ്പെട്ട ഈ ജീവിയുടെ ശരീരം വെളുപ്പ് നിറമാണെങ്കിലും നെറ്റിത്തടവും കൊമ്പും കറുത്ത നിറത്തോടു കൂടിയതാണ്. ഉഷ്ണകാലത്ത് ഇവയുടെ നിറം വെള്ളയും ശൈത്യകാലത്ത് ചുവപ്പുമാകും. മണൽപ്രദേശങ്ങളിലൂടെ നടക്കാൻ പാകത്തിലുള്ള കാൽപ്പാദങ്ങളാണ് ഇവയ്ക്കുള്ളത്. ഭക്ഷണത്തിലൂടെ കിട്ടുന്ന ജലാംശമൊഴികെ വെള്ളം കുടിക്കുന്ന സ്വഭാവം ഈ മാൻവർഗ്ഗത്തിനില്ല. പകൽനേരങ്ങളിൽ മണലിൽ ഉണ്ടാക്കിയ കുഴികളിൽ വിശ്രമിക്കുന്ന ഇവ അന്തിയാവുമ്പോഴാണ് ഇര തേടിയിറങ്ങുന്നത്. പൊതുവെ ശാന്തസ്വഭാവക്കാരാണ്. ഇണചേരാൻ പ്രത്യേക കാലമില്ലെങ്കിലും ഒരു പ്രസവത്തിൽ ഒന്നിലേറെ കുഞ്ഞുങ്ങൾ ഉണ്ടാവാറുണ്ട്. നീളമുള്ള കൊമ്പുകൾ ഈ കൃഷ്ണമൃഗത്തിന്റെ സൗന്ദര്യത്തിന് കൂടുതൽ മികവേറ്റുന്നുണ്ട്.

ആഫ്രിക്കൻ ആമ

മണൽപ്രദേശത്തിന്റെ വർണ്ണസാദൃശ്യമുള്ള ഉടലോടെ മരുഭൂമികളിൽ കുഴികളുണ്ടാക്കി ജീവിക്കുന്നവയാണ് ആഫ്രിക്കൻ ആമകൾ. ഇവയുടെ ആവാസകേന്ദ്രം ആഫ്രിക്കൻ മരുപ്രദേശങ്ങളിലാണെങ്കിലും ലോകത്തിന്റെ മറ്റുചില മരുഭൂയിടങ്ങളിലും ഈ വർഗ്ഗത്തിൽപ്പെട്ട ആമകളുടെ സാന്നിദ്ധ്യം തിരിച്ചറിഞ്ഞിട്ടുണ്ട്. സ്വർണ്ണനിറമാർന്ന മേൽഭാഗവും ബ്രൗൺ നിറത്തോടെയുള്ള കീഴ്ഭാഗവുമാണ് ഈ ആമകളുടെ പ്രത്യേകത. സുഡാൻ, ഇത്യോപ്യ, എരിത്രീയ എന്നീ ആഫ്രിക്കൻ രാജ്യങ്ങളിലാണ് ഇവ അധികവും വസിക്കുന്നത്. ജലത്തിന്റെ സാന്നിധ്യമില്ലാത്ത പ്രദേശങ്ങളിൽ ഈ ആമകളുടെ ജീവിതം കൗതുകകരമാണ്. രാത്രികാലങ്ങളിൽ അനുഭവപ്പെടുന്ന അതിശൈത്യംമൂലം ശരീരം തണുത്തുറയുമ്പോൾ പകലിലെ അത്യുഷ്ണംകൊണ്ട് ഇവ ശരീരോഷ്മാവിനെ

സന്തുലനം ചെയ്യുന്നു. കടലാമകളെ പോലെതന്നെ മണലിൽ വലിയ കുഴികളുണ്ടാക്കിയാണ് ഇവയും കഴിയുന്നത്. പ്രജനന കാലത്ത് ഒന്നിലേറെ മുട്ടകൾ ഇവ മണലിലിടുന്നു. മുട്ട വിരിഞ്ഞ് കുഞ്ഞുങ്ങൾ പുറത്തുവരുന്നതുവരെ ഇവയ്ക്ക് വിശ്രമമുണ്ടാവാറില്ല.

മരുഭൂമികളിൽ കാണുന്ന കഴുകവർഗ്ഗത്തിൽപ്പെട്ട പക്ഷികൾ, മണൽപാമ്പുകൾ, മനുഷ്യന്റെ കടന്നുകയറ്റം എന്നിവമൂലം ഇവയുടെ മുട്ടകൾ അപഹരിക്കപ്പെടുന്നു. ശത്രുക്കളിൽനിന്നും എളുപ്പത്തിൽ രക്ഷപ്പെടുക ഇവയ്ക്ക് സാദ്ധ്യമല്ല. വളരെ സാവധാനം നീങ്ങുന്നതുതന്നെ ഒരു കാരണം. സൂക്ഷ്മദൃക്കുകളായ കഴുകന്മാർ ഇവയെ റാഞ്ചിക്കൊണ്ടുപോകാറുണ്ട്. അതുകൊണ്ട് ശത്രുക്കളിൽനിന്നും രക്ഷപ്രാപിച്ച് ഇവ മണൽകുഴികളിൽ അഭയം തേടുന്നു. രാത്രികാലങ്ങളിലെ തണുപ്പിനെ ചെറുക്കാൻ കഴിയാതെ കുഴികളിൽത്തന്നെ കഴിയുന്നവയുമുണ്ട്. ശരീരോഷ്മാവിനെ നിലനിർത്താനും ഇവ ഇങ്ങനെ ചെയ്യുന്നു. വംശനാശം നേരിടുന്ന ആമകളുടെ പട്ടികയിൽ ഒന്നാംസ്ഥാനക്കാരാണിവർ.

വിഷപ്പല്ലി

ഒരു ഉരഗവർഗ്ഗമാണ് പല്ലികൾ. പല്ലിവർഗ്ഗങ്ങളിൽ അനേകം തരക്കാരുണ്ടെങ്കിലും മരുഭൂമികളിൽ മാത്രം കാണുന്ന ചില വിഷപ്പല്ലികളുണ്ട്. നോർത്ത് മെക്സിക്കോ, അമേരിക്കൻനാടുകൾ എന്നിവിടങ്ങളിലാണ് ഇത്തരം വിഷപ്പല്ലികളുടെ ആവാസകേന്ദ്രങ്ങൾ. രണ്ടടിയിലേറെ വലുപ്പമുള്ള ഈ പല്ലികൾ അമേരിക്കയിലെ ഏറ്റവും വലുപ്പമുള്ള പല്ലിവർഗ്ഗങ്ങളിൽ ഒന്നാണ്. പാമ്പുകളേക്കാൾ ശക്തിയുള്ള വിഷംപേറുന്ന ചിലയിനം പല്ലികൾ മരുഭൂമികളിലെ അന്തേവാസികളായുണ്ട്. പക്ഷേ, പാമ്പുകളെപ്പോലെ വിഷപ്പല്ലുകൾ മേൽഭാഗത്തല്ലെന്നു മാത്രം. കീഴ്പ്പല്ലുകളാണ് ഇവയുടെ ആയുധം. പല്ലുകളിലൂടെ വിഷം ശരീരത്തിൽ കുത്തിവെക്കുകയാണ് ഇവ ചെയ്യുന്നത്. മണലിൽ പൂഴ്ന്നുകിടക്കുന്ന ഇവയെ തിരിച്ചറിയുക എളുപ്പമല്ല. പ്രകൃതി നിറത്തോടു സാമ്യമുള്ള നിറമായതിനാലാണിത്. ഇവയുടെ വാൽഭാഗം തടിച്ചിരിക്കും. ശരീരത്തിൽ നിറയെ പുള്ളികൾ ഒരു പ്രത്യേകതയാണ്. വാൽഭാഗത്ത് കൊഴുപ്പു സൂക്ഷിക്കുകയും ഭക്ഷണ ദൗർലഭ്യം നേരിടുമ്പോൾ അവ ഉപയോഗപ്പെടുത്തുകയും ചെയ്യുന്നു.

പല്ലികളെപ്പോലെ തന്നെ ചിലയിനം ചിലന്തികളും മണൽപാമ്പുകളും മരുഭൂമികളിലുണ്ട്. പലപ്പോഴും മനുഷ്യൻ ഇവയുടെ ഇരകളാണ്. അതുകൊണ്ടാണ് മരുഭൂമികളിലെ യാത്രകൾ മനുഷ്യൻ ഭയപ്പെട്ടത്. ലക്ഷക്കണക്കിന് വർഷങ്ങൾക്കുമുമ്പ് ഭൂമിയിൽ പറക്കുന്ന ഉരഗങ്ങളുണ്ടായിരുന്നതായി ശാസ്ത്രം പറയുന്നു. 'ഡ്രാകോ' (Draco Lizards) ഓന്തുകൾ ഒരു ഉദാഹരണം. ഇങ്ങനെ മരുഭൂമിയിലുമുണ്ട് ചിലയിനം പറക്കും ഓന്തുകൾ. ഇവയെ കണ്ട് പേടിച്ചവരുടെ കഥകൾ ചരിത്രത്തിലുണ്ട്.

14

പറക്കാത്ത പറവ

ഭൂമിയിലെ സുന്ദരന്മാരും സുന്ദരികളുമാണ് പെൻഗ്വിനുകൾ. പറക്കാനറിയാത്ത ഈ പറവകൾക്ക് പക്ഷിലോകത്ത് സവിശേഷമായ ശ്രേഷ്ഠതയുണ്ട്. എങ്കിലും പക്ഷികളെപ്പോലെ കരയിൽ മാത്രം ജീവിക്കാനല്ല, മറിച്ച് ജലത്തിൽ നീന്തി നടക്കാനും ഇരതേടാനുമാണ് പെൻഗ്വിനുകൾക്ക് ഇഷ്ടം. കൊടുംശൈത്യമുള്ള അന്റാർട്ടിക്ക പ്രദേശങ്ങളിലും മഞ്ഞുതുള്ളികൾ പെയ്തിറങ്ങുന്ന തണുത്തുറഞ്ഞ ഇടങ്ങളിലും പ്രതികൂല സാഹചര്യങ്ങളെ അതിജീവിച്ച് ഇവ നിലനില്ക്കുന്നത് മനുഷ്യവർഗ്ഗത്തെ എപ്പോഴും അത്ഭുതപ്പെടുത്തിയിട്ടുണ്ട്.

പെൻഗ്വിനുകളെക്കുറിച്ച് മനുഷ്യൻ അടുത്തറിയാൻ തുടങ്ങിയിട്ട് അധികകാലമായിട്ടില്ല. ഏകദേശം 60 മില്യൺ വർഷങ്ങൾക്കുമുമ്പുതന്നെ പെൻഗ്വിനുകളെ ഭൂമുഖത്ത് കാണാൻ തുടങ്ങിയിട്ടുണ്ട്.

കറുപ്പും വെളുപ്പും നിറങ്ങളിലുള്ള തൂവലുകളോടു കൂടിയ ഈ പക്ഷിവർഗ്ഗത്തിന്റെ ആവാസലോകം വിചിത്രമാണ്.

പറവകൾക്കിടയിലെ 'സൂപ്പർ നീന്തൽക്കാർ' എന്ന് പെൻഗ്വിനുകളെ വിളിക്കാറുണ്ട്. ശീതകാലത്ത് ഐസ് പ്രതലത്തിലൂടെ തെന്നിനടക്കുന്ന പെൻഗ്വിനുകളുടെ കാഴ്ച അതിമനോഹരമാണ്.

പൂർവ്വികരുടെ കഥ

പെൻഗ്വിനുകളെക്കുറിച്ച് പഠനം നടത്തിയ ശാസ്ത്രജ്ഞർ പറയുന്നതു പെൻഗ്വിനുകളുടെ പൂർവ്വികർ നന്നായി പറക്കാൻ കഴിവുള്ളവരായിരുന്നു എന്നാണ്. പിന്നീട് ഇവരെങ്ങനെ അധികസമയവും ജലത്തിൽ മാത്രം കഴിയുന്നവരായി മാറി എന്ന കാര്യം ശാസ്ത്രലോകത്തിന് അജ്ഞാതമാണ്. സമയത്തിന്റെ മുക്കാൽഭാഗവും ഇവർ ജലത്തിൽ

തന്നെയാണ്. ഇരയെ അന്വേഷിച്ച് ജലത്തിന്റെ ആഴങ്ങളിലേക്കുള്ള ഇവയുടെ കുതിപ്പ് രസകരമായ കാഴ്ചയാണ്. ന്യൂസിലാന്റിലും ഓസ്ട്രേലിയയിലും നടത്തിയ ചില ഉത്ഖനനങ്ങളിൽ പെൻഗ്വിനുകളുടെ ശരീരാവശിഷ്ടങ്ങൾ കണ്ടെത്തിയിട്ടുണ്ട്. ഇതു പ്രകാരം 60 മില്യൺ വർഷമാണ് ഇവയുടെ പ്രായം കണക്കാക്കിയിരിക്കുന്നത്.

കരയിൽ പെൻഗ്വിനുകൾ നടക്കുന്നത് കാണേണ്ടതുതന്നെയാണ്. ശരീരത്തിന്റെ വളരെ പിറകിൽ കാലുകളുടെ സ്ഥാനമുള്ളതുകൊണ്ടു തന്നെ ഏറെ ആയാസപ്പെട്ടാണ് ഇവ നടക്കുക. ഇരുകാലുകളിൽ നിവർന്നുനില്ക്കുമ്പോൾ മുഖം കുത്തിവീഴുമോ എന്ന് ഭയപ്പെട്ടുപോകും.

ശരീരഘടന

നീളമേറിയ രണ്ടു നിരകളിൽ തീരെ ചെറിയ തൂവലുകളോടുകൂടിയ വിചിത്രമായ ചിറകാണ് പെൻഗ്വിനുകൾക്കുള്ളത്. വെള്ളത്തിൽ നീന്താൻ മാത്രമേ ഇത് ഉപകരിക്കുകയുള്ളൂ. മത്സ്യചിറകിന്റെ ധർമ്മമാണ് ഇതിനുള്ളത്. നീന്തുമ്പോൾ മുന്നോട്ടുള്ള പ്രയാണത്തിന് സഹായകമായ പാദങ്ങളാണുള്ളത്. മണിക്കൂറിൽ 35 കി മീ വേഗതയിൽ നീന്താൻ ഇവയ്ക്കു കഴിയും. 40–120 സെ മീറ്റർ നീളവും 40 കിലോ ഭാരവുമുള്ള ഇവയെ സംബന്ധിച്ചിടത്തോളം ഇത്ര വേഗത തന്നെ വലുതാണ്. ഇരപിടിക്കുമ്പോഴും ശത്രുക്കളിൽനിന്ന് രക്ഷപ്പെടുമ്പോഴുമാണ് ഈ വേഗത പ്രകടിപ്പിക്കുന്നത്.

പെൻഗ്വിനുകളുടെ ഏകദേശ വലുപ്പമാണ് മുകളിൽ സൂചിപ്പിച്ചതെങ്കിലും പെൻഗ്വിൻ ചക്രവർത്തിമാർക്ക് 60 പൗണ്ടിലേറെ ഭാരം കാണും. പെൻഗ്വിനുകളിൽ കൂടുതൽ സൗന്ദര്യം ആൺവർഗ്ഗങ്ങൾക്കാണ്. ചെറുമത്സ്യങ്ങൾ, കൂന്തൾ, ചെമ്മീനുകൾ എന്നിവയാണ് ഇവയുടെ മുഖ്യാഹാരം. കടലിലായിരിക്കുമ്പോഴും പെൻഗ്വിനുകൾക്ക് ധാരാളം ശത്രുക്കളുണ്ട്. പുള്ളിക്കടൽനായ, ഹിംസ്ര സ്രാവുകൾ, തിമിംഗലം എന്നിവ ഇവയുടെ ശത്രുക്കളാണ്. വെള്ളത്തിൽ ആരെയും എതിരിടാനുള്ള കരുത്ത് പെൻഗ്വിനുകൾക്കുണ്ടെന്ന് പറയാറുണ്ട്. കരയിൽ ഇവർ വെറും പാവങ്ങളാണ്. സാധാരണ പെൻഗ്വിൻ പക്ഷിയുടെ ആയുസ്സ് 25–35 വർഷമാണ്. എങ്കിലും ഇത്രകാലവും ഇവ ജീവിക്കുന്നത് അപൂർവ്വമാണ്.

തേനീച്ചകളുടെ സാമൂഹികബോധവും കൂട്ടായ്മയും മാതൃകയാക്കുന്നവരാണ് പെൻഗ്വിനുകൾ. ഇരപിടിക്കാനും ഭക്ഷണം വീതംവെക്കാനും ഇവ കൂട്ടംകൂടും. ഈ ഒത്തുചേരലിനെ ഇംഗ്ലീഷ് ഭാഷയിൽ 'റൂക്കറീസ്' (Rookeries) എന്നു വിളിക്കുന്നു. ആയിരക്കണക്കിന് പെൻഗ്വിനുകളുടെ മഹാനഗരമെന്ന മറ്റൊരർത്ഥത്തിൽ വിളിക്കാം.

പെൻഗ്വിനുകളുടെ സൗന്ദര്യത്തെപ്പോലെ തന്നെ അവയുടെ പേരിലുമുണ്ട് ഒരു 'സൗന്ദര്യം.' ഉദാഹരണത്തിന് നല്ല പാദങ്ങളോടുകൂടിയ പെൻഗ്വിനുകളെ 'റോക്ക് ഹോപ്പേഴ്സ്' എന്നു വിളിക്കുന്നു. ഉയരമുള്ള പാറകളിൽ വീഴാതെ വേഗത്തിൽ നടക്കാൻ മിടുക്കരാണിവർ. ഇവയിൽ ഒന്നര

അടി മാത്രം വലിപ്പമുള്ളവയുമുണ്ട്. മൂന്ന് പൗണ്ടിന് താഴെയാണ് ഇവയുടെ തൂക്കം. സർക്കസിലെ കോമാളികളെപ്പോലെ പെൻഗ്വിൻ കൂട്ടത്തിലെ കുള്ളന്മാരാണിവർ!

പെൻഗ്വിനും മനുഷ്യനും

മനുഷ്യനുമായി പെൻഗ്വിനുകൾക്ക് വലിയ ചങ്ങാത്തമില്ലെങ്കിലും ചില സാമ്യതകളുണ്ട്. മനുഷ്യൻ കഴിക്കുന്ന ചില ഭക്ഷണപദാർത്ഥങ്ങൾ പെൻഗ്വിനുകൾക്ക് ഇഷ്ടമാണ്. പലപ്പോഴും മനുഷ്യനുമായുള്ള ഇടപഴകൽ പെൻഗ്വിനുകൾക്ക് ദോഷം മാത്രമേ വരുത്തിവെച്ചിട്ടുള്ളൂ. വളരെ സുരക്ഷിതമായി മുട്ടയിട്ടു കൂട്ടുന്നത് വൻതോതിൽ നശിക്കാനും ഇതു വംശവർദ്ധന പരിമിതപ്പെടാനും ഇടയാക്കുന്നു. മാത്രമല്ല, പെൻഗ്വിനുകളുടെ കൊഴുപ്പിൽനിന്നു നിർമ്മിക്കുന്ന എണ്ണ ആഗോളതലത്തിൽ വിപണനം ചെയ്യുന്നുണ്ട്. വിളക്കു കത്തിക്കാൻ ഈ എണ്ണ വളരെ നല്ലതാണ്. ഓയിൽ നിർമ്മാണത്തിന് വേണ്ടി മാത്രം 1,50,000 പെൻഗ്വിനുകളാണ് ലോകത്ത് കൊലചെയ്യപ്പെട്ടത്.

പെൻഗ്വിനുകളെ സംരക്ഷിക്കേണ്ടതിന്റെ ആവശ്യകതയെക്കുറിച്ച് ഇന്ന് ആഗോളതലത്തിൽ ചർച്ചകളും പഠനങ്ങളും നടക്കുന്നുണ്ട്. വംശനാശം സംഭവിച്ചുകൊണ്ടിരിക്കുന്ന മിക്കയിനം പെൻഗ്വിനുകളെയും ഭൂമുഖത്ത് നിലനിർത്തേണ്ടതിന്റെ പ്രാധാന്യത്തെക്കുറിച്ചാണ് ചർച്ചകളൊക്കെയും. 1959 ൽ 12 രാജ്യങ്ങൾ 'അന്റാർട്ടിക് ട്രീറ്റി' എന്ന ഉടമ്പടിയിൽ ഒപ്പുവെച്ചിരുന്നു. പെൻഗ്വിനുകളുടെ സംരക്ഷണമാണ് ഉടമ്പടിയുടെ കാതൽ. ഭൂമിയിലെ സുന്ദരന്മാരെയും സുന്ദരികളെയും സംരക്ഷിക്കേണ്ട ബാധ്യത പരിസ്ഥിതിയെയും, സൗന്ദര്യത്തെയും കാംക്ഷിക്കുന്ന ഓരോ വ്യക്തിക്കുമുണ്ട്.

പതിനേഴുതരം

ഏകദേശം പതിനേഴുതരം പെൻഗ്വിനുകൾ ലോകത്തുണ്ട്. എന്നാൽ ഒരേ രൂപത്തിലല്ല ഇവ. ഓറഞ്ച് നിറത്തിൽ തലയുള്ളവരുണ്ട്. ചിലർക്ക് നീളമുള്ള കണ്ണുകളാണ്. മറ്റുചിലർക്ക് വാലിന്റെ ആകൃതി വ്യത്യാസപ്പെട്ടിരിക്കും, ഒരു ബ്രഷുപോലെ!

പൊതുവെ ആർദ്രതയുള്ള മനസ്സിന്റെ ഉടമകളാണ് പെൻഗ്വിനുകളെങ്കിലും ധീരന്മാരും, കോപികളും കുറവല്ല.

ഓറഞ്ചും മഞ്ഞയും നിറംകലർന്ന തൂവലുകളോടുകൂടിയ പെൻഗ്വിനുകളെ ശാസ്ത്രലോകം 'മക്കറോണി' എന്നു വിളിക്കുന്നു. പതിനെട്ട്, പത്തൊമ്പത് നൂറ്റാണ്ടുകളിൽ ഇംഗ്ലണ്ടിലെ യുവാക്കൾക്കിടയിൽ നിലവിലുണ്ടായിരുന്ന ഒരുതരം ഹെയർസ്റ്റൈലിൽ നിന്നാണ് ഈ പേരുണ്ടായത്. ഇവയുടെ കരച്ചിൽ അലോസരമുണ്ടാക്കുന്നതാണ്. കഴുതകളുടെ ശബ്ദത്തിൽ കരയുന്ന പെൻഗ്വിനുകളുമുണ്ട്.

പ്രതിരോധശക്തി

കരയിലായാലും കടലിലായാലും പെൻഗ്വിനുകൾക്ക് പൊതുവെ പ്രതിരോധശക്തി കുറവാണ്. മെയ് അവസാനം മുതൽ ജൂൺ അവസാനംവരെ അന്റാർട്ടിക്കയിലെ ധവളഭൂമിയിൽ പെൻഗ്വിൻ പക്ഷികളുടെ നീണ്ടനിര കാണാം. മഞ്ഞുകാലം ഇവയ്ക്ക് മധുവിധു കാലമാണ്. പെൺ പെൻഗ്വിനുകൾ മുട്ടയിടുന്നത് ഈ കാലത്താണ്. പലതരം പെൻഗ്വിനുകൾക്കും പലതരം മുട്ടകളായിരിക്കും. ചില പെൻഗ്വിനുകൾ മിനുസമുള്ള കല്ലുകൾ പാകിയ കുഴികളിലാണ് മുട്ടയിടുന്നത്. മറ്റുചിലർ പുൽക്കൂനകളിൽ മുട്ടയിടുന്നു.

ആറോ എട്ടോ ആഴ്ചയാണ് അടയിരിക്കുന്നത്. മുട്ടവിരിഞ്ഞ് കുഞ്ഞുങ്ങൾ പുറത്തുവന്നാൽ ആൺവർഗ്ഗവും പെൺവർഗ്ഗവും ഒരുമിച്ചാണ് ഭക്ഷണം തേടിപ്പോവുക. തൂവൽ കിളിർത്തുവരുന്നതോടെ കുഞ്ഞു പെൻഗ്വിനുകൾ നീന്താനും ഇരതേടാനും പഠിക്കുന്നു.

പെൻഗ്വിൻ കുട്ടിക്ക് 'ചീക്ക്' എന്നാണ് ഇംഗ്ലീഷിൽ പറയുക. അമ്മയുടെ കൊക്കിൽനിന്നു നേരിട്ട് ഭക്ഷണം സ്വീകരിക്കുന്ന രീതിയാണ് ഇവയ്ക്കുള്ളത്. അടയിരിക്കുന്ന കാലത്ത് പൊതുവെ ഭക്ഷണം ഉപേക്ഷിക്കുന്നതാണ് പതിവ്. പതിനഞ്ച് ആഴ്ചകൾ ഭക്ഷണമില്ലാതെ പെൻഗ്വിന് ജീവിക്കാൻ കഴിയും.

പെൻഗ്വിനുകളെപ്പോലെ 'ഡൈവ്' (dive) ചെയ്യാൻ കഴിവുള്ള പക്ഷികൾ കുറവാണ്. ഇരയെ കീഴ്പ്പെടുത്തുന്നതിനുവേണ്ടി 70 അടിയിലേറെ ഉയരത്തിൽ ചാടാൻ പെൻഗ്വിനുകൾക്ക് കഴിയും. മാത്രമല്ല, വെള്ളത്തിനടിയിൽ 18 മിനിട്ട് ശ്വാസംവിടാതെ മുങ്ങിയിരിക്കുവാനും ഇവയ്ക്കു കഴിയും.

15

പ്രാണികളുടെ അത്ഭുതലോകം

ഇന്ത്യയിൽ എല്ലായിടങ്ങളിലും പ്രാണിവർഗ്ഗങ്ങളുണ്ട്. ചുട്ടുപൊള്ളുന്ന താർ മരുഭൂമിയും തണുത്തുറഞ്ഞ ഹിമാലയൻ സാനുക്കളും ഇതിൽനിന്ന് വ്യത്യസ്തമല്ല! തടാകങ്ങളിലും അരുവികളിലും മാത്രമല്ല, നിങ്ങളുടെ ചുറ്റുവട്ടങ്ങളെല്ലാം ഇവയുടെ വിഹാരകേന്ദ്രങ്ങളാണ്. ഇലകൾക്കിടയിൽ മറഞ്ഞും ആകാശത്ത് പറന്നും പൂക്കളിൽ തെളിഞ്ഞും അവ സഞ്ചരിക്കുന്നു.

മനുഷ്യനേത്രങ്ങൾക്ക് കാണാൻ കഴിയാത്തവണ്ണം ചെറുതും ഒരു എലിയേക്കാൾ വലുപ്പമുള്ളതുമായ പ്രാണിവർഗ്ഗങ്ങൾ ഈ പ്രപഞ്ചത്തിലുണ്ട്! തന്റെ ഭാരത്തെക്കാൾ പതിന്മടങ്ങ് ഭാരമുള്ള വസ്തുക്കൾ വഹിക്കാൻ കെല്പുള്ളവയും കുഞ്ഞിച്ചിറകിനാൽ ആയിരക്കണക്കിന് മൈലുകൾ പറക്കുന്നവയുമായി അത്ഭുതപ്പെടുത്തുന്നതാണ് പ്രാണികളുടെ ലോകം.

മനുഷ്യൻ ഭൂമിയിൽ വസിക്കാൻ ആരംഭിക്കുന്നതിനും എത്രയോ വർഷം മുമ്പ് ഇവിടെ ഉണ്ടായിരുന്നതാണ് പ്രാണിവർഗ്ഗങ്ങൾ. ഇഴജന്തുക്കൾക്കുംമുമ്പേ പിറവിയെടുത്തതാണവ. ഏതാണ്ട് ഒരു മില്യനിലധികം പ്രാണിവർഗ്ഗങ്ങൾ ലോകത്തുണ്ടെന്നാണ് ശാസ്ത്രത്തിന്റെ കണക്കുകൾ. ഈ ലോകത്തിലെ എല്ലാതരം മൃഗങ്ങളെയും ഒരുമിച്ചുചേർത്ത് കണക്കുകൂട്ടിയാൽ, അതിനേക്കാളേറെ പ്രാണികൾ വരുമെന്നു പറഞ്ഞാൽ വിശ്വസിക്കാൻ ബുദ്ധിമുട്ടാവും. എന്നാൽ, സത്യമതാണ്.

എത്രതരം?

പ്രാണികളെ പൊതുവെ രണ്ട് ഗ്രൂപ്പുകളായി തിരിക്കാറുണ്ട്. അതിൽ ഏറ്റവും പ്രധാന ഇനമാണ് ഈച്ചകളുടെയും ചിത്രശലഭങ്ങളുടെയും

വിഭാഗമായ പറക്കുംപ്രാണികൾ. ഇഴയുന്ന വർഗ്ഗത്തിൽപ്പെട്ട പ്രാണികളാണ് രണ്ടാമത്തെ വിഭാഗത്തിൽ വരുന്നത്. ഉറുമ്പുകളും ചെറുതരം പുഴുക്കളും മറ്റും ഈ വിഭാഗത്തിൽപ്പെടുന്നു. പല പ്രാണികൾക്കും തല തിരിക്കാതെ തന്നെ പല കോണുകളിലേക്ക് കാഴ്ചയെ കേന്ദ്രീകരിക്കാൻ കഴിയുമത്രെ. മനുഷ്യനില്ലാത്ത പല പ്രത്യേകതകളും അതുകൊണ്ടു തന്നെ പ്രാണിവർഗ്ഗങ്ങൾക്കുണ്ട്. തലയിൽനിന്ന് ഇരുവശങ്ങളിലേക്കും നീണ്ടുകിടക്കുന്ന നേർത്ത 'കൊമ്പുകൾ' ഒരു സവിശേഷതയാണ്. ഗന്ധം, ശബ്ദം, രുചി എന്നിവ തിരിച്ചറിയാൻ ഈ അവയവം പ്രാണികളെ സഹായിക്കുന്നു.

ഒരു പ്രാണിയെക്കുറിച്ച് ചിന്തിക്കുമ്പോൾ നമ്മുടെ മനസ്സിലേക്ക് ആദ്യം ഓടിയെത്തുക അവയുടെ ശാരീരികമായ പ്രത്യേകതകളാവും. ആറു കാലുകളും രണ്ട് ചിറകുകളുമുള്ള ഒരു ജീവി എന്ന സാമാന്യ നിർവ്വചനം നാം അവയ്ക്ക് കൊടുക്കുന്നു. എന്നാൽ, ഇത് പൂർണ്ണമായും ശരിയായ നിഗമനമല്ല, അല്ലാത്തതരം പ്രാണിവർഗ്ഗങ്ങളുമുണ്ട്.

പ്രാണികളും അവയുടെ കാലുകളും

ഒരു പ്രാണി നടക്കുന്നത് ശ്രദ്ധിച്ചിട്ടുണ്ടോ? ഇല്ലെങ്കിൽ ഒന്നു നിരീക്ഷിക്കാൻ ശ്രമിക്കുക. പലപ്പോഴും ആറു കാലുകളുള്ള ഒരു പ്രാണി മൂന്നു കാലുകൾ ഉപയോഗിച്ചാണ് നടക്കുക. മൂന്നു കാലുകൾ നിലത്തായിരിക്കുമ്പോൾ, മൂന്നെണ്ണം ഉയർന്നിട്ടായിരിക്കുമെന്നർത്ഥം. ശരീരത്തിന്റെ തുലനതയെ (balance) നിയന്ത്രിക്കുന്നത് ഈ കാലുകളാണ്. മേൽത്തട്ടിൽ താഴോട്ട് വീണുപോവാതെ നടന്നുനീങ്ങുന്ന പ്രാണികൾ ഒരു അത്ഭുതമായി തോന്നുന്നത് അതുകൊണ്ടാണ്. ഏതൊരു പ്രതലത്തിലും അള്ളിപ്പിടിച്ച് നടക്കാനുള്ള കഴിവ് പ്രാണികൾക്കുണ്ട്. മിനുസമാർന്ന പ്രതലത്തിൽപ്പോലും ഒട്ടിപ്പിടിച്ചു നില്ക്കാനുള്ള കാലുകളുടെ പ്രത്യേകതതന്നെയാണ് ഇതിനു പിന്നിൽ. മാത്രമല്ല, വായകൊണ്ടുമാത്രം ഭക്ഷണപദാർത്ഥത്തിന്റെ രുചി തിരിച്ചറിയുകയല്ല ഒരു പ്രാണി ചെയ്യുന്നത്. മറിച്ച്, അവയുടെ കാലുകൾക്ക് രുചിഭേദങ്ങൾ മനസ്സിലാക്കാനുള്ള അപാരകഴിവുണ്ട്. മാത്രമോ? കാലുകൾകൊണ്ട് ശബ്ദം തിരിച്ചറിയാനുള്ള കഴിവും ചില പ്രാണികൾക്കുണ്ട്. ചീവീടുകളും പുൽച്ചാടികളും ഇത്തരം പ്രത്യേകതയുള്ള പ്രാണികളാണ്. അതിന്റെ മുൻകാലുകളാണ് ഇങ്ങനെ ശ്രവണസഹായിയായി പ്രവർത്തിക്കുന്നത്.

ഇനി ഇത്തരം പ്രത്യേകതകളില്ലാത്ത പ്രാണിവർഗ്ഗങ്ങൾ എങ്ങനെയാണ് ശബ്ദം തിരിച്ചറിയുന്നതെന്ന് ആലോചിച്ചു നോക്കിയിട്ടുണ്ടോ? അധികം പ്രാണികൾക്കും ശരീരത്തിൽ രോമങ്ങളുണ്ടായിരിക്കും. ഈ രോമങ്ങളിൽ ശബ്ദതരംഗങ്ങൾ തട്ടുമ്പോൾ പ്രകമ്പനം (vibrate) കൊള്ളുകയും അങ്ങനെ ഒരു വസ്തുവിന്റെ/ശത്രുവിന്റെ സാന്നിദ്ധ്യം അവ തിരിച്ചറിയുകയും ചെയ്യുന്നു. ഈ ചിറകുകൾ ശക്തിയായി ഉരസി ശബ്ദം സൃഷ്ടിക്കുന്ന ചീവീടുകളെ കണ്ടിട്ടില്ലേ? രാത്രികാലങ്ങളിലെ

പാട്ടുകാരാണവർ. പച്ചത്തുള്ളനും ഇങ്ങനെ മുൻകാലുകളും ചിറകുകളും ഉപയോഗിച്ച് സംഗീതം പൊഴിക്കാൻ കഴിയും. ഇവ പെൺവർഗ്ഗമല്ലെന്നോർക്കണം. പക്ഷേ, പെണ്ണിനെ ആകർഷിക്കാനുള്ള സൂത്രമാണിത്. ചീവീടുകൾക്ക് (cricket) കാതുകൾ ഉള്ളതുകൊണ്ട് ആണിന്റെ പാട്ട് പെണ്ണിന്റെ കാതിൽ പതിയാതിരിക്കില്ലല്ലോ?

ജലത്തിലെ പ്രാണികൾ

കരയിൽ മാത്രമല്ല, ജലത്തിലും ധാരാളം പ്രാണിവർഗ്ഗങ്ങളുണ്ട്. ഇവയിൽ ചിലത് നമ്മുടെ നേത്രങ്ങൾകൊണ്ട് കാണാൻ കഴിയുന്നവയാണ്. അങ്ങനെയല്ലാത്തവയുമുണ്ട്. ഒരു കുളത്തിന്റെ കരയിൽ ചെന്നുനിന്ന് വെള്ളത്തിലേക്ക് സൂക്ഷിച്ചുനോക്കൂ. അപ്പോൾ കാണാം പ്രാണിവർഗ്ഗത്തിന്റെ വിസ്മയലോകം. ജലോപരിതലത്തിൽ വേഗത്തിൽ പാഞ്ഞു നടക്കുന്ന 'എഴുത്തച്ഛൻ പ്രാണിയെ' (water bugs) ശ്രദ്ധിച്ചിട്ടുണ്ടാവുമല്ലോ? വിദഗ്ദ്ധനായ ഒരു 'ഐസ് സ്കെയ്റ്ററെ'പ്പോലെയാണിവ! മുൻകാലുകൾകൊണ്ട് ഇരകൾ പിടിച്ചും കൂർത്ത ചുണ്ടിനാൽ ചെറുപ്രാണികളുടെ ജീവനെടുത്തും ഇവ സ്വൈരമായി വിഹരിക്കുകയാണ്.

നദികളിലും തടാകങ്ങളിലും കണ്ടുവരുന്ന 'ജലവണ്ടുകൾ' (water beetle) ഒരു പ്രത്യേകതരം പ്രാണിവർഗ്ഗമാണ്. തുഴയുടെ ആകൃതിയിലുള്ള കാലുകൾ ഉപയോഗിച്ച് ജലത്തിലൂടെ വളരെ വേഗത്തിൽ തുഴഞ്ഞുനടക്കാൻ ഇവയ്ക്ക് കഴിയുന്നു. ധാരാളം സമയം ജലത്തിനടിയിൽ വസിക്കാനും ഈ ജീവിക്ക് നിഷ്പ്രയാസം കഴിയും. നീന്തൽവിദഗ്ദ്ധരായ ജലവണ്ടുകളെയും കാണാൻ കഴിയും. ഇവ കരയിലും ജലത്തിലും ഒരുപോലെ കഴിയാൻ ഇഷ്ടപ്പെടുന്നവയാണ്. ഇവയെ 'ജലനരികളെ'ന്നും വിളിക്കാറുണ്ട്. വലിയ മത്സ്യങ്ങളെപ്പോലും വകവരുത്താനുള്ള കഴിവും തന്ത്രവും ഉള്ളതുകൊണ്ടാണ് ഇവയ്ക്ക് ഈ പേര് വീണത്. കറുപ്പിലും നീലയിലും കണ്ടുവരുന്ന ചെറിയതരം ജലവണ്ടുകളും ഇവയുടെ ഗണത്തിൽപ്പെടുന്നവയാണെങ്കിലും മിക്കനേരങ്ങളിലും ജലോപരിതലത്തിലാണ് ചെറു ജലവണ്ടുകളുടെ വാസം.

ചൈനയിലെ ഡ്രാഗൺ പ്രസിദ്ധമാണല്ലോ. ഒറ്റനോട്ടത്തിൽ ഡ്രാഗണിനെ ഓർമ്മപ്പെടുത്തുന്ന ജലപ്രാണിവർഗ്ഗമാണ് 'വാട്ടർ ഡ്രാഗൺ.' മാസങ്ങളോളം വെള്ളത്തിൽ വസിക്കാനുള്ള കഴിവ് ഇവയ്ക്കുണ്ട്. ചിലപ്പോൾ ഒരു വർഷത്തോളം ഇവ ജലവാസം നടത്തുന്നു. ശരീരത്തിലെ ചെറിയ ഗ്രില്ലുകൾ ഉപയോഗിച്ച് ശ്വസിച്ചുകൊണ്ടാണ് ഈ കാലയളവിൽ ഇവ ജീവൻ നിലനിർത്തുന്നത്.

ഈച്ച-ഒരു സാമൂഹിക പ്രാണി

ഉറുമ്പുകളെപ്പോലെ ഒരു സാമൂഹിക പ്രാണിയാണ് (social insect) ഈച്ചകൾ. നമ്മുടെ വീടിന്റെ അകത്തളങ്ങളിൽ ശല്യക്കാരായി ഇവർ വിഹരിക്കുന്നു. ഒരുപരിധിവരെ ഉറുമ്പുകളുടെ സാമൂഹികജീവിതമാണ്

ഈച്ചകളുടേതും. അതിൽത്തന്നെ തേനീച്ചകളെ പ്രത്യേകം പഠിക്കേണ്ടതുണ്ട്. ഒരു രാജ്ഞിക്കുകീഴെ പതിനായിരക്കണക്കിന് തേനീച്ചകൾ അവരുടെതായ ഡ്യൂട്ടികൾ നിർവ്വഹിച്ച് സദാ ജാഗരൂകരായി കഴിയുന്നു. ഒരു രാജ്ഞി ഒരു മില്യൻ മുട്ടകളിടുമത്രെ. അതിന്റെ പ്രധാന ജോലിയും ഇതുതന്നെ. പെൺവർഗ്ഗത്തിനാണ് ജോലിയെല്ലാം. ആണുങ്ങൾ വെറുതെ മടിയന്മാരായി കറങ്ങിനടക്കും.

തേനീച്ചകൾക്കും ഉറുമ്പുകൾക്കുമുള്ള ഒരു പൊതുസവിശേഷത, പെൺവർഗ്ഗത്തിന് അവർക്കിടയിലുള്ള സ്വാധീനവും നിലയുമാണ്. പ്രാണികൾക്കിടയിൽ പെൺവർഗ്ഗത്തിന് പ്രത്യേകതകളേറെയുണ്ട്. കൊതുകുകളുടെ കഥയും തഥൈവ. കൊതുകുകളിൽ മനുഷ്യനെ കടിക്കുന്നത് പെൺകൊതുകുകൾ മാത്രമാണെന്ന് എത്ര പേർക്കറിയാം? അതുകൊണ്ടുതന്നെ, മനുഷ്യന്റെ പ്രഹരമേറ്റ് ചാവുന്നതും ഇവതന്നെ! ആൺവർഗ്ഗമാകട്ടെ, ജലവും പൂന്തേനുംകൊണ്ടാണ് ജീവിതം നീക്കുന്നത്. ഏറിയാൽ ഒരു മാസമാണ് കൊതുകിന്റെ ആയുസ്സ്.

എല്ലാവർക്കും ഭക്ഷണം

പ്രാണികൾ വ്യത്യസ്ത തരത്തിൽപ്പെട്ട ഭക്ഷണം ഇഷ്ടപ്പെടുന്നു; മനുഷ്യരെപ്പോലെത്തന്നെ. മുൻവശത്തെ ഇരട്ട കൈകൾ ഉപയോഗിച്ചാണ് ചിലയിനം പ്രാണികൾ ഭക്ഷണം അകത്താക്കുന്നത്. ചീവീടുകൾ, ഉറുമ്പുകൾ, പച്ചത്തുള്ളന്മാർ എന്നിവ ഇതിന് ഉദാഹരണങ്ങളാണ്. മറ്റു ചില പ്രാണികൾക്ക്, ഉദാഹരണത്തിന് ചിത്രശലഭങ്ങൾക്ക്, വലിച്ചുകുടിക്കാനുള്ള 'ട്യൂബുകൾ' (sucking tubes) ശരീരത്തിലുണ്ട്.

നന്നായി കടിച്ചുമുറിച്ചു തിന്നാനുള്ള കഴിവ് ചിലയിനം പ്രാണികൾക്കുണ്ട്. മാംസം, ഇലകൾ, മരത്തടികൾ എന്നിവ മൂർച്ചയുള്ള മുൻഭാഗമുപയോഗിച്ച് ഇവ ശാപ്പിടുന്നു. തെങ്ങിന്റെ മണ്ട തുരന്ന് ഭക്ഷണമാക്കുന്ന 'തുരപ്പൻ' പ്രാണിയെ കണ്ടിട്ടില്ലേ? മണ്ണിൽ ഒളിച്ചിരുന്ന് ലാർവകളെ പിടിച്ചുതിന്നുന്ന ചിലയിനം പ്രാണിവർഗ്ഗത്തെ നിരീക്ഷണവിധേയമാക്കിയാൽ, അവയുടെ രസകരമായ 'തീറ്റപ്രിയം' കണ്ടെത്താൻ കഴിയും. മണ്ണിൽ കുഴിയുണ്ടാക്കി ഒളിച്ചിരുന്ന് ചെറിയ ഉറുമ്പുകളെയും പ്രാണികളെയും അകത്താക്കുന്ന വിരുതന്മാരായ 'കുഴിയാന'കളെ (antilons) കണ്ടിട്ടില്ലേ? ഒരു ആനയുടെ രൂപസാദൃശ്യമാണിവയ്ക്ക്. മാംസഭോജികളായ പ്രാണികൾക്ക് ഉദാഹരണമാണ് കുഴിയാനകൾ. വെറും ഇലകൾ മാത്രം ഭക്ഷിച്ച് സസ്യാഹാരപ്രിയരായി കഴിയുന്ന പ്രാണികളും ലോകത്ത് കുറവല്ല. മഴക്കാടുകളിൽ ഇവരുടെ സാന്നിദ്ധ്യം ഏറെയുണ്ട്.

പ്രകൃതിസംരക്ഷകർ

അത്ര നിസ്സാരമായി തള്ളിക്കളയാൻ കഴിയുന്നതല്ല പ്രാണികളുടെ ലോകം. മനുഷ്യനും പ്രകൃതിക്കും അവ ഒരുപാട് ഉപകാരങ്ങൾ നേരിട്ടും അല്ലാതെയും ചെയ്യുന്നുണ്ട്. സസ്യലോകത്തെ അതിന്റെ പച്ചപ്പോടെ

നിലനിർത്തുന്ന എത്രയെത്ര പ്രാണിവർഗ്ഗമാണ് നമുക്ക് ചുറ്റിലുമുള്ളതെന്ന് ഒന്നോർത്തുനോക്കൂ. മണ്ണിനെ ഫലഭൂയിഷ്ഠമാക്കുന്നത് ചിലയിനം പ്രാണികളാണ്. പൂന്തോട്ടങ്ങളിൽ കടന്നുകൂടി ചെടികളെ തിന്നുനശിപ്പിക്കുന്ന കീടങ്ങളെ ഇല്ലാതാക്കാൻ മനുഷ്യൻ പ്രാണികളെ ഉപയോഗിച്ചു വരുന്നുണ്ടിന്ന്.

എങ്കിലും, മനുഷ്യന് ഉപദ്രവം ചെയ്യുന്ന പ്രാണികളുമുണ്ട്. ഭക്ഷ്യധാന്യങ്ങൾ തിന്നുനശിപ്പിക്കുന്ന ഒരുതരം പ്രാണികൾ ലോകത്ത് വ്യാപകമായുണ്ട്. ലോകത്ത് ഉല്പാദിപ്പിക്കുന്ന ഭക്ഷ്യധാന്യങ്ങളുടെ നല്ലൊരു ശതമാനം ഇങ്ങനെ നഷ്ടപ്പെടുന്നുണ്ട്. ചിതലിനെപ്പോലുള്ള പ്രാണികൾ മണ്ണിനെ വൃത്തിയായി സൂക്ഷിക്കുന്നതോടൊപ്പം ജീർണ്ണിച്ച പലതിനെയും തിന്ന് ഇല്ലാതാക്കുകയും ചെയ്യുന്നുണ്ട്. അങ്ങനെ നോക്കുമ്പോൾ എടുത്തും കൊടുത്തും പ്രകൃതിയെയും മനുഷ്യനെയും പലരീതിയിൽ സഹായിക്കുകയാണ് ഈ ജീവിവർഗ്ഗങ്ങൾ ചെയ്യുന്നത്. വലിയ ഉപകാരങ്ങൾക്കിടയിൽ, ചെറിയ ഉപദ്രവങ്ങളെ നമുക്ക് മറക്കാമെന്നു തോന്നുന്നു.

ചിത്രശലഭപ്പുഴുക്കൾ

ചെടികളുടെ ഇലകളിലാണ് ചിത്രശലഭപ്പുഴുവിന്റെ ജനനമെന്നു പറയാം. ഒരു ചെറിയ മുട്ടയായിട്ടാണ് ഇതിന്റെ ആദ്യരൂപം. ഒരുനാൾ ഈ മുട്ട ഭേദിച്ച് പുഴു നിറങ്ങളുടെ ലോകത്തിലേക്ക് പിറന്നുവീഴുകയാണ് ചെയ്യുന്നത്. ഇലകൾ തിന്നാണ് ഇവ വളരുന്നത്. ദിവസം ഒരു മുഴുവൻ ഇല തിന്നാൻവരെ ഇവയ്ക്ക് കഴിയും. ഇലകളിൽനിന്ന് ഇലകളിലേക്കു കടന്ന് ഒരു ചെടി മുഴുവൻ ഈ 'പുഴുപ്രാണി' അകത്താക്കും. ഇങ്ങനെ, ഇലകൾ തിന്നു വളരുന്ന പുഴു ഓരോ തവണയും പുറന്തോടുരിഞ്ഞ് പുത്തൻ വർണ്ണരൂപങ്ങൾ കൈവരിക്കുകയും ഒടുക്കം ചിത്രശലഭമായി ആകാശത്തെ അലങ്കരിക്കുകയും ചെയ്യുന്നു. പ്രാണികൾക്ക് എല്ലുകൾ ഇല്ലാത്തതിനാൽ, തൊലിയാണ് (skin) അവയുടെ വളർച്ചയെ നിയന്ത്രിക്കുന്നത്. അതുകൊണ്ടുതന്നെ, പരിധിവിട്ട് വളരാൻ ഇവയ്ക്കു കഴിയില്ല.

ഒരു ചിത്രശലഭത്തിന്റെ ജീവിതചക്രം നാല് ഘട്ടങ്ങൾ ചേർന്നതാണ്. മുട്ട, ലാർവ, പ്യൂപ്പ, പൂമ്പാറ്റ എന്നിവയാണവ. മുട്ടവിരിഞ്ഞ് പുറത്തു വരുന്ന പൂമ്പാറ്റപ്പുഴുവിന്റെ ആദ്യഭക്ഷണം മുട്ടയുടെ പുറന്തോടുകളാണ്. പിന്നീടാണ് ഇവ ഇലകൾ ഭക്ഷണമാക്കുന്നത്. ശലഭപ്പുഴുവിന്റെ സഞ്ചാരത്തിനിടയിൽ നാം കാണുന്ന സിൽക്ക് നൂലുകൾ അവയ്ക്ക് ദിശാബോധമുണ്ടാക്കാൻ സഹായിക്കുന്നവയത്രെ!

16

ആഴിക്കടിയിലെ അത്ഭുതം

പ്രകൃതിയുടെ മനോഹര ഉടയാടയാണ് കടലെന്ന് നിരീക്ഷണമുണ്ട്. കണ്ണിനും മനസ്സിനും ആനന്ദം നല്കുന്നതാണ് കടൽക്കാഴ്ചകൾ. എത്ര തന്നെ നോക്കിനിന്നാലും മതിവരാത്ത ഒന്നാണത്. ഭൂമിയിൽ ജീവന്റെ ആദ്യ തുടിപ്പുകൾ പ്രത്യക്ഷപ്പെട്ടതും ജലത്തിലാണല്ലോ!

കടലിലെ അനേകതരം മത്സ്യസമ്പത്തിനെക്കുറിച്ച് മനുഷ്യന് അറിവുണ്ട്. എന്നാൽ മത്സ്യവർഗ്ഗങ്ങളല്ലാതെ ആഴിയുടെ അടിത്തട്ടിൽ വസിക്കുന്ന സുന്ദരന്മാരും സുന്ദരികളുമായ എത്രയോ ജീവിവർഗ്ഗങ്ങളുണ്ട്. ശാസ്ത്രനാമത്തിൽ ഈ ജീവിവർഗ്ഗങ്ങളെ 'ഒപ്പിസ്തോബ്രാഞ്ചസ്' എന്നാണ് വിളിക്കുന്നത്. കടലിലെ മറ്റിതര ജീവജാലങ്ങളെപ്പോലെ തന്നെ പ്രതിരോധിച്ചും മത്സരിച്ചും തന്നെയാണ് ഈ 'സുന്ദര ജീവികളു'ടെയും വിഹാരം. ഒറ്റനോട്ടത്തിൽ ഒരു ജീവിയുടെ ലക്ഷണങ്ങളൊന്നും ഇവ പ്രകടിപ്പിച്ചില്ലെന്നുവരാം. എങ്കിലും സൂക്ഷ്മ നിരീക്ഷണത്തിൽ നമ്മുടെ ധാരണകളെ ഇവ മാറ്റിമറിക്കുന്നു. ശരീരഘടന വ്യത്യസ്തമെങ്കിലും ശ്വസിക്കാനും ഭക്ഷണം കഴിക്കാനും കടലിലൂടെ അനായാസം നീന്താനും ഇവയ്ക്ക് അവയവങ്ങളുണ്ട്. കടലിൽ മാത്രം ഇത്തരത്തിൽ നാലായിരത്തിലധികം ജീവികളുണ്ടെന്നാണ് ശാസ്ത്രത്തിന്റെ കണ്ടെത്തൽ. ചെങ്കടലിൽ (റെഡ് സീ) മാത്രം 175 ലേറെ വ്യത്യസ്ത തരത്തിൽപ്പെട്ട കടൽ ജീവികളുണ്ട്. കടലാഴിയിൽ മണിക്കൂറിൽ 1300 കിലോമീറ്ററോളം വേഗത്തിൽ സഞ്ചരിക്കാൻ കഴിയുന്നവയും ഇക്കൂട്ടത്തിലുണ്ട്. ഭൂമിയിൽ ജീവൻ ആവിർഭവിക്കുന്നതിനും വർഷങ്ങൾക്കുമുമ്പ് പവിഴപ്പുറ്റ്, ശംഖ്, മുത്തും പവിഴവും തുടങ്ങി അനേകതരം കടൽജീവികൾ ഉടലെടുത്തിട്ടുണ്ടെന്ന് ശാസ്ത്രം പറയുന്നു. 4000 മില്യൺ വർഷങ്ങൾക്കുമുമ്പ് ഇവ കടലിൽ ഒറ്റപ്പെട്ട് കഴിഞ്ഞിരുന്നതായി ശാസ്ത്രം തെളിയിക്കുന്നു. രണ്ടര

നൂറ്റാണ്ടുകൾക്കുമുമ്പ് ചെങ്കടലിൽ ചില ഫോസിലുകൾ നിരീക്ഷിച്ചതിൽ നിന്ന് ഇവയുടെ പഴമയും പവിത്രതയും ശാസ്ത്രത്തിന് ലഭിച്ചു.

പവിഴപ്പട്ടണം

ആഴിയുടെ അലങ്കാരമാണ് പവിഴദ്വീപുകൾ. സമുദ്രാന്തർഭാഗത്തും പാറക്കെട്ടുകൾക്കു മീതെയും ഒട്ടിപ്പിടിച്ച് കണ്ണഞ്ചിപ്പിക്കുന്ന വർണ്ണഭംഗിയോടെ ശാഖകളും ഉപശാഖകളുമായി മരത്തെ ഓർമ്മിപ്പിക്കുംവിധമാണ് പവിഴ ദ്വീപുകൾ. ഇലകളുടെയും പൂക്കളുടെയും ആകൃതിയിൽ പടർന്നു പന്തലിച്ചുനില്ക്കുന്ന 'പവിഴമരങ്ങളും' ഉണ്ട്. പവിഴജീവികളിൽ വൃത്താകൃതിക്കു പുറമെ പല രൂപത്തിലും വലുപ്പത്തിലുമുള്ള സസ്യങ്ങളുണ്ട്.

നാം കാണുന്ന കടൽ ജീവിയെപ്പോലെ ശ്വാസോച്ഛ്വാസം നടത്തുകയും ഭക്ഷണം കഴിക്കുകയും ഇണചേരുകയും വംശവർദ്ധനവ് ഉണ്ടാക്കുകയും ചലിക്കുകയുമൊക്കെ ചെയ്യുന്ന ജീവിതന്നെയാണ് പവിഴപ്പുറ്റുകൾ. ഡാർവിൻ സിദ്ധാന്തം പറയുന്നതുപോലെ ചെറുതിനെ പിടിച്ചു തിന്നുന്ന വലിയ പവിഴപ്പുറ്റുകളും കടലിലുണ്ട്. 19-ാം നൂറ്റാണ്ടുവരെ കടലിനടിയിലെ സസ്യങ്ങളാണ് പവിഴപ്പുറ്റുകളെന്ന് മനുഷ്യർ വിശ്വസിച്ചിരുന്നു. കടലാഴിയെക്കുറിച്ച് പഠിച്ച് മനസ്സിലാക്കാനുള്ള ഉപകരണങ്ങളും അനുമതിയും സാദ്ധ്യമായതോടെയാണ് ഇത്തരം കടൽ ജീവികളെക്കുറിച്ചുള്ള മനുഷ്യന്റെ പല തെറ്റിദ്ധാരണകളും ഇല്ലാതായത്. പവിഴപ്പുറ്റുകൾക്കുള്ളിൽ നിർമ്മലമായ മറ്റൊരു ജീവിയുണ്ടെന്ന കണ്ടെത്തലുകൾ ലോകത്തിനുമുമ്പിൽ അവതരിപ്പിക്കപ്പെട്ടു. അതോടെ പല പുതിയ അറിവുകളും മനുഷ്യനു മുന്നിൽ തുറക്കുകയും ചെയ്തു.

ആകൃതിമാറ്റം

പവിഴപ്പുറ്റുകൾക്കുള്ളിലുള്ള ഒരുതരം ജീവി കാത്സ്യപദാർത്ഥം സ്രവിക്കുകയും ഇത് സാവധാനം സസ്യങ്ങളുടെയും പൂക്കളുടെയും രൂപം കൈക്കൊള്ളുകയും ചെയ്യുന്നു. വന്മരംപോലെ പടർന്ന് പന്തലിക്കുന്നവയും ഇക്കൂട്ടത്തിലുണ്ട്. ചെറിയതരം സമുദ്രജീവികളെ തന്നെയാണ് പവിഴജീവികൾ ആഹാരമാക്കുന്നത്. ആഹാരം അകത്താക്കാൻ പിളർന്നു നില്ക്കുന്ന വായപോലെയും മേൽപ്പോട്ട് തുറന്നിരിക്കുന്ന കുഴൽ പോലെയുമുള്ള അവയവങ്ങളിലൂടെ ഇതു സാദ്ധ്യമാക്കുന്നു. ഇത്തരം അവയവങ്ങളുടെ മുകൾത്തട്ടിലുള്ള സ്പർശിനികൾ വായിലേക്ക് വെള്ളം തട്ടിത്തെറിപ്പിക്കാൻ ഉപയോഗിക്കുന്നു. ജലത്തോടൊപ്പം ആഹാര പദാർഥങ്ങളും ശരീരത്തിലെത്തുന്നു. ശരീരത്തിലെ ആന്തരിക കലകളാണ് ഒരു ദഹനേന്ദ്രിയത്തിന്റെ ചുമതല നിർവ്വഹിക്കുന്നത്. ശത്രുക്കളിൽനിന്ന് രക്ഷ നേടാനും ഈ സ്പർശിനികളാണ് ഉപയോഗപ്പെടുത്തുന്നത്. സ്പർശിനികളിൽനിന്ന് സ്രവിക്കുന്ന വിഷദ്രാവകങ്ങളും വർണ്ണങ്ങളും ശത്രുക്കളെ തുരത്താൻ ഇവ ഉപയോഗിക്കുന്ന സൂത്രപ്പണികളിൽ ചിലതാണ്.

വരുമാനമാർഗ്ഗം

പണ്ടുകാലങ്ങളിൽ കടൽജീവികളെയും മറ്റും വേട്ടയാടുക സാദ്ധ്യമായിരുന്നില്ല. എന്നാൽ ഇന്ന് അങ്ങനെയല്ല. ആധുനിക യന്ത്രസാമഗ്രികളുടെ കണ്ടുപിടിത്തവും ഉപയോഗവും കടലാഴികളിലെ അമൂല്യമായ പല അസംസ്കൃത പദാർത്ഥങ്ങളുടെയും ചൂഷണങ്ങൾക്ക് വഴിമരുന്നിട്ടു. അന്താരാഷ്ട്ര വിപണികളിൽ കടൽ വസ്തുക്കളുടെ ഉപകരണങ്ങൾക്ക് ആവശ്യക്കാർ ഉണ്ടായതോടെ പവിഴവേട്ട സ്ഥിരവരുമാന മാർഗ്ഗമായി. പവിഴാഭരണങ്ങൾക്ക് ഇന്ന് വിപണിയിൽ ആവശ്യക്കാരേറെയാണ്. നല്ല ആഭരണത്തിന് അന്താരാഷ്ട്ര വിപണിയിൽ 4000 ത്തിലേറെ ഡോളർ കൊടുക്കണം. കടലിൽ നിന്നെടുത്ത് സംസ്കരിച്ചുണ്ടാക്കുന്ന മുത്താഭരണങ്ങളും ഡിമാന്റുള്ളവയാണ്. സമുദ്രാന്തർഭാഗത്ത് മങ്ങിയ പ്രകാശവും ഉഷ്ണ പ്രവാഹവുമുള്ള ഇടങ്ങളിലാണ് പവിഴക്കോളനികൾ രൂപപ്പെടുന്നത്. അതുകൊണ്ടുതന്നെ പവിഴവേട്ടകളും ഇവിടങ്ങളിലാണ് നടക്കുന്നത്. ഇത്തരം വേട്ടമൂലം പവിഴക്കോളനികൾ കേന്ദ്രമാക്കി ജീവിക്കുന്ന മറ്റനേകം ചെറുജീവികളും നശിക്കാറുണ്ട്. അതിനാൽ പല രാജ്യങ്ങളും അനിയന്ത്രിതമായ പവിഴവേട്ടകൾ നിരോധിച്ചു.

അലങ്കാര ജീവികൾ

കടൽജീവികളിൽ ശാസ്ത്രം കണ്ടെത്തിയവയിൽ തന്നെ പുറംലോകമറിയാത്ത ചിലയിനം അലങ്കാരജീവികളുണ്ട്. അവയിലൊന്നാണ് 'ക്രോമോഡോറിസ്' എന്ന അലങ്കാരജീവി. (Chromodoris Chariottae) 1999 ൽ ബ്രിട്ടീഷ് നയതന്ത്രജ്ഞനാണ് ഈ കടൽ ജീവിയെ കണ്ടെത്തിയത്. എങ്കിലും വർഷങ്ങൾക്കുമുമ്പ് തന്നെ ഈ ജീവി കടലിലുണ്ടായിരുന്നുവെന്നതാണ് വാസ്തവം. 1911 ൽ ചാൾസ് നോർട്ടൺ എന്ന ശാസ്ത്രജ്ഞൻ ഇവയെ കണ്ടെത്തിയിരുന്നു. ചെങ്കടലിൽ ഇതിന്റെ അപാര സാന്നിദ്ധ്യമുണ്ടായിരുന്നതായി പിന്നീട് അദ്ദേഹം തിരിച്ചറിഞ്ഞു. 'ഡോറിസ്' എന്നാണ് അദ്ദേഹം ഇതിന് പേരു നല്കിയത്. ഗ്രീക്കിലെ ദൈവത്തിന്റെ പേരാണ് ഡോറിസ്. 'ക്രോമോ' എന്നത് നിറത്തെ സൂചിപ്പിക്കുന്ന ഗ്രീക്ക് പദവുമാണ്. കടലിലെ 'നിറങ്ങളുടെ ദൈവം' എന്നർത്ഥത്തിൽ ഇതിനെ വിശേഷിപ്പിച്ചു. ശരീരത്തിന്റെ മുകൾഭാഗത്തും താഴ്ഭാഗത്തുമായി നിറയെ പുള്ളികളോടുകൂടിയ ഈ 'സമുദ്ര സുന്ദരൻ' ഇന്ത്യൻ മഹാസമുദ്രത്തിലും കണ്ടുവരുന്നു.

ദഹനപ്രക്രിയ

വിഷദ്രാവകം ഉപയോഗിച്ച് ഇരയെ തളർത്തുന്ന പവിഴപ്പുറ്റുകൾ, സ്പർശിനികളുടെ സഹായത്തോടെ ഇരകളെ അകത്തെത്തിക്കുകയും ഇവിടെ വെച്ച് ദഹനവും ദഹനപ്രക്രിയ നടത്തുകയും ചെയ്യുന്നു. ആഹാരം തേടി കടലിലൂടെ ഓടിനടക്കാൻ കഴിവില്ലാതെ കാത്സ്യക്കാടുകളിൽ ഒളിഞ്ഞിരുന്ന് ജീവിക്കുന്ന ഈ ദുർബ്ബല ജീവികൾക്ക് ആഹാര

സമ്പാദനത്തിനുള്ള വഴികൾ പ്രകൃതിതന്നെ നല്കിയിരിക്കുന്നത് എത്ര ആശ്ചര്യകരമാണ്. പലപ്പോഴും പവിഴജീവികളുടെ മനോഹരമായ രൂപം കണ്ടു മതിമറന്ന് അടുത്തേക്ക് ഓടിയെത്തുന്ന കടൽജീവികളെ ഇവ അകത്താക്കുന്നു.

ആഫ്രിക്കാന

മലർന്നു നീന്തുന്ന കമ്പിന്റെ രൂപസാദൃശ്യത്തോടുകൂടിയ കടൽ ജീവിയാണിത്. ചെങ്കടൽ, ഇന്ത്യൻ മഹാസമുദ്രം എന്നിവിടങ്ങളിൽ സുലഭമായ ഈ ജീവി ഒറ്റനോട്ടത്തിൽത്തന്നെ ആരെയും ആകർഷിക്കും. ആഫ്രിക്കയിലെ കിഴക്കൻ സമുദ്രാന്തർഭാഗങ്ങളിൽ കണ്ടെത്തിയതുകൊണ്ടാണ് പേരിനോടൊപ്പം ആഫ്രിക്കാനയും ചേർന്നത്. 1904 ൽ കടൽപര്യവേക്ഷണത്തിലൂടെയാണ് ഇവയെ പുറംലോകമറിയുന്നത്. ശരീരത്തിന്റെ പിറകിലും മുൻഭാഗങ്ങളിലുമുള്ള 'കൊമ്പ്' ശരീരത്തിന് ആകർഷണം നല്കുന്നു. ശരീരത്തിൽ കണ്ടുവരുന്ന വെള്ളനിറത്തിലെ കറുത്ത വരകൾ സൗന്ദര്യത്തിന് മാറ്റുകൂട്ടുന്നു.

ചെങ്കടൽ, ആഫ്രിക്കൻ കടൽ, ഇന്ത്യൻ മഹാസമുദ്രം, അറേബ്യൻ കടൽ എന്നിവിടങ്ങളിൽ അലങ്കാര കടൽ ജീവികളുടെ സാന്നിധ്യമുണ്ട്. കാലങ്ങളായി നടത്തിയ സമുദ്രാന്തർഗവേഷണങ്ങളിലാണ് ഇത്തരം ജീവികളുടെ സാന്നിദ്ധ്യം ശാസ്ത്രം അറിയുന്നത്. ക്രോമോഡോറിസ് വിഭാഗത്തിൽപ്പെട്ട കടൽജീവികളിൽത്തന്നെ ധാരാളം അവാന്തര വിഭാഗങ്ങളുണ്ട്. അവയിൽ പ്രധാനപ്പെട്ടവയാണ് 'ക്രോമോഡോറിസ് അന്നുലേറ്റ്' (Annulate), റിസ്ബേഷ്യ, ട്രിലോബാറ്റം (Trilobattam), ഡോൾഫ്യുസി (Dolfusi) തുടങ്ങിയവ. ശരീരഘടനയിലും വർണ്ണത്തിലും രൂപത്തിലും വ്യത്യസ്തരാണ്. പസഫിക് സമുദ്രാന്തർഭാഗങ്ങളിൽ കണ്ടുവരുന്നവയും ഇവയിലുണ്ട്. ഉദാഹരണത്തിന് ഡോൾഫ്യൂസി ഇങ്ങനെയുള്ളതാണ്.

കാലാവസ്ഥാ വ്യതിയാനം

കാലാവസ്ഥയിൽ വരുന്ന മാറ്റങ്ങൾ കടൽജീവികളെ പ്രതികൂലമായി ബാധിക്കുന്നു. ചിലതരം രാസവസ്തുക്കളുടെ നിർമ്മാണത്തിന് കടൽജീവികളെ കൊന്നൊടുക്കുന്നു. ഈ രംഗത്ത് വലിയൊരു 'മാഫിയാ' സംഘം തന്നെ പ്രവർത്തിക്കുന്നതായി അന്താരാഷ്ട്ര നിരീക്ഷകർ കണ്ടെത്തിയിട്ടുണ്ട്. മരുന്നു നിർമ്മാണ കമ്പനികളാണ് ഇതിന്റെ പിറകിലെ കരാളഹസ്തം. കാലാവസ്ഥാ വ്യതിയാനംമൂലം ജലത്തിൽവരുന്ന ചൂടിന്റെ ശതമാന വർദ്ധനവും കടൽജീവികളുടെ നാശത്തിന് കാരണമാകുന്നു. മത്സ്യബന്ധനം, അശാസ്ത്രീയമായ കടൽപര്യവേക്ഷണം കടൽ കൊള്ളക്കാരുടെ സാന്നിദ്ധ്യം എന്നിവ മൂലവും ഇവയുടെ നാശം സംഭവിക്കുന്നു. ഡോ. നഥേൻയോനോ, ഗോർഡോൻ സ്മിത്ത് തുടങ്ങിയ സമുദ്രഗവേഷകർ ഇതിനെതിരെ പലതവണ ലോക രാഷ്ട്രങ്ങൾക്ക് മുന്നറിയിപ്പ് നല്കിയിട്ടുണ്ട്.

17

അത്ഭുത ജീവികൾ

ഉഭയജീവി മത്സ്യം

'മിഡ്ഷിപ്പർ' എന്ന മത്സ്യത്തെക്കുറിച്ച് കേട്ടിട്ടുണ്ടോ? ഇവനെ മത്സ്യവർഗ്ഗത്തിൽപ്പെടുത്താൻ കഴിയുമോ എന്നു തന്നെ സംശയമാണ്. നീളൻ ചുണ്ടുള്ള ഒരുതരം മത്സ്യം എന്നുവേണമെങ്കിൽ വിളിക്കാം. മത്സ്യങ്ങളെപ്പോലെ കാഴ്ചയ്ക്ക് അത്ര സുന്ദരനുമല്ല ഇവൻ. ചെകിളപ്പൂക്കളിലൂടെ ശ്വസനപ്രക്രിയ നടത്തുന്നു എന്ന ഒറ്റക്കാരണമാണ് ഇവനെ മത്സ്യവർഗ്ഗത്തിനോട് കൂട്ടിച്ചേർക്കുന്ന കണ്ണി. ഉഭയജീവി വർഗ്ഗത്തിൽപ്പെട്ട ഒരു ജന്തു എന്നു വേണം മിഡ്ഷിപ്പറിനെ വിശേഷിപ്പിക്കാൻ! വെള്ളത്തിലൂടെ നീന്താനും കരയിലൂടെ ഇഴയാനും ആകാശത്തിലൂടെ പറക്കാനും കഴിവുള്ള ഒരു അപൂർവ്വ ജീവിയാണിത്. പൂപ്പലും, പായലുമാണ് ഇഷ്ടന്റെ പഥ്യാഹാരം. ചിറകിൽ മുള്ളുള്ള ഈ മത്സ്യം ഗോബിസ് കുടുംബത്തിൽ ഉൾപ്പെട്ടതാണ്. ആഫ്രിക്ക മുതൽ തെക്കു കിഴക്കൻ ഏഷ്യയിലും ജപ്പാനിലും ഫിലിപ്പൈൻസിലും ഈ മത്സ്യം ധാരാളമുണ്ട്. പൊതുവെ ഉഷ്ണമേഖലാ പ്രദേശങ്ങളിലാണ് ഇവയെ കാണുക. ആഴവും വിസ്താരവുമുള്ള കളിമൺ പ്രദേശങ്ങളിൽ കഴിയാനാണ് ഇവയ്ക്ക് താല്പര്യം.

ജീവിതവും ഇണചേരലും

കുഴമ്പു പരുവത്തിലുള്ള സാന്ദ്രമായ പശിമ ചളിയുടെ കയങ്ങളിലാണ് നമുക്ക് മിഡ്ഷിപ്പറിനെ കാണാൻ കഴിയുക. ശാരീരിക ഘടനക്കനുയോജ്യമായി സദാ വിടർന്നിരിക്കുന്ന ചിറകുകളോടു കൂടിയ ഈ ജീവി ശത്രുക്കളുടെ സാന്നിദ്ധ്യമറിഞ്ഞാൽ ഉടൻതന്നെ ചളിയുടെ ആഴങ്ങളിലേക്ക് തുഴയുന്നു. പിന്നെ അതിനെ കണ്ടെത്തുക എളുപ്പമല്ല. ശക്തി

ഉപയോഗിച്ച് ഭൂമിയിൽനിന്ന് ചാടി മേൽപ്പോട്ടുയർന്ന് ഒരു പക്ഷിയെപ്പോലെ പറക്കുന്ന ഇവ വിദൂര വീക്ഷണത്തിൽ രസകരമായ ഒരു കാഴ്ചയായി തീരാറുണ്ട്. ചളിയിൽ ഒളിച്ചുകഴിഞ്ഞാൽ പുറംലോകത്ത് എന്ത് സംഭവിക്കുന്നു എന്നു വീക്ഷിക്കാൻ തലയിൽ ഉന്തിനില്ക്കുന്ന രണ്ട് കണ്ണുകളുണ്ട്.

ഇണചേരുന്ന കാലത്ത് കാമുകിക്ക് വേണ്ടിയുള്ള ചില 'അടവുകൾ' മിഡ്ഷിപ്പറുകൾ കാണിക്കാറുണ്ട്. അതിലൊന്ന് അതിസാഹസികമായ നൃത്തങ്ങളാണ്. നല്ല മെയ്വഴക്കമുള്ള ഒരു അഭ്യാസിയെപ്പോലെ ശരീരം ചുഴറ്റിയും വളച്ചും നടത്തുന്ന ഈ അഭ്യാസപ്രകടനങ്ങൾ അന്തരീക്ഷത്തിൽ ഒരു മണിക്കൂറോളം പലപ്പോഴും നീണ്ടുനിൽക്കാറുണ്ട്. ഇണ വരുതിയിലായി കഴിഞ്ഞാൽ നൃത്തം അവസാനിക്കുകയും ചെയ്യും. അന്തരീക്ഷത്തിലെ ഈ പ്രകടനങ്ങൾക്കിടയിൽ ശ്വാസോച്ഛ്വാസം നടത്തുന്നത്, ശരീരത്തിൽ നേരത്തേ സംഭരിച്ചുവെച്ചിരിക്കുന്ന ജലത്തിലെ വായു ശ്വസിച്ചുകൊണ്ടാണ്. ഇവയുടെ ചെകിളപ്പൂക്കൾക്കിടയിൽ സ്പോഞ്ചുപോലെയുള്ള ഒരു അവയവമുണ്ട്. ശ്വാസത്തിന് സഹായിക്കുന്നത് ഈ അവയവമത്രേ! അപൂർവ്വമായ പരിതഃസ്ഥിതിയിൽ ജീവിക്കുന്നതുകൊണ്ടുതന്നെ മിഡ്ഷിപ്പർ മറ്റിതര മത്സ്യങ്ങളിൽനിന്ന് തികച്ചും വിഭിന്നമാണ്. അതുകൊണ്ടുതന്നെ ഇവയുടെ ജീവിതരീതിയിലും വ്യത്യസ്തതയുണ്ട്. കോടിക്കണക്കിന് വർഷങ്ങളായി ഈ ഭൂമുഖത്ത് അധിവസിക്കുന്ന ഈ മത്സ്യത്തിന് വലിയ രൂപവ്യത്യാസമൊന്നും വന്നിട്ടില്ലെന്നാണ് ശാസ്ത്രം പറയുന്നത്!

സീലാകാന്ത്

ഏതാണ്ട് 400 മില്യൻ വർഷങ്ങൾക്കുമുമ്പ് ഈ പ്രകൃതിയിൽ ജീവിതമാരംഭിച്ച മത്സ്യവർഗ്ഗമാണ് സീലാകാന്ത് (Coelacanth). ശാസ്ത്രലോകത്തിന് ഇന്നും ഈ മത്സ്യജീവിയെക്കുറിച്ച് പരിപൂർണ്ണമായും മനസ്സിലാക്കാൻ കഴിഞ്ഞിട്ടില്ല. ഇരപിടിക്കാൻ വൈദ്യുത മണ്ഡലങ്ങളുടെ സഹായം തേടുന്ന ഈ മത്സ്യം കുതിരച്ചാട്ടം പോലെയാണ് സഞ്ചരിക്കുന്നത്.

ഇന്ത്യൻ ശാന്തസമുദ്രത്തിലെ കാമറോൺ ദ്വീപുകൾക്ക് സമീപത്തായി 168 അടി ആഴത്തിൽ പാറകൾക്കുള്ളിലായി ജീവിക്കുന്ന സീലാകാന്ത് ഗുഹ നിർമ്മാണത്തിൽ വിദഗ്ദ്ധരാണെന്ന് പറയാറുണ്ട്. ചില ഉൽഖനനങ്ങളിൽ, 400 മില്യൻ വർഷങ്ങൾക്കുമുമ്പ് സീലാകാന്തുകൾ നിർമ്മിച്ച ഗുഹാപ്രദേശങ്ങൾ ശാസ്ത്രം കണ്ടെത്തിയിട്ടുണ്ട്. ദിനോസറുകൾക്കും എത്രയോ മുമ്പ് ഈ മത്സ്യങ്ങൾ ഭൂമുഖത്ത് ജീവിച്ചിരുന്നതായാണ് ശാസ്ത്രപഠനങ്ങളിൽ തെളിഞ്ഞിട്ടുള്ളത്. 400 മില്യൻ വർഷത്തെ പഴമക്കുള്ളിൽ ഇവ 300 മില്യൻ വംശപരമ്പര ഉല്പാദിപ്പിച്ചു എന്നുപറഞ്ഞാൽ അവിശ്വസിക്കേണ്ടതില്ല. സമുദ്ര ഖനനങ്ങളിൽ ഇവ

യുടേതെന്ന് കരുതപ്പെടുന്ന ചില ഫോസിലുകൾ കണ്ടെത്തുകയുണ്ടായി. ഇന്നു നാം കാണുന്ന സീലാകാന്ത് ഇന്ത്യൻ മഹാസമുദ്രത്തിൽ മാത്രമേയുള്ളൂ. മറ്റിടങ്ങളിൽ ഇവയുണ്ടോ എന്ന കാര്യം ഇതുവരേക്കും കണ്ടെത്തിയിട്ടുണ്ടെന്ന് തോന്നുന്നില്ല! ശ്വസിക്കാൻ ചെകിളപ്പൂക്കളും അതേസമയം ശ്വാസകോശവുമുള്ള ജീവികളാണിത്.

പകൽ നേരത്തേക്കാൾ, രാത്രികാലങ്ങളിലാണ് ഇവയെ ധാരാളമായി കാണുന്നത്. സമുദ്രാന്തർ ഭാഗത്ത് 120–200 കിലോമീറ്റർ ആഴത്തിലാണ് ഇവയെ കാണുക. തലകുത്തിനിന്ന് ഒരു സർക്കസുകാരനെപ്പോലെ അഭ്യാസപ്രകടനങ്ങൾ കാഴ്ചവയ്ക്കാൻ സീലാകാന്തുകൾക്ക് കഴിയും. ഈ സമയത്ത് മറ്റു ജീവജാലങ്ങളുടെ സാമീപ്യം ഇവയ്ക്ക് ഒരു പ്രയാസവും തീർക്കാറില്ല.

സഞ്ചാര രീതി

അതിശക്തമായ കുത്തിയൊഴുക്കിൽപ്പോലും നിഷ്പ്രയാസം സഞ്ചരിക്കാൻ കഴിയുന്നവയാണിവ. ചില നേരങ്ങളിൽ മുന്നോട്ടും മറ്റു ചിലപ്പോൾ പിറകോട്ടും ഇവ സഞ്ചരിക്കുന്നു. മറ്റു സമയങ്ങളിൽ ശരീരത്തെ ഒരു ബലൂൺപോലെ വീർപ്പിച്ചു നിർത്താൻ സീലാകാന്തുകൾക്ക് കഴിയുന്നു. ഈ മത്സ്യങ്ങൾ പരസ്പരം അറിയുന്നതും ആശയവിനിമയം നടത്തുന്നതും ഇരപിടിക്കുന്നതും വൈദ്യുത തരംഗങ്ങൾ മുഖേനയാണെന്ന് ശാസ്ത്രജ്ഞന്മാർ കണ്ടെത്തിയിട്ടുണ്ട്.

മാംസഭോജിപ്പുഴു

പേര് സൂചിപ്പിക്കുന്നതുപോലെ പച്ചിലകൾ തിന്നാതെ വെറും മാംസാഹാരം കഴിച്ച് വിഹരിക്കുന്ന പുഴുക്കളെയാണ് 'മാംസഭോജിപ്പുഴു' എന്നു പൊതുവെ പറഞ്ഞു വരുന്നത്. ഹവായ് ദ്വീപിലാണ് ഇവയെ ആദ്യമായി കണ്ടെത്തിയത്. തന്നെക്കാൾ ഇരട്ടി വലുപ്പമുള്ള പ്രാണിവർഗ്ഗങ്ങളെ വളരെ വൈദഗ്ദ്ധ്യത്തോടെ പിടിച്ചുതിന്നാൻ വിരുതന്മാരാണിവർ. ദഹനത്തിന് പ്രയാസമുണ്ടാക്കുന്ന ചിറകുകൾ, അസ്ഥികൾ എന്നിവ ഒഴിവാക്കി മാംസം മാത്രം ചികഞ്ഞ് തിന്നാൻ മാംസഭോജിപ്പുഴുക്കൾക്ക് പ്രത്യേക കഴിവുണ്ട്.

ഒരു പാമ്പ് തന്നേക്കാൾ വലുപ്പമുള്ള ഒരു മാനിനെ വിഴുങ്ങുന്ന ലാഘവത്തോടു കൂടിയാണ് ഇവ പലതിനേയും ഭക്ഷ്യയോഗ്യമാക്കുന്നത്. അതുകൊണ്ടുതന്നെ മാംസഭോജിപ്പുഴുവിന്റെ ദംഷ്ട്രകൾ മരണത്തിന്റെ മുഷ്ടിയാണെന്നു വേണം വിശേഷിപ്പിക്കാൻ. ഹിംസ്ര ജീവിയാണെങ്കിലും ഒറ്റ നോട്ടത്തിൽ ഇവ ഒരു പുഴുവിന്റെ ആകൃതി വിശേഷങ്ങളോടു കൂടിയതാണ്. എന്നാൽ, പ്രവർത്തനപഥത്തിലെത്തുമ്പോൾ സ്വഭാവത്തിലും ചലനങ്ങളിലും വ്യത്യാസങ്ങൾ അനുഭവപ്പെടുന്നുവെന്ന് മാത്രം.

ശരീരഘടനയും സവിശേഷതകളും

ഇവയുടെ ശരീരത്തിന് മൂന്ന് പ്രധാന ഭാഗങ്ങളുണ്ട്. തല, നെഞ്ച്, വയർഭാഗമുള്ള കപടപാദങ്ങൾ (Psevdo Podivm) എന്നിവ. വിസ്തൃതമായ വായു അറകളുള്ള ശ്വാസനാളങ്ങളിലൂടെയാണ് ഇവ ശ്വസിക്കുന്നത്. ഈ പുഴുവിന് തലയുടെ ചുറ്റിലും മൂർച്ചയേറിയ നഖങ്ങളോടു കൂടിയ ആറ് കൈകളുണ്ട്. ഇര പിടിക്കാനും വരുതിയിലായ ഇര വഴുതിപ്പോവാതിരിക്കാനും ഈ കൈകൾ പുഴുവിനെ സഹായിക്കുന്നു.

മറ്റു ജീവികൾക്കില്ലാത്ത ഒരു വലിയ പ്രത്യേകത മാംസഭോജിപ്പുഴുക്കൾക്കുണ്ട്. അത്, വളരെ ചെറിയതും നേർത്തതുമായ അഞ്ച് കണ്ണുകളാണ്. ഇരകളെ പ്രകാശത്തിലും ഇരുട്ടിലും തിരിച്ചറിയാനും നിരീക്ഷിക്കാനും ഈ കണ്ണുകൾ സഹായകരമാണ്. ഒരു മാംസഭോജിപ്പുഴുവിന്റെ ശൈശവാവസ്ഥപോലും ഇരപിടിക്കാൻ പ്രാപ്തമായതാണ്.

മറ്റു പുഴുക്കളിൽനിന്ന് വ്യത്യസ്തമായ ഒരു സഞ്ചാരരീതിയാണിതിനുള്ളത്. എങ്കിലും വേട്ടാവെളിയന്മാരെ ഇവയ്ക്ക് വലിയ പേടിയത്രേ! എന്നാൽ, ശത്രുവിൽനിന്ന് രക്ഷനേടാനുള്ള ചില തന്ത്രങ്ങൾ ഈ പുഴുക്കൾക്കുണ്ട്. അതിലൊന്ന് നിറംമാറ്റമാണ്. ചില നേരങ്ങളിൽ ശത്രുക്കളെ നേരിടാനും മറ്റും മാംസഭോജിപ്പുഴുക്കൾ തങ്ങളുടെ തല ഒരു ഇരുമ്പുദണ്ഡ് എന്ന വണ്ണം ഉപയോഗിച്ചുവരുന്നതായി നിരീക്ഷിക്കപ്പെട്ടിട്ടുണ്ട്.

വർണ്ണപ്പുഴുക്കളിൽനിന്ന് വ്യത്യസ്തമാണ് മാംസഭോജിപ്പുഴുക്കൾ. ഉദ്ദേശിക്കുന്ന സമയത്ത് ഉദ്ദിഷ്ട നിറം കൈവരിക്കാൻ കഴിയുന്നവയാണ് വർണ്ണപ്പുഴുക്കൾ. ഇരിക്കുന്ന ചുറ്റുപാടുകൾക്ക് അനുസൃതമായി ഇവ നിറങ്ങൾ സ്വീകരിക്കുന്നു. ഉദാഹരണത്തിന്, കാപ്പിച്ചെടികൾക്കു നടുവിലാണ് വർണ്ണപ്പുഴുക്കളെങ്കിൽ ഇവയുടെ വർണ്ണം കാപ്പിനിറത്തോട് സമാനമായിരിക്കും. പച്ചപ്പുകൾക്കിടയിൽ പച്ചനിറം സ്വീകരിക്കുന്ന ഈ പുഴുക്കൾ മനുഷ്യലോകത്തിന് എക്കാലത്തും അത്ഭുതങ്ങൾ സമ്മാനിച്ചിട്ടുണ്ട്.

കടൽ ചെമ്പരത്തിയും കടൽ ചിലന്തിയും

പേര് ചെമ്പരത്തിയാണെങ്കിലും ന്യൂസിലൻഡിലെ ആഴികൾക്കിടയിൽ കണ്ടുവരുന്ന അതിമനോഹരമായ ഒരു ജീവിയാണ് കടൽ ചെമ്പരത്തി. പൂക്കൾകൊണ്ട് തീർത്ത ഒരു മാലപോലെ നിരനിരയായിട്ടാണ് ഇവ ജലത്തിനടിയിൽ കഴിയുന്നത്. കടലട്ടകളെ ഇഷ്ടഭക്ഷണമാക്കി കടലിൽ സ്വൈരവിഹാരം നടത്തുന്ന ഈ ജീവി ശാസ്ത്രലോകത്തെ എക്കാലവും ആകർഷിച്ചിട്ടുണ്ട്. ചെറിയ പല്ലുകൾക്കിടയിൽപ്പെടുന്ന അട്ടകളെ എളുപ്പത്തിൽ ഈ ജീവി ഭക്ഷണയോഗ്യമാക്കുന്നു. അതേപോലെ, കടലാന്തർ ഭാഗത്ത് കാണപ്പെടുന്ന മറ്റൊരു അത്ഭുതജീവിയാണ് 'കടൽച്ചൊറി.' കടലിനടിയിലെ പായലുകളിലും പുല്ലുകളിലും ഇവ താവളമാക്കുന്നു. ഇരുണ്ട കറുപ്പും ചുവപ്പും വർണ്ണത്തിൽ കാണുന്ന കടൽച്ചൊറിയുടെ ദേഹമാസകലം ആവരണം ചെയ്യപ്പെട്ട കൂർത്ത മുള്ളുകളുണ്ട്.

ഈ മുള്ളുകളുപയോഗിച്ചാണ് ഇവ ശത്രുക്കളിൽനിന്ന് രക്ഷ നേടുന്നത്. ചിലന്തി വർഗ്ഗത്തിൽപ്പെടുന്നില്ലെങ്കിലും കടൽ ചിലന്തികൾക്ക് അനേകം കാലുകളുണ്ട്. ലോകത്തിന്റെ വിവിധ ഭാഗങ്ങളിലുള്ള കടലാഴങ്ങളിൽ 600 തരത്തിൽപ്പെട്ട കടൽ ചിലന്തികളെ ശാസ്ത്രം തിരിച്ചറിഞ്ഞിട്ടുണ്ട്. ശരീരത്തിൽനിന്ന് നിർഗ്ഗമിക്കുന്ന വെളിച്ചത്തിന്റെ സഹായത്തോടെയാണ് ഇവയുടെ സഞ്ചാരം. ഒറ്റനോട്ടത്തിൽ ആരോ റാന്തൽ പിടിച്ച് കടലിലൂടെ നടക്കുകയെന്നേ തോന്നൂ. ഇരുട്ടിനെ തുന്നി നടക്കുന്ന മിന്നാമിന്നികളെ ശ്രദ്ധിച്ചിട്ടില്ലേ? അതേപോലെയാണ് കടൽ ചിലന്തികളും. കൈയിൽ വെളിച്ചമുണ്ടെങ്കിലും മിനുത്ത പ്രതലങ്ങളിലൂടെയാണ് ഇവയ്ക്ക് നീങ്ങാനിഷ്ടം! കടൽ ചെമ്പരത്തിക്കുള്ളിലെ ഒരു തരം ദ്രാവകം മൊത്തിക്കുടിച്ചാണ് ഇവ ജീവിക്കുന്നത്. ഇങ്ങനെ ദ്രാവകം പാനം ചെയ്യാൻ ഇവയുടെ ചുണ്ടിൽ ഒരു നേർത്ത പൈപ്പുണ്ട്. നാം ജ്യൂസ് കുടിക്കുന്നതുപോലെ മറ്റൊരു കൃത്യം.

കടൽ നക്ഷത്രം അഥവാ നക്ഷത്രമത്സ്യം

സമുദ്രാന്തർഭാഗത്തെ അനേകതരം അത്ഭുത ജീവികളിൽ ഒരിനമാണ് കടൽനക്ഷത്രം അല്ലെങ്കിൽ നക്ഷത്രമത്സ്യം. നമുക്ക് ഏറെ പരിചിതമാണിവ. അത്യാകർഷകമായ വർണ്ണങ്ങളാണ് ഇവയുടെ ഒരു പ്രത്യേകത. ഒരു നക്ഷത്രത്തിന്റെ രൂപസാദൃശ്യമുള്ളതുകൊണ്ടാണ് ഇവയ്ക്ക് ഈ പേർ വീണത്. പല സ്ഥലങ്ങളിൽ പല രൂപത്തിലും ഭാവത്തിലും നമുക്കിവയെ കണ്ടെത്താൻ കഴിയും. നക്ഷത്ര മത്സ്യത്തിന്റെ ശരീരത്തിലുടനീളം കാണുന്ന സുതാര്യമായ ചർമ്മ നാസികകളിലൂടെയാണ് ഇവ ശ്വസന പ്രക്രിയ നടത്തുന്നത്. കടൽജലത്തിലുള്ള ഓക്സിജനെ ഈ നാസികകളിലൂടെ വലിച്ചെടുക്കുകയാണ് ചെയ്യുന്നത്. ഇവയുടെ കൈകാലുകൾക്കുമുണ്ട് പ്രത്യേകതകൾ. അവയിൽനിന്ന് ഒട്ടുന്ന ഒരുതരം പദാർഥം സ്രവിപ്പിക്കാൻ ഇവയ്ക്കു കഴിയുന്നു. പരുപരുത്ത പ്രതലങ്ങളിൽ പറ്റിപ്പിടിച്ച് നിൽക്കാനും മിനുസമാർന്ന ഇടങ്ങളിലൂടെ അനായാസേന സഞ്ചരിക്കാനും ഈ ഒട്ടുന്ന പദാർത്ഥം ഇവയെ സഹായിക്കുന്നു. കാലിന്റെ അറ്റത്ത് തന്നെയാണ് ഇവയുടെ ഉല്പാദനാവയവങ്ങൾ. ശരീരത്തിൽനിന്ന് വേർപെടുന്ന ഏതെങ്കിലും അവയവം മറ്റൊരു കടൽ നക്ഷത്രമായി മാറുന്നു എന്ന അത്ഭുത പ്രതിഭാസവും ഈ ജീവിക്കുണ്ട്.

നക്ഷത്ര മത്സ്യങ്ങൾക്കു പല്ലുകളില്ല. ഉടലിന്റെ മദ്ധ്യത്തിലായി കാണുന്ന ദ്വാരമാണ് ഇതിന്റെ വായ. ഈ വായ വിശാലമായ ആമാശയംവരെ ചെന്നെത്തുന്നു. ചിപ്പികളാണ് കടൽനക്ഷത്രങ്ങളുടെ മുഖ്യ ആഹാരം.

കടലിലും കരയിലുമായി അനേകം അത്ഭുതജീവികൾ ഇനിയുമുണ്ട്. ഇവയിൽ ചിലതെല്ലാം ചരിത്രത്തിന്റെ ഭാഗമായി. മനുഷ്യന്റെ പ്രകൃതിക്കു

മീതെയുള്ള കടന്നുകയറ്റം, അമിതമായി പ്രകൃതിചൂഷണം, അപൂർവ്വ ജീവികളെ സംരക്ഷിക്കാനുള്ള ലോകരാഷ്ട്രങ്ങളുടെ താല്പര്യമില്ലായ്മ, കാലാവസ്ഥയിൽ വരുന്ന മാറ്റങ്ങൾ എന്നിവ നിമിത്തം പലതും നമുക്ക് അന്യമായിക്കഴിഞ്ഞു. വർത്തമാനകാലത്ത് ജീവജാലങ്ങളെ സംരക്ഷിക്കേണ്ടതിന്റെ ആവശ്യകതയെക്കുറിച്ച് ലോകം ബോധവാന്മാരായി തുടങ്ങിയിട്ടുണ്ട്. അത്രയും നന്ന്.

18

വേട്ടക്കാരൻ

രാജാവിന്റെ വഴി

മാർജ്ജാര കുടുംബത്തിലെ അംഗമാണ് സിംഹം. കാട്ടിലെ രാജാവെന്നാണ് ഇവ അറിയപ്പെടുന്നത്. സിംഹങ്ങളിൽ നല്ല പങ്കും ഇന്നുള്ളത് ആഫ്രിക്കയിലാണ്. ഇന്ത്യയിലും കുറവല്ല.

സിംഹത്തെ സാമൂഹിക മൃഗമായാണ് പരിഗണിക്കുന്നത്. ഇവ ഒന്നിച്ചു നടക്കുകയും വേട്ടയാടുകയും ചെയ്യുന്നു. ഇരകളെ പെട്ടെന്നു കണ്ടെത്തുന്നതിനും കണ്ടെത്തിയവയെ കീഴ്പ്പെടുത്തുന്നതിനും ഈ കൂട്ടായ്മ സഹായിക്കുന്നു. പൊതുവെ സിംഹങ്ങൾ വേട്ടയാടുന്നത് അതിരാവിലെയോ രാത്രിയോ ആയിരിക്കും. വേഗത കുറഞ്ഞ സിംഹങ്ങൾ വേട്ടയാടാൻ രണ്ട് രീതികളാണ് അവലംബിക്കുന്നത്. ഏതെങ്കിലും കുറ്റിച്ചെടികൾക്കിടയിൽ മറഞ്ഞിരുന്നോ, അല്ലെങ്കിൽ ഇരയെ പിന്തുടർന്നോ ലക്ഷ്യം കാണും. മിക്കപ്പോഴും നദിക്കരകളാണ് സിംഹം വേട്ടക്കായി തെരഞ്ഞെടുക്കുക. വെള്ളം കുടിക്കാൻ വരുന്ന മൃഗങ്ങളെ തരപ്പെടുത്താനാണിത്. മരക്കൊമ്പിൽ കയറിയിരുന്ന് ദൂരവീക്ഷണം നടത്തി ഇരകളുടെ നീക്കങ്ങൾ ശ്രദ്ധിക്കുകയും ഇവയുടെ വേട്ടരീതിയാണ്. വയറു നിറയെ മാംസാഹാരം കഴിച്ച സിംഹം 24 മണിക്കൂർ വരെ കിടന്നുറങ്ങാറുണ്ട്. ദഹനത്തിനു വേണ്ടിയാണ് ഈ ഉറക്കം. പെൺ സിംഹങ്ങളാണ് വേട്ടയിൽ മുൻപന്തിയിലുണ്ടാവുക. ഒറ്റത്തവണ 18 കിലോ മാംസമാണ് പൂർണ്ണ വളർച്ചയെത്തിയ സിംഹത്തിന് ആവശ്യമായി വരുന്നത്.

ഏഷ്യൻ സിംഹം

സിംഹങ്ങളിലെ ഏഴിലേറെ വരുന്ന വംശാവലിയിൽ ഒന്നാണ് ഏഷ്യൻ സിംഹം. ഇന്ത്യയിലെ ഗീർ വനങ്ങളിലാണ് ഇവയെ കണ്ടു

വരുന്നത്. മറ്റെവിടെയും ഇതിന്റെ സാന്നിദ്ധ്യമില്ലെന്ന് കണ്ടെത്തിയിട്ടുണ്ട്. മാനുകളെയും പന്നികളെയും കന്നുകാലികളെയും ഇവ വേട്ടയാടി ഭക്ഷിക്കുന്നു. നിലവിലെ കണക്കുപ്രകാരം ലോകത്ത് ആകെ 400 നടുത്ത് ഏഷ്യൻ സിംഹങ്ങളുണ്ടെന്ന് കണക്കാക്കിയിട്ടുണ്ട്. എങ്കിലും ഇവയുടെ വംശ വർദ്ധനവ് ഓരോ വർഷവും കൂടിവരുന്നു. കാരണം ഏഷ്യൻ സിംഹങ്ങളെ സംരക്ഷിത മൃഗമായി കണക്കാക്കിയിട്ടുണ്ട്.

കടുവകൾ

മൃഗങ്ങളിൽ വേട്ട മാത്രം ലക്ഷ്യമാക്കി ജീവിക്കുന്ന ചിലയിനം ജീവികളുണ്ട്. അവയിൽ ഒന്നാമൻ കടുവകളാണ്. മറ്റുള്ള ജീവികളെ വകവരുത്തി വിശപ്പടക്കുന്ന ഇവറ്റകൾ കാട്ടിലെ വേട്ടരാജാക്കന്മാരാണെന്ന് പറയാം. ഈ മാർജ്ജാര വംശജർ ആകെ ആറ് തരക്കാരുണ്ട്. ജീവിത രീതിയിലും സ്വഭാവത്തിലും വ്യത്യസ്തരാണിവർ. ചിലത് സൗത്ത് ഏഷ്യയിലെ നിബിഡ വനങ്ങളിൽ ജീവിക്കുമ്പോൾ മറ്റുചിലത് സൈബീരിയയിലെ മഴക്കാടുകളിലാണ് അന്തേവാസം. നല്ല മഞ്ഞ് പെയ്യുന്ന പർവ്വത മേഖലയിൽ കഴിയുന്ന കടുവ വർഗ്ഗങ്ങളും കുറവല്ല.

കടുവകൾ പലപ്പോഴും തനിച്ചാണ് വേട്ടക്കിറങ്ങുന്നത്. ഓരോ കടുവയ്ക്കും അതിന്റേതായ അതിർത്തി പ്രദേശമുണ്ട്. മൂത്രമൊഴിച്ച് അതിർത്തികളെ നിർണ്ണയിക്കുകയാണ് ഇവ ചെയ്യുന്നത്. ഇവിടേക്ക് അതിക്രമിച്ചു കടക്കുന്ന മറ്റു മൃഗങ്ങളെ ഇവ പ്രതിരോധിക്കുന്നു. നീളത്തിൽ ഏറ്റവും വലിയ കടുവകളായ സൈബീരിയൻ കടുവകൾ യാതൊരു കാരണവശാലും അതിർത്തി ഭേദിക്കുന്നവരെ വെറുതെ വിടാറില്ല. വയറും നെഞ്ചും വെളുത്ത രോമങ്ങളാൽ അലങ്കരിക്കപ്പെട്ട ഈ കടുവകളെ കണ്ടാൽത്തന്നെ പേടി തോന്നും. നീന്തലിലും ഇവർ കേമന്മാർ തന്നെ. സൈബീരിയൻ കടുവകളെപ്പോലെ വലുപ്പത്തിൽ ചില്ലറക്കാരല്ല ബംഗാളി കടുവകൾ. ആൺ കടുവ ഏതാണ്ട് മൂന്നു മീറ്ററോളം വലുപ്പം കാണും. പന്നികളെയും മാനിനെയും കന്നുകാലികളെയും വേട്ടയാടി ഭക്ഷിക്കാനാണ് ബംഗാളി കടുവകൾ ഏറെ ഇഷ്ടപ്പെടുന്നത്. ബർമ, ഭൂട്ടാൻ, ചൈന, നേപ്പാൾ എന്നീ രാജ്യങ്ങളിൽ ഇത്തരം കടുവകൾ ധാരാളമായി കാണുന്നു.

വെള്ളക്കടുവ

പ്രത്യേക ജീനിന്റെ പ്രവർത്തനഫലമായാണ് വെള്ളക്കടുവകൾ ഉണ്ടാകുന്നത്. ബംഗാളിലാണ് ഇവ അധികവും കണ്ടുവരുന്നത്. ഓറഞ്ച് കടുവകളെക്കാൾ ആകൃതിയിൽ വലുപ്പമുള്ളവയാണ് വെള്ളക്കടുവകൾ. വെള്ളയിൽ ചോക്ലേറ്റ് നിറമുള്ള വരകൾ ഉള്ളതിനാൽ ഇവയെ കാണാൻ നല്ല രസമാണ്. നീലക്കണ്ണുകളുടെ കാന്തി ആരെയും ആകർഷിക്കും. കാടുകളിൽ വെള്ളക്കടുവകളെ അത്രയെളുപ്പം കാണുകയില്ല. കണ്ടാൽ തന്നെ ഇവകൾ ഉടൻ കാഴ്ചബംഗ്ലാവുകളിലെത്തും. വെള്ളക്കടുവകളുടെ

തിരോധാനം പാരിസ്ഥിതികമായ ഒട്ടേറെ പ്രശ്നങ്ങൾക്ക് കാരണമാകുന്നുണ്ട്. പ്രകൃതിയിലെ വനമേഖലയുടെ നിലനില്പ് കടുവകളെ ആശ്രയിച്ചാണ്. ചെടികളും മരങ്ങളും തിന്നു നശിപ്പിക്കുന്ന വിവിധയിനം സസ്യഭുക്കുകളെ വേട്ടയാടി അവയുടെ നിയന്ത്രണാതീതമായ പെരുപ്പം കുറച്ചുകൊണ്ടുവരുന്നത് കടുവകളാണ്.

വേട്ടക്കഥ

പൊതുവെ സൂര്യാസ്തമയ സമയത്താണ് കടുവകൾ വേട്ടയാടാനിറങ്ങുന്നത്. മൃഗങ്ങളുടെ ലഭ്യതയാകാം ഇതിനു കാരണം. തൊട്ടരികെ ഇര പ്രത്യക്ഷപ്പെട്ടാൽ പതുങ്ങിച്ചെന്ന് പിറകുവശത്തുകൂടി ആക്രമിക്കുകയാണ് പതിവ്. കഴുത്തിലാണ് കടിക്കുക. ഇരയെ കൊന്നു കഴിഞ്ഞാൽ സുരക്ഷിതമായ ഒരിടം കണ്ടെത്തുന്നു. വലിയ ഇരകളാണെങ്കിൽ ഒന്നിലേറെ ദിവസങ്ങൾകൊണ്ട് ഭക്ഷിച്ചുതീർക്കും. എല്ലാ വേട്ടയും വിജയിക്കണമെന്നില്ല. ഒരു തവണ മാത്രം 18 കിലോയിലേറെ മാംസം ഒരു കടുവ അകത്താക്കുന്നു. മാൻ, പശു, പന്നി എന്നുവേണ്ട കുരങ്ങൻ മുതൽ പക്ഷികളെ വരെ കടുവകൾ ഇരയാക്കാറുണ്ട്.

പുള്ളിപ്പുലി

ഒരു ദിവസത്തെ സിംഹഭാഗവും മരംകയറി സുരക്ഷിതമായ കൊമ്പിൽ ഉറങ്ങുകയോ, വിശ്രമിക്കുകയോ ഇരയെ നിരീക്ഷിക്കുകയോ ചെയ്യുന്ന പൊതു രീതിയാണ് സുന്ദരന്മാരായ പുള്ളിപ്പുലികളുടേത്. ചെറുപ്പത്തിൽത്തന്നെ മരംകയറാൻ ഇവർ പരിശീലിക്കും. സുരക്ഷിതത്വത്തിനു വേണ്ടി മക്കളെ മരക്കൊമ്പിലിരുത്തി വേട്ടയാടാൻ ഇറങ്ങുന്നതും കുറവല്ല. പുള്ളിപ്പുലികളുടെ ഉറക്കവും മരക്കൊമ്പിലാണെന്നു പറഞ്ഞാൽ അതിൽ അതിശയോക്തിക്ക് ഒട്ടും വകയില്ല. മരംകയറുന്നതിനേക്കാൾ പ്രയാസം പിടിച്ചതാണ് പുള്ളിപ്പുലിക്ക് മരത്തിൽനിന്നും ഇറങ്ങുക എന്നത്. ശരീരത്തിന്റെ ഭാരം കാലുകളിൽ താങ്ങാൻ കഴിയാത്തതാണ് ഇതിനു കാരണം.

ആഫ്രിക്കയിലും തെക്കു-കിഴക്കൻ ഏഷ്യയിലുമായാണ് പുള്ളിപ്പുലികളെ സാധാരണയായി കണ്ടുവരുന്നത്. കടുവകളെക്കാളും സിംഹത്തെക്കാളും തൂക്കത്തിലും വലുപ്പത്തിലും നേർപകുതി മാത്രമേ പുള്ളിപ്പുലികൾ കാണുന്നുള്ളൂവെങ്കിലും കരുത്തിന്റെ കാര്യത്തിൽ ഇവർ ചില്ലറക്കാരല്ല. പ്രായപൂർത്തിയായ പുള്ളിപ്പുലിക്ക് 60 കിലോ മാത്രമേ തൂക്കം കാണൂ. ഇരയെ കണ്ടെത്തിക്കഴിഞ്ഞാൽ അതിനെ വകവരുത്താനുള്ള തന്ത്രങ്ങൾ മെനയാൻ തുടങ്ങും.

ഇരയെ കണ്ട പൂച്ചയെപ്പോലെ തല അല്പം താഴ്ത്തി, കൈകാലുകൾ മടക്കി നിശ്ശബ്ദതയോടെ മുന്നോട്ടു നടക്കും. ഓട്ടത്തിൽ വിരുതന്മാരായതിനാൽ പുള്ളിപ്പുലികൾക്ക് വേട്ടമൃഗത്തെ കീഴ്പ്പെടുത്തുക എളുപ്പമാണ്. ഇരയെ കൊന്നു കഴിഞ്ഞാലുടൻ അതിനെ സുര

ക്ഷിതമായി മരക്കൊമ്പിലെത്തിക്കുക എന്ന ശ്രമകരമായ ദൗത്യമാണ് പുള്ളിപ്പുലിയുടെ മുന്നിലുള്ളത്. മറ്റു മൃഗങ്ങളിൽനിന്നു ഇരയെ രഹസ്യമായി ഒളിപ്പിക്കുക കൂടിയാണ് ഇങ്ങനെ ചെയ്യുന്നതിലൂടെ ലക്ഷ്യമിടുന്നത്. തന്നേക്കാൾ ഭാരമുള്ള വേട്ടമൃഗത്തെ കഴുത്തിൽ കടിച്ചുതൂക്കി നിഷ്പ്രയാസം മരംകയറുന്ന പുള്ളിപ്പുലികൾ കൗതുകംതന്നെയാണ്. പുള്ളിപ്പുലി വലിയ മൃഗങ്ങളെ മാത്രമേ വേട്ടയാടുകയുള്ളൂ എന്നു കരുതേണ്ട. എലിയും ചെറിയ പക്ഷികളും ഇവയുടെ ഭക്ഷണത്തിൽപ്പെടുന്നു.

ചീറ്റപ്പുലി

ചീറ്റപ്പുലികളെയും പുള്ളിപ്പുലികളെയും തിരിച്ചറിയുക എളുപ്പമല്ല. പടിഞ്ഞാറൻ ആഫ്രിക്കയിലാണ് ചീറ്റപ്പുലികളുടെ അധിവാസ കേന്ദ്രം. വേട്ടരാജാക്കന്മാരിൽ ഏറ്റവും വേഗതയുള്ള ജീവിയെന്ന സവിശേഷത ചീറ്റപ്പുലികൾക്കുണ്ട്. കുഞ്ഞുങ്ങളെ മുലയൂട്ടുന്നവയാണിവർ. പകൽവെളിച്ചത്തിലാണ് ഇവയുടെ വേട്ട. അതിസൂക്ഷ്മമായ കാഴ്ചശക്തി ചീറ്റപ്പുലികളുടെ പ്രത്യേകതയാണ്. ഇത് വേട്ടയെ എളുപ്പത്തിലാക്കാൻ സഹായിക്കുന്നു. ഇരയെ കീഴ്പ്പെടുത്തിക്കഴിഞ്ഞാൽ പുള്ളിപ്പുലിയെപ്പോലെ തന്നെ, ഭക്ഷണത്തിനായി ഇവ സുരക്ഷിത ഇടം തേടുന്നു.

ചീറ്റപ്പുലി പ്രസവിച്ചു കഴിഞ്ഞാൽ ധാരാളം സമയം മക്കളെ വേട്ട പരിശീലിപ്പിക്കുന്നതിനായി ചെലവിടും. ചെറിയ മാൻകുട്ടികളെ മുന്നിൽ ഇട്ടു കൊടുത്ത്, അവയെ വേട്ടയാടുന്നതായി കാണിച്ചാണ് പരിശീലനം. പക്ഷികളെയും എലികളെയുമൊക്കെ ചീറ്റകളും ശാപ്പിടാറുണ്ട്.

വംശനാശം നേരിടുന്ന മൃഗങ്ങളുടെ പട്ടികയിൽ ഉൾപ്പെട്ടതാണ് ചീറ്റകൾ. കാട്ടിലെ വേട്ടരാജാക്കന്മാരുടെ ഗണത്തിൽപ്പെടുന്നവയാണ് ജാഗോർ, മൗണ്ടേൻ ലയൺ എന്നിവയും. ഇവയും വംശനാശ ഭീഷണിയിലാണ്. സംരക്ഷിത മൃഗങ്ങളുടെ പട്ടികയിലാണിവർ.

മഞ്ഞിലെ പുള്ളിപ്പുലി

മദ്ധ്യേഷ്യയിലെ മഞ്ഞുമൂടിക്കിടക്കുന്ന പർവ്വത നിരകളിൽ കാണുന്ന സ്നോ ലീപാഡ് നിറത്തിൽ ചാരവർണ്ണമാണ്. ശരീരമാകെ തിങ്ങിനിറഞ്ഞ രോമങ്ങൾ ഇവയുടെ മാത്രം പ്രത്യേകതയാണ്. പൊതുവെ പരന്ന കാലുകൾ മഞ്ഞിലെ നടത്തത്തിന് സുഗമമാണ്. നീളമുള്ള വാലുകൾ ശരീരത്തിന്റെ തുലനതയെ സഹായിക്കുന്നു. പർവ്വത നിരകളിലെ അസഹ്യമായ തണുപ്പിനെ വെല്ലാൻ പ്രകൃതിതന്നെ ഒരുക്കിയതാണ് ഇവയുടെ ശരീര ഘടനയെന്ന് തോന്നിപ്പോകും. എങ്കിലും മനുഷ്യൻ ഏറ്റവും കൂടുതൽ വേട്ടയാടപ്പെടുന്ന മൃഗമാണിത്. ഇതിന്റെ തൊലിക്കും മറ്റു അവയവങ്ങൾക്കും വിപണിയിൽ നല്ല ആവശ്യക്കാരുണ്ടെന്നതുതന്നെ കാരണം. പുള്ളിപ്പുലിയുടെ നഖങ്ങളും മറ്റും ചൈനക്കാർ ചില ഔഷധ നിർമ്മാണത്തിന് ഉപയോഗിക്കുന്നു.

19

വേട്ടപ്പക്ഷി

ആകാശത്തിന്റെ അനന്തതയിൽ അനായാസമായി പറന്നുനടക്കുന്ന പക്ഷിക്കൂട്ടങ്ങളെ കണ്ടിട്ടില്ലേ? അവ എത്രയെണ്ണമുണ്ടെന്ന് കൂട്ടുകാർ ചിന്തിച്ചിട്ടുണ്ടോ? പുരാതനകാലംതൊട്ടേ പക്ഷി നിരീക്ഷണം മനുഷ്യന്റെ ഹോബിയും കൗതുകവുമായിരുന്നു. പറന്നും മത്സ്യങ്ങളെപ്പോലെ ഊളിയിട്ടും ചിത്രശലഭങ്ങളെപ്പോലെ നൃത്തമാടിയും വിഹരിക്കുന്ന പറവകളുടെ ലോകം വിസ്തൃതമാണ്. മനുഷ്യൻ ഭൂമുഖത്ത് പ്രത്യക്ഷപ്പെടുന്നതിനും എത്രയോ മുമ്പ് ആകാശത്ത് പറന്നുനടന്നവരാണ് പറവകൾ. അതായത് ഏതാണ്ട് 150 കോടി വർഷങ്ങൾ മുമ്പ്.

ലോകത്ത് 1800 ൽപ്പരം പക്ഷിവർഗ്ഗങ്ങളുണ്ടെന്നാണ് ശാസ്ത്രത്തിന്റെ കണക്കുകൂട്ടൽ. ഇവയിൽ എല്ലാ വർഗ്ഗത്തെയും മനുഷ്യൻ കണ്ടിട്ടില്ല. ആഫ്രിക്കൻ വനാന്തരങ്ങളിലും ഇന്ത്യൻ വനമേഖലകളിലും വൈവിദ്ധ്യമാർന്ന ധാരാളം പക്ഷികളുണ്ട്. 140 മില്യൻ വർഷങ്ങൾക്കു മുമ്പ് ജീവിച്ചിരുന്ന 'ആർക്കിയോപെട്രിക്സ്' എന്ന പക്ഷിയാണ് മനുഷ്യൻ ആദ്യം കണ്ടെത്തിയ പക്ഷി. ഈ പക്ഷിയുടെ പല്ലുകളും നഖങ്ങളും അതിന്റെ ചിറകിനു മീതെയായിരുന്നുവത്രെ! 5–7 സെന്റിമീറ്റർ മാത്രം വലുപ്പമുള്ള പക്ഷിയാണ് ലോകത്തിലെ ഏറ്റവും ചെറിയ പക്ഷി. നല്ലൊരു പാട്ടുകാരൻ കൂടിയാണിവൻ. ഇനി വേട്ടക്കാരായ ചില പക്ഷികളെക്കുറിച്ച് കേട്ടോളൂ.....

ഇരതേടി പറക്കുന്ന പക്ഷികളെയാണ് പൊതുവെ വേട്ടപ്പക്ഷികൾ എന്നു വിളിക്കുക. മാംസഭോജികളാണിവ. ഇവരിൽത്തന്നെ രാത്രിസഞ്ചാരികളും പകൽ വേട്ടക്കാരുമുണ്ട്. കൂർത്തുമൂർത്ത നഖങ്ങളും നീണ്ടുവളഞ്ഞ കൊക്കും വേട്ടപ്പക്ഷികളുടെ പ്രത്യേകതകളാണ്. മാത്രവുമല്ല, ഇവയുടെ കാഴ്ചശക്തി അപാരമാണ്. ആകാശത്തിന്റെ വിദൂര

തയിൽ നിന്നുപോലും ഭൂമിയിലെ ഇരകളെ കണ്ടെത്താൻ ഇവയ്ക്ക് നിഷ്പ്രയാസം കഴിയുന്നു. ചെറുതരം പക്ഷികൾ, ഇഴജന്തുക്കൾ, പ്രാണികൾ തുടങ്ങിയവയെയാണ് വേട്ടപ്പക്ഷികൾ ലക്ഷ്യമിടുന്നത്. കഴുകൻ, പരുന്ത്, മൂങ്ങ തുടങ്ങിയവ വേട്ടപ്പക്ഷികൾക്ക് ഉദാഹരണങ്ങളാണ്.

കഴുകൻ നോട്ടം

ഇംഗ്ലീഷ് ഭാഷയിൽ 'കഴുകൻ നോട്ടം' എന്നൊരു പ്രയോഗം തന്നെയുണ്ട്. കണ്ടാൽ അത്ര വൃത്തിയോ ആകർഷണമോ കഴുകന്മാർക്കില്ല. ലോകത്ത് ആകെ ഏഴ് വർഗ്ഗത്തിൽപ്പെട്ട കഴുകന്മാരുണ്ടെന്നാണ് കണ്ടെത്തൽ. ഇതിൽ ആധുനിക കഴുക വർഗ്ഗവുമുണ്ട്. (new world vultures).

കിഴക്കൻ അമേരിക്കയിലും ആഫ്രിക്കൻ വൻകരയിലും ഇവരുടെ സാന്നിദ്ധ്യമുണ്ട്. ഇവയ്ക്ക് തലയിലും കഴുത്തിലും രോമമുണ്ടാകില്ല. ഇരകളെ കണ്ടെത്താനും വേട്ടയാടാനുമുള്ള ഇവയുടെ കഴിവ് പ്രസിദ്ധമാണ്. ഇടതൂർന്ന കാടുകളിലെ ചത്ത മൃഗങ്ങളുടെ ഗന്ധം തിരിച്ചറിഞ്ഞ് അവയുടെ യഥാർത്ഥ സ്ഥാനം കണ്ടെത്താൻ വിരുതന്മാരാണിവർ. അത്രയ്ക്ക് ഘ്രാണശക്തി ഇവയ്ക്കുണ്ട്. 'ഒരു കഴുകനെപ്പോലെയാണ് നീ' എന്ന് ചിലർ മറ്റു ചിലരെ സാമ്യപ്പെടുത്താറുള്ളത് ശ്രദ്ധിച്ചിട്ടില്ലേ?

വേട്ടക്കാർ

വേട്ടപ്പക്ഷികൾ വിവിധ തരമുണ്ടെന്ന് പറഞ്ഞുവല്ലോ. വേട്ടയാടുന്ന രീതി, ശാരീരിക പ്രകൃതം, പ്രത്യേകതകൾ എന്നിവയെ അടിസ്ഥാനമാക്കിയാണ് വേട്ടപ്പക്ഷികളെ തരംതിരിച്ചിരിക്കുന്നത്. പരുന്ത് (Dragon), മീൻകൊത്തി (Fish Eater), പാമ്പുതീനി (Snake Eagle), പ്രാപ്പിടിയൻ (Hawk) തുടങ്ങി ചെറുതും വലുതുമായ അനേകം വേട്ടപ്പക്ഷികളുണ്ട്.

ലോകത്ത് പൊതുവായി കാണുന്ന വേട്ടപ്പക്ഷിയാണ് (Hunter Bird) കഴുകൻ. എന്നാൽ മഞ്ഞുമൂടിക്കിടക്കുന്ന ഉത്തരധ്രുവപ്രദേശങ്ങളിൽ ഇവയെ കാണാൻ പ്രയാസമാണ്. ഇരകളുടെ കുറവ്, പ്രതികൂല കാലാവസ്ഥ എന്നിവയാണ് ഇതിനു കാരണം. കഴുകന്മാരിൽ പെൺവർഗ്ഗമാണ് ആണിനേക്കാൾ വലുപ്പക്കൂടുതലുള്ളത്. ഇവ ചെറിയ ഇഴജന്തുക്കൾ മുതൽ വലിയ മുയലുകളെവരെ വേട്ടയാടിപ്പിടിക്കാറുണ്ട്. എലികളെയും പല്ലികളെയും പാമ്പുകളെയും ഇവർ വെറുതെ വിടാറില്ല. വേട്ടയാടിക്കഴിഞ്ഞാൽ പ്രത്യേകതരം ശബ്ദം പുറപ്പെടുവിക്കും. കഴുകന്മാർ ദേശാടനപ്രിയരാണ്. മഞ്ഞുകാലമായാൽ ചൂടുള്ള ഇടങ്ങൾതേടി ഇവ യാത്രചെയ്യാറുണ്ട്. കഴുകന്റെ കൊക്ക് നല്ല ഉറപ്പുള്ളതും നീളമുള്ളവയുമാണ്. ഇര തേടാൻ ഇവ നന്നായി സഹായിക്കുന്നു. എല്ല്, 'കെരാറ്റിൻ' (Keratin) എന്നിവയാണ് കൊക്കുകളുടെ ബലത്തിന് കാരണം. മനുഷ്യന്റെ നഖങ്ങളിൽ കെരാറ്റിന്റെ അംശമുണ്ടല്ലോ? അറ്റം വളഞ്ഞ ഇവയുടെ കൊക്കുകൾ വേട്ടയാടിപ്പിടിച്ച ഇരയെ വേഗത്തിൽ കീറിമുറിക്കാനും ഭക്ഷ്യയോഗ്യമാക്കാനും സഹായിക്കുന്നു. ഏതാണ്ട് എല്ലാ വേട്ടപ്പക്ഷികളുടെയും

കൊക്കിന്റെ അഗ്രഭാഗം വളഞ്ഞു കൂർത്തതായിരിക്കും. വിശാലമായ ചിറകുകൾ ഇവയ്ക്ക് അനായാസവും വേഗതയുള്ള പറക്കലിനും സഹായിക്കുന്നു. വേട്ടപ്പക്ഷികളിൽ കഴുകൻ ഒഴികെ എല്ലാ പക്ഷികളും വേട്ടയാടിയാണ് ഇരകളെ കണ്ടെത്തുന്നത്.

കൂടുകൂട്ടും വിധം

ശത്രുക്കളിൽനിന്ന് രക്ഷനേടാൻ സുരക്ഷിതമായ ഇടങ്ങളിലാണ് ഇവ കൂടുകൂട്ടുന്നത്. വേട്ടപ്പക്ഷികളിലെ ഇനങ്ങളെപ്പോലെ തന്നെ ഇവ കൂടുണ്ടാക്കുന്നതും വ്യത്യസ്ത രൂപത്തിലും സ്ഥലങ്ങളിലുമാണ്. കഴുകൻ കൂടുതൽ മരക്കൊമ്പുകളിലാണ് കൂടുണ്ടാക്കാൻ ഇഷ്ടപ്പെടുന്നത്. ഒരു കൂടുതന്നെ പലവർഗ്ഗങ്ങൾ ഉപയോഗിക്കാറുണ്ട്. വെറും നിലത്ത് മണ്ണ് മാന്തി കൂടുണ്ടാക്കുന്ന വേട്ടപ്പക്ഷികളുമുണ്ട്. തുർക്കിയിൽ കണ്ടുവരുന്ന ഒരുതരം കഴുകൻ ഗുഹകളിലാണ് താമസിക്കുന്നത്. ചില സമയങ്ങളിൽ മണ്ണിൽത്തന്നെ കൂട് നിർമ്മിക്കാറുമുണ്ട്. ഒരിക്കലും പാരമ്പര്യ രീതിയിൽ കൂട് നിർമ്മിക്കുന്ന വിഭാഗമല്ല 'ടർക്കി കഴുകന്മാർ.' പാറകളുടെ ഏറ്റവും മുകളിൽ കൂടുകൂട്ടാൻ താല്പര്യമെടുക്കുന്നവരാണ് വേട്ടപ്പക്ഷികൾ. മരങ്ങളേക്കാൾ സുരക്ഷിതമാണ് പാറക്കെട്ടുകളെന്ന് ഇവയ്ക്കറിയാം. കാറ്റിലും മഴയിലും സുരക്ഷിതമല്ല മരങ്ങളെന്ന കാഴ്ചപ്പാടാകാം ഇതിനു കാരണം. മാത്രമല്ല, പാറക്കെട്ടുകൾക്കടുത്താണ് ഇരകളുടെ ലഭ്യത കൂടുതലുള്ളത്. വലിയ കൂടാണ് കഴുകൻ നിർമ്മിക്കുന്നത്. രണ്ടു മീറ്ററിലധികം വലുപ്പമുണ്ടാകും ഇവയ്ക്ക്. ചില കൂടുകൾക്ക് 45 കിലോ ഗ്രാം വരെ തൂക്കമുണ്ടാകും. ദേശാടനം കഴിഞ്ഞാലും പഴയ കൂട്ടിൽ തന്നെ മുട്ടയിടാൻ കഴുകൻ തിരിച്ചെത്തുമെന്നത് കൗതുകം തന്നെയാണ്.

വേട്ടക്കഥ

വേട്ടപ്പക്ഷികളിൽ മൂങ്ങ (owl) ഒഴികെ മറ്റെല്ലാ പക്ഷികളും പകൽ വേട്ടക്കാരാണ്. കാലുകളിലെ കൂർത്ത നഖങ്ങൾ, വിശാലമായ ചിറകുകൾ, നോട്ടപ്പിശകില്ലാത്തതും, ദൂരക്കാഴ്ചയുള്ളതുമായ കണ്ണുകൾ, പ്രകൃതിക്ക് അനുയോജ്യമായ നിറം, മിന്നൽ വേഗത ഇവയെല്ലാം വേട്ടപ്പക്ഷികൾക്ക് ഇരപിടിക്കാൻ അനുകൂലമായ പ്രത്യേകതകളാണ്. ഇടതൂർന്ന മരങ്ങൾക്കിടയിലൂടെ ഉയർന്നും താഴ്ന്നും പറന്ന് വേട്ടയാടുന്ന ഈ പക്ഷികൾക്ക് ഉന്നം തെറ്റുന്നത് അപൂർവ്വമാണ്. കാലുകളിലെ നഖങ്ങൾ ഏതു മരത്തിലും പെട്ടെന്ന് അള്ളിപ്പിടിക്കാൻ സഹായിക്കുന്നു. ഒഴുകുന്ന ജലത്തിൽ നീന്തിനടക്കുന്ന മത്സ്യങ്ങളെ അത്ഭുതകരമായ വേഗതയിൽ വേട്ടയാടുന്ന മത്സ്യപിടിത്തക്കാരായ പക്ഷികളെ നാം കണ്ടിട്ടുണ്ടല്ലോ. ഉയരത്തിൽ പറന്ന് ഭൂമിയിലെ ഇരയുടെ ചലനം, സാഹചര്യം, ശത്രുസാന്നിദ്ധ്യം എന്നിവയെല്ലാം ബുദ്ധിപൂർവ്വം ഗണിച്ചെടുത്ത് ലക്ഷ്യംതെറ്റാതെ ഇരകളെ പിടിക്കുന്ന എത്രയെത്ര വേട്ടക്കാരുണ്ട്. നമ്മുടെ കോഴിക്കുഞ്ഞുങ്ങളെ റാഞ്ചിപ്പറക്കുന്ന 'പ്രാപ്പിടിയൻ' ഇവയിൽ ഒരുതരം മാത്രം.

ജീവചക്രം

വേട്ടപ്പക്ഷികളിൽ മുമ്പന്മാരായ കഴുകനും, പരുന്തും ദീർഘായുസ്സുള്ളവയാണ്. അമ്പത് വർഷത്തിലേറെ ഇവ ജീവിക്കുമെന്നാണ് ശാസ്ത്രം പറയുന്നത്. എങ്കിലും വന്യജീവികൾക്കിടയിൽ അത്രയൊന്നും കാലം ഇവയ്ക്ക് ജീവിക്കാൻ കഴിയില്ല. പിറന്നുവീണ് ഒരു വർഷത്തിനകം ജീവൻ വെടിയേണ്ടിവരുന്നവരാണ് ഇവയിലധികവും. പ്രതികൂല കാലാവസ്ഥ, രോഗങ്ങൾ, ഇതര ജന്തുക്കളുടെ കടന്നാക്രമണം, ഭക്ഷ്യക്ഷാമം എന്നിവയെല്ലാം ഇവയുടെ ജീവൻ വേഗത്തിൽ തട്ടിയെടുക്കുന്ന ഘടകങ്ങളാണ്. ഒമ്പതോ പത്തോ വയസ്സ് പ്രായമാകുന്നതിനു മുമ്പുതന്നെ ചത്തു പോകുന്നവയാണ് കൂടുതൽ. മനുഷ്യന്റെ വേട്ടയാടലും കൃഷികളിലെ അമിത രാസപ്രയോഗങ്ങളും ഇതിനു കാരണങ്ങളാണ്. ഒന്നോ രണ്ടോ വർഷം മാത്രം ആയുസ്സുള്ള മൂങ്ങകളും കുറവല്ല. എങ്കിലും മിക്ക വേട്ടപ്പക്ഷികളുടെയും ജീവിതകാലഘട്ടം പത്തു വർഷത്തിലേറെ നീണ്ടു നില്ക്കില്ല.

ഇവയുടെ മുട്ടകൾ വലുപ്പമുള്ളവയാണ്. 'ഓവൽ' രൂപത്തിലുള്ള മുട്ടകളുടെ നിറങ്ങൾ വ്യത്യസ്തമാണ്. ഇളം പച്ച നിറത്തോടു കൂടിയ മുട്ടകളാണ് പരുന്തുകളുടേത്. മുട്ടയിട്ടു കഴിഞ്ഞാൽ അടയിരിക്കുന്നത് പെൺപക്ഷിയുടെ ചുമതലയിൽപ്പെട്ടതാണ്. 26 മുതൽ 35 ദിവസം വരെ അടയിരുന്നാണ് മുട്ട വിരിയിക്കുന്നത്. കഴുകന്മാരുടെ മുട്ടകൾക്ക് 36 മുതൽ 50 ദിവസം വരെ അടയിരിക്കണം. ചുരുങ്ങിയ ദിവസങ്ങൾക്കുള്ളിൽത്തന്നെ കാര്യപ്രാപ്തിയുള്ളവരായിരിക്കും കുഞ്ഞുങ്ങൾ. നല്ല ഭാരവും ഇവയ്ക്കുണ്ടാകും.

കഴുകൻ ദൈവം

ആയിരം വർഷങ്ങൾക്കുമുമ്പ് ഈജിപ്ത് ഭരിച്ചിരുന്ന ഫറോവാ ചക്രവർത്തിമാർ കഴുകനെ ദൈവമായി കണ്ടിരുന്നു. ഈജിപ്ഷ്യൻ ദേവതയായ നെക്ക്ബെറ്റ് (Nekhbet) കഴുകന്റെ പ്രതിനിധിയായിട്ടാണ് അവർ കണ്ടത്.

നെക്ക്ബെറ്റ് ദേവതക്ക് കഴുകന്റെ തലയായിരുന്നുവത്രെ. നെക്ക്ബെറ്റ് നവജാത ശിശുക്കളുടെ ദേവതയായിട്ടാണ് പരിഗണിച്ചുവന്നിരുന്നത്. സംരക്ഷണത്തിന്റെ അദൃശ്യമായ കഴിവുകൾ ഈ ദേവതയ്ക്ക് ഉണ്ടായിരുന്നതായി ഈജിപ്ഷ്യൻ ജനത വിശ്വസിച്ചിരുന്നു.

മൃഗങ്ങളെപ്പോലെ തന്നെ വംശനാശം നേരിടുന്ന വിഭാഗമാണ് പറവകളും. പ്രകൃതിക്കുമേൽ മനുഷ്യന്റെ അനിയന്ത്രിതമായ കടന്നുകയറ്റമാണ് ഇതിനു മുഖ്യകാരണം. വന നശീകരണം ഏറ്റവും കൂടുതൽ മുറിവേല്പിക്കുക പറവകളെയാണ്. ആധുനിക രാസപദാർത്ഥങ്ങളുടെ ഉപയോഗവും ഇവയുടെ വംശനാശത്തിന് മറ്റൊരു കാരണമാണ്.

20

വംശനാശം നേരിടുന്ന ജീവിവർഗ്ഗങ്ങൾ

ഏഷ്യൻ സിംഹം

ഒരു കാലത്ത് ഇന്ത്യയിലെ കിഴക്കൻ മേഖലകളിലും മദ്ധ്യേന്ത്യൻ വനാന്തരങ്ങളിലുമായി സ്വൈര്യവിഹാരം നടത്തിയിരുന്ന ഏഷ്യൻ സിംഹങ്ങൾ (panthera leo persica) ഗീർ വനമേഖലയിൽ മാത്രം ഒതുങ്ങിയിരിക്കുന്നു. അതുതന്നെ ഒരു ചെറിയ പ്രദേശത്തു മാത്രമായി! ഗുജറാത്തിലെ ഈ വന്യജീവി പ്രദേശം തന്നെ സിംഹങ്ങൾക്ക് സുരക്ഷിതമായ ഒരിടമല്ലെന്നും വന്നിരിക്കുന്നു. വന്യജീവി വേട്ടക്കാരുടെ തോക്കിൻ മുനമ്പിനു തടയിടാൻ സർക്കാർ നിയമങ്ങളോ സംരക്ഷകരോ പര്യാപ്തമല്ലാത്ത സ്ഥിതിവിശേഷമാണ് നിലനില്ക്കുന്നതെന്ന് അവിടങ്ങളിൽനിന്നുള്ള കണക്കുകൾ ബോദ്ധ്യപ്പെടുത്തുന്നു. 1913 വരെ ഗീർവനങ്ങളിൽ കണ്ടെത്തിയിരുന്ന പ്രത്യേകയിനം ഏഷ്യൻ സിംഹങ്ങൾ ഇന്ന് അവിടെ കണ്ടെന്നുവരില്ല. ബ്രിട്ടീഷുകാരുടെ ഭരണകാലത്ത് ഇത്തരം അപൂർവ്വ ജീവികളെ സംരക്ഷിക്കാനുള്ള ശ്രമങ്ങൾ ഉണ്ടായെങ്കിലും സ്വാതന്ത്ര്യാനന്തരം ഇന്ത്യയിലെ വന്യജീവികളുടെ കഷ്ടകാലം തുടങ്ങി എന്നാണ് ഈ മേഖലയുമായി ബന്ധപ്പെട്ടവർ പറയുന്നത്. ഏറ്റവും അവസാനമായി 2010 ലാണ് ഗീർവനത്തിലെ ഏഷ്യൻ സിംഹങ്ങളെക്കുറിച്ചുള്ള പഠനം പുറത്തുവന്നത്. അന്നു നടത്തിയ സർവ്വേ പ്രകാരം വെറും 411 ഏഷ്യൻ സിംഹങ്ങൾ മാത്രമേ ഗീർവനത്തിൽ ഉണ്ടായിരുന്നുള്ളൂ. ബാക്കി എവിടെപ്പോയെന്ന് ചോദിച്ചാൽ കൈമലർത്തുകയേ തരമുള്ളൂ. വനത്തിൽ അവശേഷിക്കുന്ന ഈ സിംഹങ്ങൾതന്നെ നിലനില്പിനായുള്ള വലിയ സമരത്തിലാണെന്നാണ് പരിസ്ഥിതി ഗവേഷകരുടെ മുന്നറിയിപ്പ്.

ഏഷ്യൻ സിംഹങ്ങളെക്കുറിച്ച് സുദീർഘ പഠനം നടത്തിയ സ്റ്റീഫൻ ഓബ്രീൻ പറയുന്നത്, ഗണ്യമായി കുറഞ്ഞുകൊണ്ടിരിക്കുന്ന സിംഹങ്ങ

ളുടെ ഇടയിൽ രോഗം വരാനുള്ള സാദ്ധ്യതയെയും, അവ പ്രതിരോധിക്കാനുള്ള ഇവയുടെ ശക്തിക്കുറവിനെയും കുറിച്ചാണ്. ഒരു സിംഹത്തിന് വരുന്ന രോഗം വളരെ പെട്ടെന്ന് തൊട്ടടുത്തതിനെ ബാധിക്കുന്ന പൊതു രീതിയാണിപ്പോൾ ഗീർവനത്തിലുള്ളതെന്ന് അദ്ദേഹം പറയുന്നു. 1994ൽ ടാൻസാനിയയിലെ നാഷണൽ പാർക്കിൽ ഇതുപോലെ രോഗം വന്ന് ചത്തൊടുങ്ങിയ സിംഹങ്ങൾ എണ്ണൂറിലേറെയായിരുന്നുവത്രെ! നാല് മാസംകൊണ്ട് 40 ശതമാനം സിംഹങ്ങളാണ് രാജ്യത്ത് ഇല്ലാതായത്. അതുപോലെ ഗീർവനത്തിലും വരാനുള്ള സാദ്ധ്യതയെ പലരും തള്ളിക്കളയുന്നില്ല.

നാടിറങ്ങുന്ന വന്യമൃഗങ്ങൾ

രോഗം, പ്രതികൂല കാലാവസ്ഥ, ഭക്ഷണക്ഷാമം, വേട്ടക്കാരുടെ ശല്യം എന്നിവയാൽ മൃഗങ്ങൾ കാടുകളുപേക്ഷിച്ച് നാട്ടിലേക്കിറങ്ങാറുണ്ട്. ടാൻസാനിയയിൽ ഇതൊരു പതിവ് കാഴ്ചയാണ്. 2011 മുതൽ കാടുവിട്ട് നാട്ടിലിറങ്ങിയ സിംഹങ്ങളും കടുവകളും ഗ്രാമീണരെ കൊന്നു പ്രതികാരം വീട്ടുന്ന വാർത്തകൾക്ക് യാതൊരു ക്ഷാമവുമില്ലത്രെ. കഴിഞ്ഞ ഒരു വർഷത്തിനുള്ളിൽ ഇങ്ങനെ കൊല്ലപ്പെട്ടവർ നിരവധിയാണ്. ടാൻസാനിയയിൽ മാത്രമല്ല, വളർത്തുമൃഗങ്ങളെയാണ് ഇവ അധികവും ഇരയാക്കുന്നത്. ഇന്ത്യയിൽ കാടുവിട്ടിറങ്ങുന്ന സിംഹങ്ങൾ മാത്രം ഒരു വർഷം 1200 നും 1300 നും ഇടയിൽ വളർത്തുമൃഗങ്ങളെ കൊന്നുതിന്നുന്നുണ്ട്. വനവിസ്തൃതി കുറയുന്നതും കാടിറങ്ങാൻ വന്യമൃഗങ്ങളെ പ്രേരിപ്പിക്കുന്നതുപോലെ അപ്രതീക്ഷിതമായി സംഭവിക്കുന്ന കാലാവസ്ഥാ വ്യതിയാനങ്ങളും പ്രകൃതിക്ഷോഭങ്ങളും വന്യജീവികളെ സമ്മർദ്ദത്തിലാക്കുന്നു. 1980 ൽ ഗുജറാത്തിലുണ്ടായ കൊടുങ്കാറ്റ് ഇല്ലാതാക്കിയത് എണ്ണത്തിൽ കുറവല്ലാത്ത ഒട്ടേറെ അപൂർവ്വം വന്യജീവികളെയാണ്.

ദേശാടനപ്പക്ഷികൾ

കാലാവസ്ഥാ വ്യതിയാനമനുസരിച്ച് അനേകം മൈലുകൾ താണ്ടി ഒരു ദേശത്തുനിന്ന് മറ്റൊരിടത്തേക്ക് ലക്ഷ്യം തെറ്റാതെ വന്നിറങ്ങുന്ന ദേശാടനക്കിളികൾ മനുഷ്യന്റെ എക്കാലത്തെയും പ്രചോദനങ്ങളിൽ ഒന്നായിരുന്നു.

സൈബീരിയയിൽ നിന്നുപോലും നമ്മുടെ കേരളത്തിൽ കൊല്ലം തോറും ദേശാടനപ്പക്ഷികൾ വന്നെത്തിച്ചേരാറുണ്ട്. ഇന്ത്യയിൽനിന്ന് ചൂടുകാലത്ത് യൂറോപ്യൻ രാജ്യങ്ങളിലേക്ക് ആകാശയാനം നടത്തുന്ന പക്ഷികളും കുറവല്ല.

എന്നാൽ കാലം മാറി, കഥയും മാറി. ഇന്ന് ഇത്തരം ദേശാടനങ്ങൾ വിരളമായി മാത്രമേ സംഭവിക്കുന്നുള്ളൂ. ഓരോ വർഷവും അതിന്റെ തോതിൽ വലിയ അന്തരങ്ങൾ വരുന്നുണ്ട്. നഗരവല്ക്കരണവും കാലാവസ്ഥയിലെ അനിയന്ത്രിതമായ മാറ്റവും പക്ഷികളുടെ ദേശാടനത്തിന്

വിഘാതം സൃഷ്ടിക്കുകയാണ്. നീർത്തടാകങ്ങളുടെയും കുളങ്ങളുടെയും നാശം മറ്റൊരു കാരണമായി മുന്നിലുണ്ട്.

കാടുണ്ടെങ്കിലല്ലേ കിളികളുള്ളൂ. ഒരു കാലത്ത് കേരളത്തിലേക്ക് വിരുന്നെത്തിയിരുന്ന 'സൈബീരിയൻ കൊക്കുകൾ' ഇന്ന് അപൂർവ്വ കാഴ്ചയായി മാറിയിരിക്കുന്നു.

വന്യജീവികൾക്ക് സംഭവിക്കുന്ന അതേ കാരണങ്ങൾതന്നെ പക്ഷി കൾക്കും ബാധകമാകുന്നു. പരിസ്ഥിതി മാറ്റങ്ങൾ, മനുഷ്യന്റെ കടന്നാ ക്രമണം എന്നിവ മൂലം പക്ഷിലോകത്തെ പലതരക്കാരെയും അന്യമാ ക്കുന്നു. ഫിലിപ്പൈൻസിലെ ഒരു പ്രത്യേകതരം കഴുകൻ (philippine eagle) ഇന്ന് വലിയ ഭീഷണിയിലാണ്.

അതുപോലെ ഇന്ത്യയിലും ശ്രീലങ്കയിലും സുലഭമായിരുന്ന 'വൈറ്റ് ബ്രീസ്റ്റഡ് കഴുകൻ' (white-breasted eagle) വംശനാശ ഭീഷണിയി ലാണ്.

പക്ഷികളെക്കുറിച്ചുള്ള മനുഷ്യന്റെ ചില അന്ധവിശ്വാസങ്ങൾ അവ യുടെ ജീവന് ഭീഷണിയായിത്തീരുന്നതും കുറവല്ല. വെള്ളിമൂങ്ങ (snowy owl), കഷണ്ടിത്തലയൻ മൂങ്ങ (barnowl) എന്നിവ ചില ഉദാഹരണ ങ്ങൾ മാത്രം. വവ്വാലുകൾക്ക് നേരെയുള്ള അതിക്രമങ്ങളും മറ്റൊരു വശ ത്തുണ്ട്. ആഫ്രിക്കയിൽ ധാരാളം വേട്ടയാടപ്പെടുന്ന പറവയാണ് വവ്വാൽ.

ആമകളും ഭീഷണിയിൽ

മനുഷ്യനിൽനിന്ന് ഏറ്റവും വലിയ ഭീഷണി നേരിടേണ്ടി വരുന്ന ഇഴജീവിയാണ് ആമ. ഇവ കരയിലും ജലത്തിലും ഒരുപോലെ ജീവി ക്കുന്നതുകൊണ്ട് ഇരപിടിയന്മാർക്ക് എളുപ്പത്തിൽ പിടികൂടാൻ കഴി യുന്നു. മാംസാഹാരത്തിനും പുറംതോടുകൾക്കും വേണ്ടിയാണ് മനു ഷ്യർ ഇവയെ വകവരുത്തിക്കൊണ്ടിരിക്കുന്നത്. ചില രാജ്യങ്ങൾ ആമ പിടുത്തത്തെ കർശനമായി വിലക്കിയിട്ടുണ്ടെങ്കിലും അതൊന്നും ഫല ത്തിൽ കാണുന്നില്ല. ആമമുട്ടകൾക്കുവേണ്ടിയുള്ള മത്സരം ഇവയുടെ പ്രജനനത്തെ കുറച്ചൊന്നുമല്ല തടയിടുന്നത്.

ഇക്വഡോർ ലെ 'പിന്റ്' ദ്വീപിൽ സുലഭമായിരുന്ന ഭീമൻ ആമകളെ (pinta tortoise) കാണാൻ എളുപ്പമല്ല. ചുരുങ്ങിയ കാലത്തിനുള്ളിൽ തന്നെ ഭീമനാമകൾ ഈ ലോകത്തുനിന്നു അപ്രത്യക്ഷമാകുമെന്നതാണ് പഠനം തെളിയിക്കുന്നത്.

ഏറ്റവും നീളമുള്ള ആമകൾ മാത്രമല്ല ഇവ; ഏറ്റവും കൂടുതൽ കാലം ജീവിക്കുന്നവ കൂടിയാണ്. 18, 19 നൂറ്റാണ്ടുകളിൽ കടൽയാത്ര ക്കാരാണ് മാംസാഹാരത്തിനുവേണ്ടി യഥേഷ്ടം ഈ ഭീമൻ ആമ വർഗ്ഗ ത്തെ വേട്ടയാടിയത്. ഇവയുടെ മുട്ടകൾക്കും വലിയ ആവശ്യക്കാരുണ്ടാ യിരുന്നു. ഇരുപത്തിയൊന്നാം നൂറ്റാണ്ടിലും അത് തുടരുകയാണ്.

ഗാലപ്പോസ് ദ്വീപ് സമൂഹങ്ങളിൽ കണ്ടുവരുന്ന ഗാലപ്പോ ഭീമൻ ആമകളുടെ ഒരു പെൺവർഗ്ഗം ഇന്ന് കണ്ടെത്തുക സാദ്ധ്യമല്ലെന്നാണ് ലോനസ് ജോർജിനെപ്പോലുള്ള വന്യജീവി ഗവേഷകരുടെ വിലാപം.

മഞ്ഞുകുരങ്ങന്മാർ

മക്കാക്ക് വർഗ്ഗക്കാരായ ഒരിനം പ്രൈമേറ്റുകളാണ് മഞ്ഞുകുരങ്ങന്മാർ. പേര് സൂചിപ്പിക്കുന്നതുപോലെ മഞ്ഞുമൂടിക്കിടക്കുന്ന പ്രദേശങ്ങളിലാണ് ഇവയുടെ വാസം. ജപ്പാനിലെ മഞ്ഞ് പ്രദേശങ്ങളിൽ ഇവ ധാരാളമായുണ്ട്. 95 സെ മീറ്റർ ഉയരവും 14 കിലോ തൂക്കവുമുള്ള ഈ കുരങ്ങ് വർഗ്ഗത്തെ 'ജാപ്പാനീസ് മക്കാക്ക്' എന്നും വിളിക്കുന്നു.

ഉഷ്ണകാലങ്ങളിൽ മഞ്ഞുരുക്കം സംഭവിക്കുന്നതുകൊണ്ട് അതിജീവനത്തിനായി പോരാടുന്നവരാണിവർ. കാലാവസ്ഥാനുസൃതമായ ശരീരഘടനയായതുകൊണ്ട് തന്നെ വലിയ ചൂടിനെ പ്രതിരോധിക്കാൻ ഇവയ്ക്ക് കഴിയാതെ വരുന്നു.

മനുഷ്യന്റെ പെരുമാറ്റ രീതികൾ വളരെ പെട്ടെന്ന് പഠിച്ചെടുക്കാൻ വിരുതന്മാരായ ഈ കുരങ്ങുകൾ മണ്ണ് പറ്റിയ കിഴങ്ങുവർഗ്ഗങ്ങൾ വെള്ളത്തിൽ കഴുകി വൃത്തിയാക്കി കഴിക്കുന്നത് ശാസ്ത്രജ്ഞരുടെ കൗതുകത്തിന് കാരണമായിട്ടുണ്ട്. വിത്തുകൾ, പഴങ്ങൾ, പൂക്കൾ, ചെറുസസ്യങ്ങൾ എന്നിവയുടെ ക്ഷാമം മഞ്ഞ് കുരങ്ങന്മാരുടെ വംശനഷ്ടത്തിന് കാരണമായി കാണുന്നു.

വംശനാശ ഭീഷണിയിൽ ജീവിക്കുന്ന ജീവിവർഗ്ഗങ്ങളെക്കുറിച്ച് എത്ര എഴുതിയാലും തീരില്ല. മൃഗങ്ങൾ മാത്രമല്ല, പറവകളും മത്സ്യങ്ങളും ചെറുജീവികളും ഈ ഗണത്തിൽ വരും.

എങ്കിലും ഇവയുടെ സംരക്ഷണം മനുഷ്യന്റെ ബാദ്ധ്യതകളിൽപ്പെട്ട ഒന്നത്രെ! അതിന് നിയമങ്ങൾ മാത്രമല്ല, മനുഷ്യന്റെ മനോഭാവങ്ങൾ വരെ മാറേണ്ടിയിരിക്കുന്നു.

21

വിര

വിരകളെന്നാൽ

നട്ടെല്ലില്ലാത്ത ജീവികളാണ് വിരകളെന്ന ഗണത്തിൽപ്പെടുന്നത്. അതുകൊണ്ടുതന്നെ ഇവയ്ക്ക് ശരീരത്തെ ഏത് വിധേനയും വളയ്ക്കാനും തിരിക്കാനും കഴിയുന്നു. നീളമേറിയതും മൃദുവുമാണ് ഇവയുടെ ശരീരം. വ്യത്യസ്തമായ ചുറ്റുപാടുകളിൽ ജീവിക്കാനും ഇവയ്ക്ക് കഴിയുന്നു. വിരകളെ പൊതുവെ വർഗ്ഗീകരിക്കുന്നത് ശരീരത്തിന്റെയോ വലിപ്പത്തിന്റെയോ അടിസ്ഥാനത്തിലല്ല. മറിച്ച്, അവയുടെ ചലനങ്ങളുടെ രീതിയെ അവലംബിച്ചാണ്. എങ്കിലും മേൽപ്പറഞ്ഞ ഘടകങ്ങളും വർഗ്ഗീകരണത്തിൽപ്പെടുത്താറുണ്ട്. വിരകളിൽ തന്നെ ആന്തരികമായി വികാസം പ്രാപിച്ച ദഹനവ്യവസ്ഥ ഉള്ളവയും അല്ലാത്തവയും ഉണ്ട്. ഈ പ്രത്യേകതയും വിരകളുടെ ലോകത്തെ വൈവിദ്ധ്യമുള്ളതാക്കുന്നു.

പരിണാമഘട്ടം

ഏതാണ്ട് 500 ദശലക്ഷം വർഷങ്ങൾക്കുമുമ്പ് തന്നെ ഭൂമിയിൽ ജന്മം കൊണ്ടവയാണ് വിരകളെന്ന് ശാസ്ത്രം പറയുന്നു. ആദ്യ ഘട്ടങ്ങളിൽ ഇവയുടെ ശരീരപ്രകൃതി പരന്ന രൂപത്തിലുള്ളതായിരുന്നുവത്രെ. വിരകളിൽ പ്രധാനമായും മൂന്ന് വിഭാഗങ്ങളുണ്ടെങ്കിലും മൃദുല ശരീരത്തോടുകൂടിയ വിരകളെ മൊത്തത്തിൽ 'അനെലിഡ' വിഭാഗത്തിലാണ് ഉൾപ്പെടുത്തിയിരിക്കുന്നത്. ഈ പൊതുവിഭാഗത്തിൽ 12,000 ത്തോളം സ്പീഷീസുകളിലായി വിരകളുടെ ലോകം അനന്തമാണ്.

വിരകളുടെ മൂന്ന് വിഭാഗങ്ങൾ

വൈവിദ്ധ്യമാർന്ന വിരലോകത്തിൽ പ്രധാനപ്പെട്ട മൂന്ന് വിഭാഗങ്ങൾ ഇവയാണ്:

1. ഒലിഗോ കീറ്റ (മണ്ണിരകളും ശുദ്ധജല വിരകളും)
2. ഹിരുഡിനിയൻസ് (കുളയട്ട)
3. പോളീകീറ്റ (കടൽവിര)

നേരത്തെ സൂചിപ്പിച്ചതുപോലെ ലോകത്തെവിടെയും വിരകളുണ്ട്. മനുഷ്യന്റെ ആമാശയത്തിൽവരെ ഇവ പെറ്റുപെരുകുന്നു. ആഴിക്കടിയിലും കൊടുമുടി മീതെയും ഈ ജീവിക്ക് അതിജീവിക്കാൻ കഴിയും. മണ്ണ്, മണൽ, പാറയിടുക്കുകൾ എന്നിവിടങ്ങളിൽ കഴിയാനാണ് മിക്കയിനം വിരകൾക്കും താല്പര്യം. മറ്റുചില ജീവികളുടെ ശരീരത്തിനുള്ളിൽ കഴിയുന്ന വിരകളുമുണ്ട്.

മണ്ണിരകളും കർഷകരും

കർഷകരുടെ ഉറ്റമിത്രമാണ് മണ്ണിരകളെന്ന് നാം ക്ലാസുകളിൽ പഠിച്ചിട്ടുണ്ട്. മണ്ണ് ഉഴുതുമറിച്ച് ഫലഭൂയിഷ്ഠമാക്കുന്നത് മണ്ണിരകളാണ്. ആ കാരണത്താലാണ് കർഷകരുടെ മിത്രമാണ് മണ്ണിരകളെന്ന് പറയുന്നത്. അതിയായ ശൈത്യം, ജലത്തിന്റെ അസാന്നിദ്ധ്യം എന്നിവമൂലം മണ്ണിരകൾ ഭൂമിയുടെ ആഴത്തിലേക്ക് തുളച്ചുകയറുന്നു. മണ്ണ് തിന്നാണ് മണ്ണിരകൾ ജീവിക്കുന്നത്. മണ്ണിരകളെ ഇഷ്ട ഭക്ഷണമാക്കുന്ന രാജ്യക്കാരുണ്ട്. ഇന്ത്യയിലെ ചില സംസ്ഥാനങ്ങളിൽ മണ്ണിരകൾ ഭക്ഷണമാക്കുന്നവരുണ്ട്.

കടൽവിരകളും മാളവിരകളും

വിരകളിലെ ഒരു വിഭാഗമാണ് ലഗ് വിരകൾ (Leg Worms). ഇവ മാളങ്ങളിൽ കഴിയുന്നവയാണ്. ഇംഗ്ലീഷ് അക്ഷരത്തിലെ 'ല' ആകൃതിയിലാണ് ഇവ മാളങ്ങൾ നിർമ്മിക്കുന്നത്. ഈ മാളങ്ങൾ ലഗ് വിരകൾ സ്വയം നിർമ്മിക്കുന്നതാണ്. മണലിൽ ജീവികളുടെ പുറന്തോട് ചേർത്ത് കൂട്ടിക്കുഴച്ചാണ് ഇത്തരം മാളങ്ങൾ നിർമ്മിക്കുന്നത്. ജൈവ പദാർത്ഥങ്ങൾ ഉപയോഗിച്ചും മാളങ്ങൾ നിർമ്മിക്കാറുണ്ട്. ഈ മാളങ്ങളിൽ ജലം പ്രവേശിക്കുന്നത് വിരളമായിട്ടായിരിക്കും. അധികകാലം ആയുസ്സ് ഉള്ളവയല്ല ലഗ് വിരകൾ. കാരണം, ഇവയെ മത്സ്യങ്ങൾ ഭക്ഷണമാക്കുന്നു. വ്യത്യസ്ത നിറങ്ങളിൽ കണ്ടുവരുന്ന ലഗ് വിരകൾക്ക് 20 സെന്റിമീറ്റർ വരെ നീളമുണ്ടാകും. ജീവവായു ഇല്ലാതെ ജീവിക്കാൻ കഴിയുന്നവയാണ് ലഗ് വിരകൾ.

കടൽവാസികളാണ് കടൽവിരകൾ. ഇവ ജലത്തിൽ സ്വൈരവിഹാരം നടത്തുന്നു. ജലത്തിലെ ജൈവസാന്നിദ്ധ്യം, ചെറുജീവികൾ എന്നിവയെ കടൽവിരകൾ ഭക്ഷിക്കുന്നു. ജല വിരകളിൽ (water worms) പരന്ന വിരകളെപ്പോലെ തന്നെ 20 മുതൽ 40 സെന്റിമീറ്റർ വരെ വലിപ്പമുള്ളവയാണ് കടൽ വിരകളും. ജല വിരകളിൽ മിക്കതും മാംസഭോജികളാണെന്ന പ്രത്യേകതയുണ്ട്. പരന്ന വിരകൾ (flatworms) ഒരു ഉദാഹരണം. ഇരകളുടെ മീതെ വഴുവഴുപ്പുള്ള ലായനി സ്രവിപ്പിച്ച്

അവയെ കൊല്ലുകയാണ് പതിവ്. വായയിൽ കൂടി തന്നെയാണ് ഈ വിരകൾ വിസർജ്ജിക്കുകയും ചെയ്യുന്നത്.

നാഡീവ്യവസ്ഥയും പ്രത്യുല്പാദനവും

മറ്റ് ജീവിവർഗ്ഗങ്ങളെപ്പോലെ തന്നെ തലച്ചോറുള്ള ജീവികളാണ് വിരകളും. എന്നു പറഞ്ഞാൽ വിരകളുടെ നാഡീവ്യവസ്ഥ തലച്ചോർ ഉൾക്കൊള്ളുന്നതാണ് എന്നർത്ഥം. വിരകളുടെ നാഡീവ്യവസ്ഥ വെൻട്രൽ നേർവ് കോഡുമായും സബ് ഫാരൻജിയൻ ഗാൻഗ്ലിയയുമായും ബന്ധപ്പെടുത്തിയിരിക്കുന്നു. ഇന്ദ്രിയങ്ങൾ നല്കുന്ന സൂചനകൾ വ്യാഖ്യാനിക്കുകയും സാഹചര്യങ്ങളെ അതിജീവിക്കേണ്ടത് എങ്ങനെയെന്ന് തീരുമാനിക്കുകയും ചെയ്യുന്നത് തലച്ചോറാണ്.

ലൈംഗികവൃത്തിയിൽ ഏർപ്പെടാതെ തന്നെ പ്രത്യുല്പാദനം നടത്താൻ കഴിയുന്ന ജീവിയാണ് വിരകൾ. ലൈംഗികമായും പ്രത്യുല്പാദനം നടത്തുന്നു. വംശവർദ്ധനവിനുവേണ്ടി തങ്ങളുടെ പിൻഭാഗം വേർപെടുത്തി കുഞ്ഞുങ്ങൾക്ക് ജന്മം നല്കുന്ന രീതിയാണ് അലൈംഗിക പ്രത്യുല്പാദന രീതികൾ. പ്രത്യുല്പാദനത്തോടൊപ്പം മരണമടയുന്ന വിരകളുണ്ട്. ഞാഞ്ഞൂൽ ഇത്തരം വർഗ്ഗത്തിൽപ്പെട്ട ഒരു വിരയാണ്.

വിരകളുടെ കണ്ണുകൾ നമുക്ക് കാണാൻ കഴിയില്ലെങ്കിലും ഇവ കാഴ്ചകൾ കാണുന്നത് ശരീരത്തിലെ കോശങ്ങളുടെ സഹായത്തോടുകൂടിയാണ്. ശരീരത്തിന്റെ വലിപ്പമല്ല വിരകളുടെ സവിശേഷതകൾ നിർണ്ണയിക്കുന്നത്. ഇതിനൊരു ഉദാഹരണമാണ് 'നാടവിരകൾ.' സഞ്ചരിക്കാൻ കഴിയാത്തവയാണല്ലോ ഇവ. മറ്റു ജീവികളുടെ ശരീരത്തെ ആശ്രയിച്ചു ജീവിക്കാൻ വിധിക്കപ്പെട്ടവയാണ് നാടവിരകൾ. സ്വന്തമായി ദഹന വ്യവസ്ഥയും ഇവയ്ക്കില്ല.

വിരകളിലെ പ്രധാനികൾ

മണ്ണിന്റെ പോഷണം നിലനിർത്തുന്ന മണ്ണിരകൾ, ഈർപ്പമുള്ള മണ്ണിലും വെള്ളത്തിലും കഴിയുന്ന ഞാഞ്ഞൂൽ, ലോകത്തിൽ എല്ലായിടങ്ങളിലും കണ്ടുവരുന്ന നിമ വിര, സമുദ്രത്തിന്റെ അടിത്തട്ടിൽ കഴിയാൻ ഇഷ്ടപ്പെടുന്ന തുമ്പിക്കൈ വിര, പരാദജീവികളായ മുള്ളുതലയൻ വിര രോമങ്ങൾ നിറഞ്ഞ ശരീരത്തോടു കൂടിയ വെൽവെറ്റ് വിര, ഓക്സിജന്റെ അസാന്നിദ്ധ്യത്തിലും ജീവിക്കാൻ കഴിയുന്ന ലിഗ് വിര, പൂർണ്ണമായ ദഹനവ്യവസ്ഥയില്ലാത്ത നാടവിര, പരസഹായമില്ലാതെ കുഞ്ഞുങ്ങളെ ഉല്പാദിപ്പിക്കാൻ കഴിയുന്ന പരന്നവിര തുടങ്ങിയവ വിരകളിലെ പ്രധാനികളാണ്.

22

ജീവലോകത്തെ ജാലവിദ്യക്കാർ

നത്തക്കകളുടെ ലോകം

ഉള്ളിൽ മൃദുലമായ മാംസവും പുറത്ത് കട്ടിയുള്ള ഉടലുമുള്ളവയാണ് നത്തക്കകൾ. ലോകത്ത് 60,000 ൽപ്പരം നത്തക്ക വർഗ്ഗങ്ങളുണ്ടെന്ന് ശാസ്ത്രം കണ്ടെത്തിയിട്ടുണ്ട്. നമ്മുടെ വയൽ പ്രദേശങ്ങളിൽ കണ്ടുവന്നിരുന്ന 'നമിച്ചികൾ' ഒരു ഉദാഹരണമാണ്. ചുണ്ണാമ്പ് ശേഖരിച്ചാണ് ഇത്തരം ജീവികളുടെ പുറംതോടുകൾ രൂപപ്പെടുന്നത്. നത്തക്കകൾക്ക് നാശം സംഭവിക്കുമ്പോൾ, ഇവയുടെ പുറംതോട് ജലോപരിതലത്തിൽ പൊങ്ങിക്കിടക്കുകയും സാവധാനം ഒഴുക്കിൽപ്പെട്ട് അവ കരക്കടിയുകയും ചെയ്യുന്നു.

നത്തക്കകളുടെ പുറംതോടിന് മൂന്ന് പാളികളുണ്ട്. ഉപരിഭാഗം മൃദുവായ കോശങ്ങൾ കൊണ്ടാണ് നിർമ്മിക്കപ്പെട്ടിട്ടുള്ളത്. തൊട്ടുതാഴെയുള്ള ഭാഗം കാത്സ്യം കാർബണേറ്റുകൊണ്ട് രൂപപ്പെട്ടതാണ്. ആദ്യകാല മനുഷ്യർ നാണയങ്ങളായി നത്തക്കകളുടെ പുറംതോട് ഉപയോഗിച്ചിരുന്നതായി ചരിത്രം പറയുന്നു.

വീടുകൾ അലങ്കരിക്കാനും ഇവ പ്രയോജനപ്പെട്ടിരുന്നു. ഷർട്ടുകളിൽ ഉപയോഗിക്കുന്ന ബട്ടണുകൾ ഈ പുറംതോടുകൊണ്ട് നിർമ്മിക്കുന്നുണ്ട്. ചിലതരം മൃഗങ്ങളുടെ ഷെല്ലുകൾ കോടാനുകോടി വർഷം നിലനിൽക്കുന്നതുപോലെ നത്തക്കകളുടെ ഷെല്ലുകൾക്കും നല്ല ആയുസ്സുണ്ട്. ഇത്തരം ഷെല്ലുകളാണ് പില്ക്കാലങ്ങളിൽ ചുണ്ണാമ്പു പാറകളായി തീരുന്നത്.

ചിപ്പികളിലെ മുത്തുകൾ

കടലിലെ ഒരുതരം ജീവികളാണ് ചിപ്പികൾ. കട്ടിയേറിയ പുറം

ഭാഗമാണ് ഇവയ്ക്കുള്ളത്. മറ്റു ജീവിവർഗ്ഗങ്ങളെപ്പോലെ തന്നെ സഞ്ചരിക്കാനും മറ്റും കഴിവുള്ളവയാണ് ചിപ്പികൾ. കടലിൽനിന്നും ഇവ പലപ്പോഴും കരയിലും എത്തിപ്പെടാറുണ്ട്. അധികകാലം ആയുസ്സില്ലാത്ത ജീവികളാണ് ചിപ്പികൾ. മത്സ്യങ്ങൾ, മറ്റു കടൽജീവികൾ എന്നിവയെല്ലാം ചിപ്പികളുടെ നാശത്തിന് കാരണമാകുന്നു. ശത്രുക്കളിൽനിന്ന് രക്ഷപ്പെടാൻ ഈ ജീവികൾ അവയുടെ പുറംതോടിനുള്ളിൽ ഒളിക്കാറാണ് പതിവ്.

ലോകത്ത് വിലപിടിപ്പുള്ള മുത്തുകൾ രൂപപ്പെടുന്നത് ചിപ്പികൾക്കുള്ളിലാണ്. വർഷങ്ങളെടുത്താണ് ഒരു ചിപ്പിക്കുള്ളിൽ മുത്ത് രൂപം പ്രാപിക്കുന്നത്. തിളക്കമുള്ളതും വെള്ള നിറത്തോടു കൂടിയതുമായിരിക്കുമിത്. ചിപ്പിക്കുള്ളിൽ അകപ്പെടുന്നതെല്ലാം മുത്തുകളായി രൂപം പ്രാപിക്കണമെന്നില്ല. ഇങ്ങനെ രൂപംകൊള്ളുന്ന മുത്തുകളിൽ ചിലത് ഇളം ചുകപ്പ് നിറത്തിലും മറ്റു ചിലത് കറുപ്പ് നിറത്തിലുമായിരിക്കും. പ്രകൃതിദത്തമായ മുത്തുകൾക്ക് വലിയ വിലയാണ്. 1934 ൽ ഫിലിപ്പൈൻസിൽ കണ്ടെത്തിയ ഒരു മുത്തിന് ആറ് കിലോഗ്രാം തൂക്കമുണ്ടായിരുന്നുവത്രെ. അപ്പോൾ അതിന്റെ വിലയും ഊഹിക്കാവുന്നതേയുള്ളൂ.

വാലുകൊണ്ടുള്ള വിദ്യ

വാലുള്ള ജീവികളിൽ മിക്കതും വാലാട്ടും. ചില ജീവികൾക്കത് സ്നേഹപ്രകടനത്തിന്റെ ഉപാധിയാണ്. ഒരു പൂച്ചക്കുട്ടിയോ പട്ടിക്കുട്ടിയോ വാലാട്ടിത്തുടങ്ങുമ്പോൾ നാം അതിന്റെ സ്നേഹപ്രകടനത്തെ മനസ്സിലാക്കുന്നു. എന്നാൽ, ഒരു ജിറാഫ് വാലാട്ടുന്നത് തന്റെ സഹജീവികളിലേക്ക് ഒരു സന്ദേശം പകർത്താനാണ്. ശബ്ദമില്ലാത്ത ജിറാഫിന് ആശയവിനിമയത്തിന് മറ്റു മാർഗ്ഗങ്ങളില്ലല്ലോ?

ആസ്ട്രേലിയയിൽ കണ്ടുവരുന്ന ചിലതരം പക്ഷികൾ വാലാട്ടിക്കൊണ്ടാണ് ഇണകളെ ആകർഷിക്കുന്നത്. തന്റെ വാൽ മനോഹരമായി തൂക്കിയിട്ട് നൃത്തം വെക്കാനും ഇവ മറക്കാറില്ല. സ്പൈഡർ കുരങ്ങൻ (Spider monkey) തന്റെ കൈകളെക്കാൾ വലിപ്പമുള്ള വാൽ തൂക്കിയിട്ട് മരങ്ങളിൽ ഊഞ്ഞാലാടുന്നത് മറ്റൊരു കൗതുകദൃശ്യം. തെക്കേ അമേരിക്കയിൽ സുലഭമായി കണ്ടുവരുന്ന ഒരു വിഭാഗം കരടി, രോമാവൃതമായ തന്റെ വാലുപയോഗിച്ചാണ് അസഹ്യമായ ചൂടിൽനിന്നും രക്ഷ പ്രാപിക്കുന്നത്. അതേപോലെ ആഫ്രിക്കൻ വനാന്തരങ്ങളിലെ 'ആയേ' മൃഗം ഉറക്കം വരുമ്പോൾ തന്റെ വാൽ ഒരു വിരിപ്പായി ഉപയോഗിച്ച് അതിൽ കിടന്ന് സ്വസ്ഥമായി ഉറങ്ങുന്നു. ആഫ്രിക്കയിലെ തന്നെ ഭീമാകാരന്മാരായ പല്ലികൾ ക്ഷാമകാലത്തേക്ക് ഭക്ഷണം വാലിൽ ശേഖരിച്ചു വെക്കുന്നവയാണ്. ശത്രുക്കളിൽനിന്നും രക്ഷപ്പെടാൻ വാൽ മുറിച്ചിട്ട് പായുന്ന പല്ലികൾ നമുക്കിന്നും ഒരു കൗതുകക്കാഴ്ചയാണ്.

അസാധാരണ ഉറക്കക്കാർ

മിക്ക ജീവിവർഗ്ഗങ്ങളും അന്തിയുറക്കക്കാരാണല്ലോ. എന്നാൽ, തണുപ്പ് കാലങ്ങളിൽ മാത്രം ഉറങ്ങുന്ന ചില ജീവികളുണ്ട്. കരടി, മണ്ണെലി തുടങ്ങിയവ ചില ഉദാഹരണങ്ങൾ. തണുപ്പ് കാലമായാൽ ഇവ കണ്ണ് തുറക്കുന്നത് അപൂർവ്വം. വെള്ളത്തിൽ ഓട്ടർ (otter) ഉറങ്ങുന്നത് കണ്ടാൽ ആരും ഒന്നു നോക്കിപ്പോകും. പിൻവശം വെള്ളത്തിൽ പൊക്കി വെച്ചുകൊണ്ടാണ് ഇവയുടെ സുഖനിദ്ര. തലകീഴായി ഉറങ്ങുന്ന വവ്വാൽ മറ്റൊരു രസകരമായ കാഴ്ചയാണല്ലോ. മത്സ്യങ്ങൾ കണ്ണുകൾ തുറന്നു പിടിച്ചാണ് ഉറങ്ങുന്നത്. കൺപോളകൾ ഇല്ലാത്തതാണ് ഇതിനു കാരണം.

അലാക്സിയയിൽ കണ്ടുവരുന്ന ഒരു തരം കറുത്തമത്സ്യം (Black-fish) തണുപ്പുകാലം മുഴുവൻ ഉറങ്ങുന്ന മത്സ്യമാണ്. ഹിമപാളികൾക്കിടയിൽ ശരീരം പൂഴ്ത്തിവെച്ചാണ് ഈ ഉറക്കം. വേനൽക്കാലത്ത് ഹിമക്കട്ടകൾ അലിയുമ്പോൾ ഇവ സാധാരണപോലെ നീന്താനിറങ്ങും.

കുരുടിപ്പാമ്പ്

വംശനാശം നേരിടുന്ന ഒരു പാമ്പ് വർഗ്ഗമാണ് കുരുടിപ്പാമ്പ്. കണ്ണ് കാണാത്തതുകൊണ്ടാണ് ഇവയ്ക്ക് ഈ പേർ വീണത്. കേരളത്തിൽ പല വിഭാഗത്തിൽപ്പെട്ട കുരുടിവർഗ്ഗമുണ്ട്. മണ്ണിനടിയിൽ വസിക്കുന്നതുകൊണ്ട് കുരുടികളെക്കുറിച്ചുള്ള പഠനങ്ങൾ എളുപ്പമല്ല. മഴക്കാലത്ത് മണ്ണിലേക്ക് ജലമിറങ്ങുന്നതുകൊണ്ടാണ് ഇവ ഭൂമിയുടെ ഉപരിതലത്തിൽ എത്തുന്നത്. ഇന്ത്യയിലെ കുരുടിവർഗ്ഗക്കാർ മണ്ണ് തുരന്ന് ആഴങ്ങളിൽ വസിക്കാൻ ഇഷ്ടപ്പെടുന്നവയാണ്. പാമ്പുകളെപ്പോലെ തന്നെ കാലുകളില്ലാത്തതിനാൽ ഇഴഞ്ഞാണ് ഇവയുടെ സഞ്ചാരം. ശരീരത്തിന്റെ മിനുപ്പാർന്ന അടിഭാഗം മണ്ണിലാഴ്ത്തി വളഞ്ഞും പുളഞ്ഞുമാണ് ഇവ സഞ്ചരിക്കുന്നത്.

കേരളത്തിൽ മാത്രം 16 തരം വ്യത്യസ്ത ജാതിയിൽപ്പെട്ട കുരുടികളെ തിരിച്ചറിഞ്ഞിട്ടുണ്ട്. ഒരുപക്ഷേ, കേരളത്തിൽ ഇതിലേറെ കണ്ടെത്താമെന്നാണ് പഠനങ്ങൾ.

23

കരടികളെന്ന കരുത്തർ

ധ്രുവക്കരടി (Polar bear)

തണുത്തുറഞ്ഞ ആർട്ടിക് മേഖലകളിൽ ധാരാളമായി കണ്ടുവരുന്നവയാണ് പോളാർ കരടികൾ (ധ്രുവക്കരടികൾ). നീളമുള്ള ശരീരത്തോടുകൂടിയ ഇവയ്ക്ക് വലിയ കാലുകളാണുള്ളത്. നീന്താനും മഞ്ഞുപാളികൾക്കു മീതെ തെന്നിവീഴാതെ നടക്കാനും ഈ വലിയ കാലുകൾ സഹായിക്കുന്നു. വീതിയേറിയ കാലടികൾ വേഗത്തിൽ ജലത്തിൽ നീന്താൻ ഇവയെ സഹായിക്കുന്നു. ശരീരം രോമാവൃതമായതിനാൽ തണുപ്പിൽനിന്നും രക്ഷനേടാൻ ഉടൽ മിത ഉഷ്ണാവസ്ഥയിൽ നിലനിർത്താനും കരടികൾക്ക് കുറച്ചൊന്നുമല്ല സഹായകമാകുന്നത്. മഞ്ഞിന്റെ വെളുത്ത നിറത്തിന് സാമ്യമുള്ള തൊലിനിറം കരടികൾക്ക് പരിതഃസ്ഥിതിയുമായി ഇണങ്ങിനില്ക്കാൻ ഉപകാരപ്രദമാണ്. ജലജീവികളെ വേട്ടയാടിപ്പിടിക്കാനാണ് പൊതുവെ പോളാർ കരടികൾ താല്പര്യപ്പെടാറ്. കടലിലെ സീൽ (Seal) ജീവികളെ കരടികൾക്ക് വലിയ ഇഷ്ടമാണ്. വലിയ തിമിംഗലങ്ങളെപ്പോലും ഇവ ശാപ്പിടുമെന്ന് കേട്ടാൽ അത്ഭുതപ്പെട്ടു പോകും. ഇത്തരം ജീവികളുടെ ദൗർലഭ്യത മിക്കപ്പോഴും പോളാർ കരടികളെ പട്ടിണിക്കിടുമെങ്കിലും കിട്ടുന്നതെന്തും തിന്നുന്ന സ്വഭാവവും ഇവയ്ക്കുണ്ട്.

ഗ്രിസ്‌ലി കരടികൾ (Grizzly bear)

കാഴ്ചയിൽ ഭീകരന്മാരും ഓട്ടത്തിൽ വമ്പന്മാരുമാണ് ഈ വർഗ്ഗക്കാർ. വടക്കേ അമേരിക്കയാണ് ഇവയുടെ മുഖ്യ ആവാസ കേന്ദ്രം. ഏത് സമയവും ഭക്ഷണം തേടി നടക്കുക എന്നതാണ് ഇവയുടെ പ്രധാന ജോലിയെന്ന് പറയാം. പോളാർ കരടികളെപ്പോലെ തന്നെ ഭക്ഷണക്കാര്യ

ത്തിൽ ഏറെ വിവേചനമൊന്നും ഇവയ്ക്കില്ല. മാംസവും ഇലവർഗ്ഗങ്ങളും ഇവ ഒരുപോലെ തിന്നും. ചില ദിവസങ്ങളിൽ ഭക്ഷണത്തിന്റെ സിംഹഭാഗവും ഇലവർഗ്ഗങ്ങൾ തന്നെയാകും. നല്ല മീൻവേട്ടക്കാരാണ് ഈ കരടികൾ. പസഫിക് സമുദ്രത്തിന്റെ വടക്കു ഭാഗങ്ങളിൽ ഇത്തരം കരടികളുടെ കൂടിച്ചേരൽ പതിവാണ്. കുത്തിയൊഴുക്കുള്ള വെള്ളച്ചാട്ടങ്ങൾക്കരികിൽ വായ തുറന്നുപിടിച്ച് മത്സ്യങ്ങൾക്കായി ഗ്രിസ്ലി കരടികൾ കാത്തുനിൽക്കുന്നത് കൗതുകമുള്ള കാഴ്ചയാണ്.

അമേരിക്കൻ കറുമ്പൻ (American black bear)

വടക്കേ അമേരിക്കയിൽ മാത്രം കണ്ടുവരുന്നതുകൊണ്ടാണ് ഇവയ്ക്ക് അമേരിക്കൻ ബ്ലാക്ക് ബിയർ എന്ന് പേര് ലഭിച്ചത്. മാംസപ്രിയരാണെങ്കിലും വെജിറ്റേറിയനോടും കമ്പമില്ലാതില്ല. തേനും ഏറെ ഇഷ്ടപ്പെടുന്നവരാണ് ഇക്കൂട്ടർ. മണിക്കൂറിൽ 48 കി മീറ്റർ വേഗത്തിൽ വരെ ഓടാൻ കഴിയുന്നവരാണിവർ. നീന്താനും ബഹു കേമന്മാരാണ്. മരം കയറി വേട്ടയാടാൻ പ്രത്യേക കഴിവുമുണ്ട് ഇക്കൂട്ടർക്ക്.

ഏഷ്യയിൽ കണ്ടുവരുന്ന കറുത്ത കരടികൾ (Asian black bear) മറ്റൊരു വർഗ്ഗമാണ്. ശബ്ദമാണ് ഇവയുടെ ഒരായുധം. വേട്ടയാടുമ്പോഴും ശത്രുക്കളുടെ സാന്നിദ്ധ്യം അനുഭവിക്കുമ്പോഴും മുറിവേല്ക്കുമ്പോഴും അപാര ശബ്ദത്തിൽ നിലവിളിക്കാൻ ഇവയ്ക്ക് കഴിയും. ഇവയെ 'അരിവാൾ കരടികളെ'ന്നും വിളിക്കാറുണ്ട്. ശരീരത്തിന്റെ മുൻഭാഗത്തായി കാണുന്ന അരിവാൾ ആകൃതിയിലുള്ള അടയാളമാണ് ഈ വിളിപ്പേരിന് കാരണം.

മറ്റുചില വിഭാഗങ്ങൾ

ലോകത്തിൽ എട്ടുതരം വർഗ്ഗത്തിൽപ്പെട്ട കരടികളിൽ ഒന്നാണ് നീളൻ വാലുകളുള്ള 'സ്ലോത്ത് കരടികൾ' (Sloth bear). അരിവാൾ ആകൃതിയിലുള്ള കാൽനഖങ്ങളുള്ളതിനാലാണ് ഇവയ്ക്ക് ഈ നാമം വന്നത്. തലകീഴായി തൂങ്ങിനിൽക്കാനുള്ള കഴിവും ഈ പേരുമായി ചേർത്തു വായിക്കേണ്ടതുണ്ട്. 15 മുതൽ 18 വരെ സെന്റി മീറ്റർ നീളമുള്ള ഇവയുടെ വാൽ കണ്ടാൽ കരടിയല്ലെന്നേ വിചാരിക്കൂ. കട്ടിയുള്ള ശരീര രോമങ്ങൾക്കിടയിൽ ഒളിപ്പിച്ചുവെച്ച രീതിയിലാകും വാൽ. ചെറിയ പ്രാണികൾ, തേനീച്ചകൾ, ചിതൽ എന്നിവയാണ് പത്ഥ്യാഹാരം. പുൽപ്രദേശങ്ങളിലും വനാന്തരങ്ങളിലുമാണ് ഇവയുടെ വാസം. ഭൂട്ടാൻ, നേപ്പാൾ, ശ്രീലങ്ക, ബംഗ്ലാദേശ് എന്നീ രാജ്യങ്ങളിലെ കൊടുംവനങ്ങളിൽ സ്ലോത്ത് ബിയറിനെ സുലഭമായി കാണാമെങ്കിലും ഇന്ത്യയിലാണ് ഇവ കൂടുതൽ. മറ്റു മൃഗങ്ങളെ വേട്ടയാടുന്ന സ്വഭാവം ഇവയ്ക്കില്ല. ഒന്നര മീറ്ററിലധികം ഭൂമി തുരന്ന് പ്രാണികളെ പിടിച്ചുതിന്നുന്ന കൂട്ടരാണിവർ. ചിതലുകളെയും പ്രാണികളെയും പിടിച്ചുതിന്നാൻ പ്രത്യേക സാമർത്ഥ്യംതന്നെ ഇവയ്ക്കുണ്ട്.

മത്സ്യങ്ങളെ, പ്രത്യേകിച്ച് പുഴമത്സ്യങ്ങളെ വേട്ടയാടാൻ താല്പര്യമുള്ള കരടിവർഗ്ഗമാണ് ബ്രൗൺ കരടികൾ (Brown bears). വളരെ യുക്തിപൂർവ്വമാണ് ഇവ മത്സ്യങ്ങളെ വേട്ടയാടാറുള്ളത്. യുറേഷ്യയിലും വടക്കേ അമേരിക്കയിലും കണ്ടുവരുന്ന തവിട്ടു കരടികൾ രണ്ട് മീറ്ററിലധികം ഉയരം വെക്കാറുണ്ട്. ശീതകാലത്തേക്ക് ഭക്ഷണം ശേഖരിച്ചുവെക്കുന്ന സ്വഭാവം ഈ കരടികൾക്കുണ്ട്. പൊതുവെ തീറ്റപ്രിയരാണ്. രാവിലെ മുതൽ വൈകിട്ടുവരെ തിന്നാൻ ഒരു മടിയുമില്ലാത്തവർ.

തവിട്ടു കരടികളിൽ മനുഷ്യനെ ആക്രമിക്കുന്ന സ്വഭാവമുള്ളവയും കുറവല്ല. ജപ്പാനിൽ കണ്ടുവരുന്ന ഒരു തരം തവിട്ടുകരടികൾ ആക്രമണ സ്വഭാവമുള്ളവയാണ്. 1915 ൽ ജപ്പാനിൽ ആക്രമണോത്സുകനായ ഒരു തവിട്ടുകരടി ഏഴു പേരെയാണ് വകവരുത്തിയത്. ജപ്പാനിൽ കരടിയുടെ ആക്രമണത്തിൽ കൊല്ലപ്പെട്ടവർക്കു വേണ്ടി ഒരു സ്മാരകം തന്നെ നിർമ്മിച്ചിട്ടുണ്ട്.

കരടികളും വംശനാശ ഭീഷണിയിലാണിന്ന്. കരടികളുടെ രോമത്തിനും തൊലിക്കും വേണ്ടിയുള്ള വേട്ടയാടൽ അനുദിനം വർദ്ധിക്കുകയാണ്. കാലാവസ്ഥയിൽ വരുന്ന മാറ്റങ്ങൾ ആർട്ടിക്കയിലും അന്റാർട്ടിക്കയിലും കരടിവർഗ്ഗത്തെ ഇല്ലാതാക്കിക്കൊണ്ടിരിക്കുകയാണ്.

24

വന്യലോകത്തെ വൈജാത്യങ്ങൾ

മൃഗങ്ങളുടെ ലോകം അത്ഭുതകരമാണ്. നാം നിത്യേന കാണുന്ന പല മൃഗങ്ങളെക്കുറിച്ചും ശരിയായ അറിവു നമുക്കില്ല എന്നതൊരു സത്യമാണ്. അപ്പോൾപ്പിന്നെ വന്യജീവികളെക്കുറിച്ചു പറയേണ്ടതില്ലല്ലോ. ഇന്ത്യൻ സിംഹവും ആഫ്രിക്കൻ സിംഹവും ആകൃതിയിലും സ്വഭാവത്തിലും വ്യത്യാസമുള്ളതാണ്. പുള്ളിപ്പുലിയും ജാഗ്വാറും കാഴ്ചയിൽ സാമ്യമുണ്ടെങ്കിലും അവ ഒന്നാണോ? മൃഗങ്ങളുടേതു വ്യത്യസ്തവും വിശാലവുമായ അറിവിന്റെ ലോകമാണ്. അത്തരം ചില സാജാത്യ-വൈജാത്യങ്ങളെക്കുറിച്ചാണ് ഇനി പറയാൻ പോവുന്നത്.

പരിസ്ഥിതിയും മൃഗങ്ങളും

ഏതൊരു ജീവിക്കും നിലനില്ക്കണമെങ്കിൽ ഭക്ഷണം, വായു, അനുയോജ്യ കാലാവസ്ഥ എന്നിവ നിർബ്ബന്ധമാണ്. ഭൂമിയിൽ ഒരുകാലത്തു സർവ്വ സാധാരണമായിരുന്ന പല ജീവികളെയും ഇന്നു കാണാൻ കഴിയാത്തത് ഈ ഘടകങ്ങളുടെ അഭാവം മൂലമാണ്.

ആർട്ടിക് മേഖലയിൽ കാണുന്ന ധ്രുവക്കരടികൾ (ശാസ്ത്രനാമം: Ursus maritimsu)ക്ക് അന്റാർട്ടിക്കയിൽ ജീവിക്കാൻ കഴിയില്ല. ഭൂപ്രകൃതിയിലെ വ്യത്യാസമാണു കാരണം. അതുപോലെയാണു ഭൂമിയിലെ മറ്റിടങ്ങളിലെയും സ്ഥിതി. ധ്രുവക്കരടികൾ ഉത്തരധ്രുവത്തിലും പെൻഗ്വിനുകൾ (ശാസ്ത്രനാമം: Spheniscidae) ഭൂമദ്ധ്യരേഖയുടെ ദക്ഷിണ ഭാഗത്തുമാണു ജീവിക്കുന്നത്. ഹിമപ്രദേശത്തു കടൽനായകളെ (seals) തിന്നു ജീവിക്കുന്ന ധ്രുവക്കരടികൾ നല്ല നീന്തൽക്കാരാണെങ്കിലും അന്റാർട്ടിക് വരെ നീന്തിയെത്താൻ അവയ്ക്കാവില്ല. സമുദ്രം അവയ്ക്കു യോജിച്ച വിധത്തിൽ മഞ്ഞുനിറഞ്ഞതുമല്ലല്ലോ.

പൂച്ചകുടുംബത്തിലെ വൈജാത്യങ്ങൾ

പൂച്ചകുടുംബത്തിലെ വന്യജീവികളായ സിംഹം, കടുവ, പുള്ളിപ്പുലി, ചീറ്റപ്പുലി, പാന്തർ, ജാഗ്വാർ തുടങ്ങിയവ പല കാര്യങ്ങളിലും വ്യത്യസ്തരാണ്. ഇന്ത്യയൊഴികെ മറ്റുചില പ്രദേശങ്ങളിൽ സിംഹത്തെയും കടുവകളെയും ഒരേ സ്ഥലത്തു കണ്ടെത്തുക സാദ്ധ്യമല്ല. ആഫ്രിക്കയിൽ കടുവകളില്ല എന്നത് ഉദാഹരണം. ഗുജറാത്തിലെ ഗീർവനങ്ങളിൽ സിംഹങ്ങളുണ്ടെങ്കിലും കടുവകളില്ല.

ബംഗാൾ കടുവകൾക്കു സൈബീരിയൻ കടുവകളുടെ ജീവിതരീതിയല്ല ഉള്ളത്. ഏറ്റവും തണുപ്പുള്ള പ്രദേശങ്ങളിൽ മാത്രം ജീവിക്കാൻ കഴിയുന്നവയാണു സൈബീരിയൻ കടുവകൾ (ശാസ്ത്രനാമം: Pathera tigris Altaica). കടുവവർഗ്ഗത്തിലെ ഏറ്റവും ഉയർന്ന ജാതിയാണിത്. ബംഗാൾ കടുവകൾ സൈബീരിയൻ കടുവകളെ അപേക്ഷിച്ചു ചെറുതായിരിക്കും. കടുവ (ശാസ്ത്രനാമം: Panthera tigers)കൾക്ക് ആനയെയും കാണ്ടാമൃഗത്തെയും വരെ കൊല്ലാനുള്ള കരുത്തുണ്ട്. ആക്രമണസ്വഭാവത്തിലും സൈബീരിയൻ കടുവകളാണു മുമ്പിൽ. ശരീരത്തിന്റെ നിറത്തിലുള്ള തിളക്കം, മഞ്ഞയിൽ കാണുന്ന കറുത്ത വരകളുടെ ആഴം എന്നിവ മറ്റു പ്രത്യേകതകളാണ്.

ഏഷ്യൻ സിംഹവും ആഫ്രിക്കൻ സിംഹവും

അനുദിനം വംശനാശഭീഷണി നേരിട്ടുകൊണ്ടിരിക്കുന്ന വന്യമൃഗമാണു സിംഹം. ഇന്ത്യയിലെ നാഷനൽ പാർക്കിൽ എണ്ണപ്പെട്ട സിംഹങ്ങളേ ഇപ്പോഴുള്ളൂ. ഗീർവനത്തിലെ സ്ഥിതിയും മറിച്ചല്ല. ആഫ്രിക്കൻ സിംഹങ്ങളും വംശനാശഭീഷണിയിൽത്തന്നെ.

ഏഷ്യൻ സിംഹങ്ങളും ആഫ്രിക്കൻ സിംഹങ്ങളും തമ്മിൽ ധാരാളം വ്യത്യാസങ്ങളുണ്ട്. ഗുജറാത്തിലെ ഗീർവനത്തിൽ മാത്രം ഒതുങ്ങുന്ന ഏഷ്യൻ സിംഹങ്ങൾ (ശാസ്ത്രനാമം: Panthera Persica) ആഫ്രിക്കൻ സിംഹങ്ങളെ (Panthera leo) അപേക്ഷിച്ച് വലുപ്പത്തിൽ പിറകിലാണ്. നിറവ്യത്യാസവുമുണ്ട്. വേട്ടയാടലിൽ ആഫ്രിക്കൻ സിംഹങ്ങളാണു മുന്നിൽ. ഇവ ഇപ്പോൾ സഹാറൻ മരുഭൂമിയുടെ തെക്കുഭാഗത്തു മാത്രമാണുള്ളത്.

പലപ്പോഴും ചീറ്റപ്പുലി (ശാസ്ത്രനാമം: Acinonyx Jubatus) യെയും പുള്ളിപ്പുലി (ശാസ്ത്രനാമം: Pathera Pardus)യെയും അവയുടെ വ്യത്യാസങ്ങൾ അറിഞ്ഞില്ലെങ്കിൽ മാറിപ്പോയേക്കും. ഉടലിൽ രണ്ടിനും പുള്ളികളുള്ളതിനാൽ പ്രത്യേകിച്ചും. ചീറ്റപ്പുലിക്ക് ഉടലിലെ അടയാളം ചെറിയ പുള്ളികളായിട്ടായിരിക്കും. എന്നാൽ, പുള്ളിപ്പുലിക്കു മുഖത്തിന്റെ ഇരുവശങ്ങളിലും രണ്ടു വരകൾ കാണാം. പുള്ളിപ്പുലിക്ക് ജാഗ്വാറിന്റെ അത്ര വലുപ്പമില്ല. ഏഷ്യയിലും ആഫ്രിക്കയിലുമാണു പുള്ളിപ്പുലികളെ കണ്ടെത്താൻ കഴിയുക.

ജാഗ്വാർ

അമേരിക്കൻ കാടുകളിൽ മാത്രം കണ്ടുവരുന്ന ക്രൗര്യവും വേഗവുമുള്ള പൂച്ചകുടുംബക്കാരനാണു ജാഗ്വാർ (ശാസ്ത്രനാമം: Panthera Onca). നല്ല വേട്ടവിദഗ്ദ്ധരാണു ജാഗ്വാറുകൾ. പുള്ളിപ്പുലിയെപ്പോലെ തോന്നിക്കുമെങ്കിലും ജാഗ്വാറിന്റെ തല വലുതായിരിക്കും.

റോസറ്റ്സു (rosettes)കളും വിസ്തരിച്ചായിരിക്കും. ഇവ കറുത്തവയും ഉണ്ടായിരിക്കും എന്നതു മറ്റൊരു പ്രത്യേകതയാണ്. 12–15 വർഷം വരെയാണു ജാഗ്വാറിന്റെ ആയുസ്സ്.

പൂമ

നോർത്ത് അമേരിക്കൻ വാസിയായ പൂമ (ശാസ്ത്രനാമം: Puma Concolor) ജീവിക്കുന്ന പ്രദേശത്തിന്റെ പ്രത്യേകതകൾക്കനുസരിച്ചു വ്യത്യസ്ത പേരുകളിൽ അറിയപ്പെടുന്നു.

പൂമകൾക്കു കോഗർ (Cougar) എന്നൊരു ഓമനപ്പേരുണ്ട്. പർവ്വതങ്ങളിൽ കണ്ടുവരുന്ന പൂമകളെ 'പർവ്വതസിംഹങ്ങൾ' (Mountain Lion) എന്നും വിളിക്കാറുണ്ട്. ചില രാജ്യങ്ങളിൽ ഇവയെ പാന്തർ (Panther) എന്നും പറയുന്നു. ആകൃതിയിലും നിറത്തിലും പെൺസിംഹത്തോടു സാദൃശ്യമുള്ളവയാണു പൂമകൾ. എങ്കിലും ആഫ്രിക്കൻ സിംഹങ്ങളെപ്പോലെ ഇവ ആക്രമണകാരികളല്ല.

തത്തകളുടെ വർണ്ണലോകം

ആകൃതി, നിറം, സ്വഭാവം എന്നിങ്ങനെ ഒട്ടേറെ കാരണങ്ങളാൽ വ്യത്യാസപ്പെട്ടു കിടക്കുന്ന വിചിത്രലോകമാണു തത്തകളുടേത്. ഇവയിൽത്തന്നെ വളർത്തുതത്തകളും കാട്ടുതത്തകളുമുണ്ട്. തത്തകൾ (ശാസ്ത്രനാമം: Psittaciformse) കാണാൻ അതിമനോഹരമാണ്. വലുപ്പത്തിൽ ഒന്നാമനായ മാക്കോസ് (Gorgeous Macaws), ചെറിയവനായ ലോറികീറ്റ്സ് (Lorikeets), സർവ്വസാധാരണമായി കണ്ടുവരുന്ന പാരക്കീറ്റ്സ് (Parakeets) എന്നിവയെല്ലാം തത്തകളുടെ വർണ്ണവൈചിത്ര്യ സ്വഭാവം കാണിക്കുന്നവയാണ്. ഈ ഇനങ്ങളിൽ മാക്കോസ് വിഭാഗം അതിന്റെ ആകർഷകമായ രൂപത്തിനു കേളികേട്ടതാണ്. തത്തകളിൽ വലുപ്പമുള്ളവൻ ഹയാസിന്ത് (Hyacinth) എന്ന പേരിലാണ് അറിയപ്പെടുന്നത്. ചുവപ്പും പച്ചയും കറുപ്പിലും വെളുപ്പിലും തവിട്ടുനിറത്തിലും അങ്ങനെ വ്യത്യസ്തമായ നിറവൈചിത്ര്യങ്ങളാൽ തത്തകളുടെ ലോകം സുന്ദരമാണ്.

അലങ്കാരത്തത്തകളായ ലോറികീറ്റ്, കൊക്കാറ്റൂ (Cockatoo) എന്നിവയ്ക്ക് അന്താരാഷ്ട്രവിപണിയിൽ ഏറെ ആവശ്യക്കാരുണ്ട്. ഇത്തരം വർണ്ണത്തത്തകളുടെ വംശനാശത്തിന് ഇതു കാരണമാവുന്നു. ഏതു ഭാഷയും എളുപ്പത്തിൽ വഴങ്ങുന്ന പക്ഷികളാണു തത്തകളെന്നത് അതിന് ആക്കംകൂട്ടുന്നു.

പ്രാണികൾ, പഴവർഗ്ഗങ്ങൾ, വിത്തുകൾ എന്നിവയാണ് അവയുടെ ആഹാരം. മരങ്ങളിലും പർവ്വതങ്ങളുടെ പൊത്തുകളിലുമാണു വാസം. വളരെ വേഗത്തിൽ പറക്കാനും മനോഹരമായി ശബ്ദം അനുകരിക്കാനും കഴിയുന്ന ഇവ ദേശാടനപ്രിയർ കൂടിയാണ്.

സ്ലോത്തും സ്ലോത്ത് കരടിയും

സ്ലോത്ത് എന്ന വാക്കിന് അലസത എന്നൊരർത്ഥം നിഘണ്ടുവിലുണ്ട്. ആ അർത്ഥത്തിൽ സ്ലോത്തുകൾ (ശാസ്ത്രനാമം: Folivora) അലസർ തന്നെയാണ്. ഇവയുടെ നടപ്പും നീക്കവുമെല്ലാം അതാണു സൂചിപ്പിക്കുന്നത്. മിക്ക നേരവും മരങ്ങളിൽ തൂങ്ങിക്കിടന്നു മന്ദംമന്ദം ഇവ സഞ്ചരിക്കുന്നതു കാണാൻ തന്നെ രസമാണ്. ദക്ഷിണ–മദ്ധ്യ അമേരിക്കൻ മഴക്കാടുകളിൽ കണ്ടുവരുന്ന സ്ലോത്തുകൾ ഭൂമിയിലേക്കിറങ്ങുന്നത് അപൂർവ്വമായാണ്.

മരങ്ങളുടെ ചെറിയ കമ്പ്, ഇല, തൊലി എന്നിവയാണു സ്ലോത്തുകളുടെ ഇഷ്ടപ്പെട്ട ആഹാരം. അമേരിക്കൻ കാടുകളിൽ സർവസാധാരണമായ സിക്രോപിയ മരത്തിന്റെ ഭാഗങ്ങളാണവ ഭക്ഷിക്കുന്നത്. അവയുടെ ആമാശയം ഭക്ഷണപദാർത്ഥങ്ങളെ എളുപ്പത്തിൽ ദഹിപ്പിക്കുന്നില്ല. അതിനാൽ, ഒരു നേരത്തെ ആഹാരംതന്നെ ദഹിച്ചുവരാൻ സമയമെടുക്കും.

പേര് സ്ലോത്ത് കരടി (ശാസ്ത്രനാമം: Ursus Ursinsu). സ്വഭാവത്തിലും പെരുമാറ്റത്തിലുമെല്ലാം ഏറെ വ്യത്യാസമുണ്ട്. ശ്രീലങ്കയിലും ഇന്ത്യയിലുമാണിതുള്ളത്.

കറുത്ത ഈ കരടികൾ തരംകിട്ടിയാൽ മനുഷ്യനെ ആക്രമിക്കാറുണ്ട്. പുൽമേടുകളിലും പർവ്വതപ്രദേശങ്ങളിലും വസിക്കാനാണ് ഇഷ്ടമെങ്കിലും സ്ലോത്തുകളെപ്പോലെ മരത്തിൽ കയറിയിരുന്നു കാലം കഴിക്കാൻ ഇവ തയ്യാറല്ല. ഇടയ്ക്ക് മരത്തിൽ കയറുമെന്നു മാത്രം. നാലു കാലിൽ, വേഗത്തിൽ നടന്നുവരുന്നതു കണ്ടാൽ ആരും ഒന്നു ഭയക്കും.

25

വിചിത്ര വിശേഷം

ലോകത്താകെ എത്രതരം ജീവികളുണ്ടെന്ന് ശാസ്ത്ര ലോകത്തിന് ഇന്നും അജ്ഞാതമാണ്. ഭൂമുഖത്ത് ഇനിയും കണ്ടെത്താത്ത അനേകം ജീവികളുണ്ടെന്നാണ് പുതിയ പഠനങ്ങൾ നല്കുന്ന സൂചനകൾ. ഇവയിൽ തന്നെ മനുഷ്യനേത്രങ്ങൾകൊണ്ട് കാണാൻ കഴിയാത്തവയുമുണ്ട്.

നക്ഷത്രമത്സ്യം

കടലിനടിയിലെ അലങ്കാര മത്സ്യമായ 'കടൽ നക്ഷത്രങ്ങൾ' ആഴിക്കടിയിലെ അത്ഭുതമെന്ന് വിശേഷിപ്പിക്കാറുണ്ട്. വർണ്ണ മനോഹരമായ ഇവയുടെ രൂപം അത്യാകർഷകമാണ്. അതിമനോഹരമായ ചലനങ്ങൾ, അഴകുള്ള കൈകാലുകൾ എന്നിവ നക്ഷത്രമത്സ്യങ്ങളെ അത്ഭുത സൃഷ്ടികളാക്കുന്നു. നക്ഷത്രത്തിന്റെ രൂപമുള്ളതുകൊണ്ടാണ് ഇവയെ നക്ഷത്രമത്സ്യങ്ങളെന്ന് പൊതുവെ വിളിച്ചുവരുന്നത്. രൂപത്തിലും ഭാവത്തിലും വ്യത്യസ്തത പുലർത്തുന്ന ഈ മത്സ്യങ്ങൾ ലോകത്തിന്റെ വിവിധ ഭാഗങ്ങളിൽ കണ്ടുവരാറുണ്ട്.

നക്ഷത്രമത്സ്യങ്ങളുടെ ശരീരത്തിലുടനീളം സുതാര്യമായ ചർമ്മ നാസികകളുണ്ട്. ജലത്തിലെ ഓക്സിജനെ വലിച്ചെടുത്ത് ജീവൻ നിലനിർത്തുന്നത് ഈ ചർമ്മ നാസികകളാണ്. കടൽനക്ഷത്രത്തിന്റെ ഓരോ കൈകളിലും നീണ്ട പൊള്ളയായ ഓരോ ഉൾഭാഗങ്ങൾ കാണാം. അവയുടെ അറ്റത്ത് സിലിണ്ടർ ആകൃതിയിലുള്ള ഭാഗമുണ്ട്. വെള്ളം വലിച്ചെടുത്ത് ഈ സിലിണ്ടറിലൂടെ അവ ശക്തമായി പുറത്തുവിടാറുണ്ട്. ഇങ്ങനെ ചെയ്യുന്നതുമൂലം അവയ്ക്ക് ഒരിടത്തു നിന്നു മറ്റൊരിടത്തേക്ക് അനായാസേന സഞ്ചരിക്കാൻ കഴിയും. കൈകാലുകളിലെ ഗ്രന്ഥികൾ

ഉല്പാദിപ്പിക്കുന്ന ഒട്ടുന്ന ഒരുതരം പദാർത്ഥം ഇവയെ പാറപ്പുറങ്ങളിൽ പറ്റിപ്പിടിച്ചു കയറാൻ സഹായിക്കും. കാലുകളുടെ അറ്റത്തു തന്നെയാണ് ഇവയുടെ ഉല്പാദന അവയവങ്ങൾ.

നക്ഷത്ര മത്സ്യങ്ങൾ ഓരോ തവണയും അനേകം മുട്ടകളിടുകയും കുഞ്ഞുങ്ങളെ വിരിയിക്കുകയും ചെയ്യും. നക്ഷത്ര മത്സ്യങ്ങളുടെ മറ്റൊരു പ്രത്യേകത അത്ഭുതകരമാണ്. കൈകാലുകൾ വല്ല വിധേനയും നഷ്ടപ്പെടാനിടയായാൽ മിനിറ്റുകൾക്കകം അവിടെ പുതിയത് മുളച്ചു വരുന്നു എന്നതാണത്. മാത്രവുമല്ല, ശരീരത്തിൽനിന്നും വേർപെട്ട അവയവം മറ്റൊരു കടൽ നക്ഷത്രമായി രൂപാന്തരം പ്രാപിക്കുകയും ചെയ്യും. ആഴിയുടെ സൗന്ദര്യത്തിന് വർണ്ണഭംഗിയേകി ഇവ കടലിന്റെ അന്തർഭാഗത്ത് വിലസും.

നക്ഷത്ര മത്സ്യങ്ങൾക്ക് പല്ലുകളില്ല. ഉടലിന്റെ കേന്ദ്ര ഭാഗത്തായി കാണുന്ന ദ്വാരമാണ് ഇതിന്റെ വായ. മുഖ്യാഹാരം കടൽ ചിപ്പികളാണ്. ഇരയെ കണ്ടാലുടൻ അവയുടെ മീതെ കടന്നാക്രമണം നടത്തി ഭക്ഷിക്കുകയാണ് ഇവയുടെ രീതി. ഉദരത്തിൽ വെച്ച് ദഹനം കഴിഞ്ഞാൽ ചിപ്പികൾ പുറന്തള്ളും.

പറവയും പൂടയും

പൂട മത്സ്യങ്ങളെ 'ഭീകര രക്തവർണ്ണൻ' എന്നും വിളിക്കുന്നു. മുതുകിലെ വലിയ പൂടയാണ് ഇങ്ങനെ വിളിപ്പേര് വീഴാൻ കാരണം. ഒറ്റ നോട്ടത്തിൽ പേടിതോന്നും. സ്റ്റുവർട്ട് ദ്വീപിലാണ് ഇത്തരം മത്സ്യങ്ങളെ ധാരാളമായി കണ്ടുവരുന്നത്. ഒറ്റക്കും തെറ്റക്കും ഇവർ സഞ്ചരിക്കുന്നു. ഒളിസങ്കേതങ്ങൾ കണ്ടെത്തുന്നതിൽ വിരുതന്മാരാണ് പൂട മത്സ്യങ്ങൾ. ചെറിയ ചെറിയ മത്സ്യങ്ങൾ, കടലട്ടകൾ എന്നിവ ഭക്ഷിച്ചാണ് ഉപജീവനം നടത്തുന്നത്. മനുഷ്യൻ പൊതുവെ പൂട മത്സ്യങ്ങളെ ഭക്ഷിക്കാറില്ല.

നീണ്ട ചിറകുകൾ ഉപയോഗിച്ച് ഒരു പറവയെപ്പോലെ കടൽ വെള്ളത്തിൽ അതിവേഗം സഞ്ചരിക്കാൻ മിടുക്കന്മാരാണ് പറവ മത്സ്യങ്ങൾ. പറക്കാനുള്ള അസാമാന്യ കഴിവുകൊണ്ടാണ് ഇവയെ 'പറവ മത്സ്യങ്ങൾ' എന്നു പറയുന്നത്. ഇണചേരുന്ന പ്രായമായാൽ ഇവയുടെ നിറത്തിന് വ്യത്യാസം വരും. പാറയിടുക്കുകൾ പോലുള്ള സുരക്ഷിത ഇടങ്ങളിൽ വെച്ചാണ് ഇവ ഇണചേരുക. കൂട്ടമായി കടലിലൂടെ സഞ്ചരിക്കുന്ന പറവ മത്സ്യങ്ങളെ കണ്ടാൽ ആകാശസഞ്ചാരം നടത്തുന്ന പക്ഷികളെന്നേ ഒറ്റനോട്ടത്തിൽ തോന്നുകയുള്ളൂ.

കടൽ ചിലന്തി

ചിലന്തിവർഗ്ഗത്തിൽ ഉൾപ്പെടില്ലെങ്കിലും ചിലന്തികളെപ്പോലെ അനേകം കാലുകളുള്ള ജീവിയാണ് കടൽ ചിലന്തികൾ. ലോകത്തിന്റെ വിവിധ ഭാഗങ്ങളിൽ 600 ലേറെ വർഗ്ഗം കടൽ ചിലന്തികളെ ശാസ്ത്രം തിരിച്ചറിഞ്ഞിട്ടുണ്ട്.

മിന്നാമിനുങ്ങുകളെപ്പോലെ സ്വന്തം ദേഹത്തിൽനിന്നും പുറപ്പെടുന്ന ഒരുതരം വെളിച്ചമാണ് കടൽ ചിലന്തികളുടെ സഞ്ചാരങ്ങളെ സുഗമമാക്കുന്നത്. റാന്തൽ പിടിച്ചു നടക്കുന്ന ഒരു ആസ്ത്മ രോഗിയെപ്പോലെയാണ് ഇവയുടെ നടത്തം.

കടലിൽ ധാരാളം പായലുകളുള്ളതിനാൽ സഞ്ചാരത്തിന് ഇത് പ്രതികൂലമാണ്. 'കടൽ ചെമ്പരത്തി' പൊലുള്ള ജീവികളെ ഇരകളാക്കി അവയുടെ ശരീരത്തിലെ ദ്രാവകം ഊറ്റിക്കുടിച്ചാണ് കടൽ ചിലന്തികൾ അതിജീവിക്കുന്നത്. ഇങ്ങനെ പാനം ചെയ്യാൻ ഇവയുടെ വായിൽ പൈപ്പ് പോലുള്ള അവയവവുമുണ്ട്.

കടൽക്കുതിര

കടൽക്കുതിരകളെക്കുറിച്ച് നാം ധാരാളം കേട്ടിട്ടുണ്ട്. കാട്ടുപന്നിയെ ഓർമ്മിപ്പിക്കുന്ന രൂപസാദൃശ്യമുള്ള കടൽ കുതിരകളെ മനുഷ്യനെന്നും കൗതുകത്തോടെയാണ് നോക്കിക്കാണുന്നത്. കടലിൽ വേലിയേറ്റമുണ്ടാവുമ്പോഴാണ് കടൽക്കുതിരകൾ ദൃശ്യത്തിൽ വരുന്നത്. ന്യൂസിലാന്റ് കടൽ ഭാഗങ്ങളിൽ ഒരടിയോളം വലുപ്പമുള്ള കടൽകുതിരകളെ കണ്ടെത്തിയിട്ടുണ്ട്. ഇന്ത്യൻ സമുദ്രങ്ങളിലും ഇവയുടെ സാമീപ്യമുണ്ട്. പുറന്തോടുള്ള ജീവികൾ, പുഴുക്കൾ, നട്ടെല്ലില്ലുറഞ്ഞ കടൽ ജീവികൾ എന്നിവ കടൽ കുതിരകൾ യഥേഷ്ടം ഭക്ഷിക്കുന്നു. മുക്കുവരുടെ വലകളിൽ നിഷ്പ്രയാസം അകപ്പെടുന്ന ഇവ മത്സ്യങ്ങൾക്കൊപ്പം ചന്തകളിൽ എത്തിപ്പെടാറുണ്ട്. സംഘം ചേർന്ന് ജീവിക്കാൻ ഇഷ്ടപ്പെടുന്ന കടൽക്കുതിരകൾ മറ്റു ഇതര ജീവികളുമായി ഇടകലരാൻ വൈമനസ്യം കാണിക്കാറുണ്ട്. ആൺകുതിരകൾക്കാണ് വലുപ്പം കൂടുതൽ. പെൺകുതിരകൾ, ആൺകുതിരകളുടെ വയറ്റിലാണ് മുട്ടകൾ നിക്ഷേപിക്കാറ്. പെൺകുതിരകൾക്ക് മുട്ടയിടുന്ന 'ഡ്യൂട്ടി' മാത്രമേയുള്ളൂ. മറ്റെല്ലാം ആണിന്റെ പണിയാണ്. അടയിരിക്കുകയും ഗർഭം ചുമക്കുകയും ചെയ്യുന്നത് ആൺകുതിരകളാണ്. വിചിത്രമായി തോന്നുമിത്. ചെറിയ കാലുകൾ അതിവേഗം ചലിപ്പിച്ചാണ് ഇവയുടെ സഞ്ചാരം.

തേൾ മത്സ്യങ്ങൾ

തേളുകളെ നമുക്ക് പേടിയാണ്. ആക്രമിക്കാനും ഇരപിടിക്കാനും വിരുതന്മാരാണല്ലോ അവർ. കരയിലെ തേളുകളെപ്പോലെ കടലിലെ തേൾ മത്സ്യങ്ങൾ ജാഗ്രതയുള്ള ജീവിയാണ്. ഇരപിടിക്കാനാവട്ടെ അപാരമായ കഴിവാണിവയ്ക്ക്. തേൾമത്സ്യങ്ങളുടെ പുറംകുപ്പായങ്ങൾ അവയെ ശത്രുക്കളിൽനിന്നും ഇരകളിൽനിന്നും രക്ഷിക്കുന്നു. ചുരുക്കത്തിൽ സസ്യാകൃതിയാണ് ഇവയ്ക്കുള്ളത്. തേളുകളെപ്പോലെ വിഷാംശം വഹിച്ച് സഞ്ചരിക്കുന്ന തേൾമത്സ്യങ്ങൾ മനുഷ്യനെ ആക്രമിച്ച് അസഹ്യമായ വേദന സൃഷ്ടിക്കാൻ കഴിയും. തേളുകൾക്ക് വാലിലാണ് വിഷമെങ്കിൽ തേൾമത്സ്യങ്ങൾക്ക് മുതുകിലാണ് വിഷം. ന്യൂസിലാന്റിലെ

വടക്കു കിഴക്ക് ഭാഗത്ത് സ്ഥിതിചെയ്യുന്ന 'ബോർനെറ്റ്സ്' ദ്വീപിൽ തേൾമത്സ്യങ്ങളെ ധാരാളമായി കണ്ടുവരുന്നു.

നിറംമാറിപ്പുഴു

പ്രകൃതിക്കനുസരിച്ചും ശത്രുക്കളിൽനിന്ന് രക്ഷനേടുന്നതിനുവേണ്ടിയും ഓന്തുകൾ നിറംമാറുന്നത് നമുക്കറിയാം. എന്നാൽ ഉദ്ദേശിക്കുന്ന സമയത്ത് നിറംമാറ്റം നടത്തി നമ്മെ കബളിപ്പിക്കുന്ന പുഴുക്കളെക്കുറിച്ച് കേട്ടിട്ടുണ്ടോ? ഇലക്കും ചെടിക്കും അനുസൃതമായി നിറം മാറുന്ന ഈ പുഴുക്കൾ ദൈവത്തിന്റെ അത്ഭുത സൃഷ്ടികളാണ്. ചർമത്തിനടിയിലെ ചില വർണ്ണവാഹികളാണ് നിറം മാറ്റത്തിന് സഹായകം.

ഋതുഭേദങ്ങൾക്കനുസരിച്ച് നിറം മാറുന്ന മറ്റുചില ജീവികളുണ്ട്. ചിലയിനം മുയലുകൾക്ക് മഞ്ഞുകാലത്ത് തൂവെള്ള നിറവും അല്ലാത്ത സമയം മറ്റു നിറങ്ങളും സ്വീകരിക്കാനുള്ള കഴിവുണ്ട്. യൂറോപ്യൻ രാജ്യങ്ങളിൽ കണ്ടുവരുന്ന 'ഗ്രോസ്' എന്ന പക്ഷിക്ക് അത്ഭുതകരമായി നിറം മാറ്റം നടത്താൻ കഴിവുണ്ട്. കാലാവസ്ഥാ വ്യതിയാനത്തിനനുസരിച്ച് തൂവലുകൾക്ക് നിറംമാറ്റം വരുന്ന പറവകൾ ലോകത്തുണ്ടല്ലോ. നിറം മാറി പാറി നടക്കുന്ന ചിത്രശലഭങ്ങൾ മറ്റൊരു ഉദാഹരണം. വ്യാവസായിക മേഖലകളിൽ ജീവിക്കുന്ന പൂമ്പാറ്റകൾ പൊതുവെ കറുത്ത നിറത്തോടു കൂടിയാണെന്ന സത്യം ഒന്നോർത്തു നോക്കൂ.

ശത്രുക്കളിൽനിന്നു രക്ഷനേടാൻ മാത്രമല്ല ജീവികൾ നിറം മാറുന്നത്. ആഹാരസമ്പാദനത്തിനും എന്തിനേറെ വംശം നിലനിർത്താൻ വേണ്ടിയും നിറംമാറ്റം നടത്തുന്ന ജീവിവർഗ്ഗങ്ങളുണ്ട്. 'ഡ്രോസിറ്റ' സസ്യം അതിന്റെ വർണ്ണഭംഗികൊണ്ട് ഇരയെ ആകർഷിക്കുന്നത് ഉദാഹരണം.

വാലിൽ രക്ഷ

പൂച്ച വാലാട്ടിത്തുടങ്ങുമ്പോൾ നമുക്കറിയാം അതിനെന്തോ സന്ദേശം പകരാനുണ്ടെന്ന്. മനുഷ്യന്റെ സാമീപ്യം പൂച്ചകൾ ഇഷ്ടപ്പെടുമ്പോൾ അവ വാലാട്ടിത്തുടങ്ങും. എന്നാൽ ജിറാഫ് വാലാട്ടുന്നത് ഒരു സന്ദേശം തന്റെ സഹജീവിക്ക് പകരാനാണ്. ആസ്ത്രേലിയയിൽ കണ്ടുവരുന്ന ചെറുതരം പക്ഷി സ്നേഹസന്ദേശം പകരുന്നത് വാലിലൂടെയാണ്. എന്നാൽ തെക്കേ അമേരിക്കയിലെ കരടികൾ രോമാവൃതമായ വാലുപയോഗിച്ചാണ് അസഹ്യമായ ചൂടിൽനിന്നു രക്ഷനേടുന്നത്. വാൽ ഒരു 'കുട'യുടെ ആകൃതിയിൽ രൂപാന്തരപ്പെടുത്തിയാണ് ഈ കരടികൾ തങ്ങളുടെ കൃത്യം നിർവ്വഹിക്കുന്നത്. ആഫ്രിക്കൻ വനാന്തരങ്ങളിലെ 'ആയേ' മൃഗം കൗതുകമുള്ള ഒരു ജീവിയാണ്. ഉറക്കം വരുമ്പോൾ ഈ മൃഗം തന്റെ വാൽ വിരിപ്പായി ഉപയോഗിക്കും. വറുതികാലത്ത് ഭക്ഷണം തങ്ങളുടെ വാലിൽ ശേഖരിച്ചുവയ്ക്കുന്ന ആഫ്രിക്കൻ ഭീമൻ പല്ലികൾ മറ്റൊരു കൗതുകമാണ്.

26

കീരികൾ, കീരികൾ

കീരിയും പാമ്പും പോലെ എന്നൊരു പഴംചൊല്ല് കൂട്ടുകാർ കേട്ടിരിക്കുമല്ലോ? പാമ്പുകളുടെ മുഖ്യശത്രുവാണ് കീരിയെന്ന് ഈ ചൊല്ലിൽ നിന്നു തന്നെ വ്യക്തം. നമ്മുടെ നാട്ടിൽ കണ്ടുവരുന്ന ഈ ചെറുജീവി ഒറ്റനോട്ടത്തിൽത്തന്നെ ആരെയും ഒന്ന് അമ്പരപ്പിക്കാതിരിക്കില്ല. ഒരർത്ഥത്തിൽ പാമ്പുകളുടെ മാത്രം ശത്രുവല്ല ഇവൻ, മനുഷ്യന്റെകൂടി ശത്രുവാണ്. നാട്ടിലിറങ്ങി വളർത്തു കോഴികളെ തന്ത്രപൂർവ്വം ഭക്ഷണമാക്കാൻ വിരുതന്മാരാണിവർ.

ഒരു കാലടിയെക്കാൾ അല്പം മാത്രം വലിപ്പമേ കീരിക്ക് (mangoose) ഉണ്ടായിരിക്കുകയുള്ളൂ. രോമാവൃതമായ വാലിന് ശരീരത്തേക്കാൾ വലിപ്പമുണ്ടാവും. പതുങ്ങിയിരിക്കാനും, വേഗത്തിൽ ഓടാനും മിടുക്കന്മാരാണ് ഈ മാമ്മൽ വർഗ്ഗം (Mammal). ലോകത്തിലാകെ നാല്പതിൽപ്പരം വർഗ്ഗത്തിൽപ്പെട്ട കീരികളുണ്ടെന്നാണ് കണക്ക്. സൗത്ത് ഈസ്റ്റ് ഏഷ്യയിൽ കണ്ടുവരുന്ന ഒരു വിഭാഗം കീരികൾക്ക് നാലടിയിലേറെ നീളമുണ്ട്. നീളമുള്ള ശരീരത്തിൽ ചെറിയ കാലുകളാണ് ഇവയുടെ ഒരു പ്രത്യേകത. ചെറിയ ചെവിയാണെങ്കിലും അപാരമായ കേൾവി ശക്തിയുണ്ട്.

പാമ്പുകൊല്ലികളെന്ന് കീരികളെ വിളിക്കാൻ ഒരു കാരണമുണ്ട്; കരിനാഗങ്ങളെപ്പോലും ഇവ കൊന്നുകളയും. ഒരിക്കലും പാമ്പിന്റെ കൊത്തേൽക്കാതെ സമദൂരം പാലിച്ചാണ് കീരികളുടെ ആക്രമണരീതി. പാമ്പിൻ വിഷം ഏല്ക്കാതിരിക്കാനുള്ള ശാരീരിക പ്രത്യേകതയും കീരികൾക്കുണ്ട്.

പാമ്പുകളുടെ ചുറ്റിലും അതിവേഗത്തിൽ നടന്ന്, അവയെ അവശരാക്കി കീഴ്പ്പെടുത്തുന്ന രീതിയാണ് കീരികൾ പ്രയോഗിക്കുന്നത്. വേഗത

കുറഞ്ഞ് ക്ഷീണിക്കുന്ന പാമ്പിന്റെ പിൻകഴുത്തിൽ കടിച്ച് വകവരുത്തുകയാണ് പതിവ്. ഒറ്റയ്ക്കു പാമ്പിനെ കീഴ്പ്പെടുത്താൻ സാദ്ധ്യമല്ലെങ്കിൽ ചങ്ങാതിക്കീരികളുടെ സഹായവും ഇവർ നേടാറുണ്ട്.

പാമ്പുകളെ കൂടാതെ പ്രാണികൾ, മണ്ണിരകൾ, ഒച്ചുകൾ, പ്ലാച്ചികൾ, തവളകൾ, മുട്ടകൾ എന്നിവയും കീരികൾ ശാപ്പിടുന്നു. പഴവർഗ്ഗങ്ങൾ തിന്നാനും കീരികൾ മോശക്കാരല്ല. ആഫ്രിക്കയിൽ കണ്ടുവരുന്ന ഡ്വാർഫ് കീരികളാണ് (dwarf) വലിപ്പത്തിൽ ഏറ്റവും ചെറിയവർ. 250 ഗ്രാം മാത്രമേ ഇവയ്ക്ക് തൂക്കം വരൂ. രണ്ടു മുതൽ 20 വരെ അംഗങ്ങളുള്ള കമ്പനികളായിട്ടാണ് ഇവ ഇരതേടുന്നതും, താമസിക്കുന്നതും. ഭക്ഷണം വീതിച്ച് കഴിക്കാനും ഇവർ തയ്യാറാണത്രെ. മണ്ണിൽ കുഴിയെടുത്താണ് കീരികളുടെ താമസമെങ്കിലും, പുറ്റുകളും മറ്റും ഇവ താമസയോഗ്യമായ ഇടമായി കാണാറുണ്ട്. നല്ല എലിപിടുത്തക്കാരാണ് കീരികൾ, പ്രത്യേകിച്ച് ആഫ്രിക്കൻ ചെറുകീരികൾ. അങ്ങനെ നോക്കുമ്പോൾ ഇവ മനുഷ്യർക്ക് ഉപകാരവും ചെയ്യുന്നുണ്ട്.

ഈജിപ്തിൽ കണ്ടുവരുന്ന ഒരുതരം കീരിവർഗ്ഗം മുട്ടഭോജികളാണ്. ചെറിയ കുറ്റിച്ചെടികൾക്കിടയിലാണ് ഇവരുടെ താമസം. പാറക്കെട്ടുകളും ഇവയുടെ സങ്കേതമാണ്. കൂർത്തനഖങ്ങളും, പല്ലുകളും ഈജിപ്ത്യൻ കീരികളെ വേട്ടയാടലിന് ഏറെ സഹായിക്കുന്നുണ്ട്. പിറകിലോട്ട് വേഗതയോടെ സഞ്ചരിക്കാൻ ഇവയ്ക്കുള്ള കഴിവ് അപാരമത്രെ. നീന്തൽ വിദഗ്ദ്ധർ കൂടിയാണിവർ. ഇരുകാലുകളിൽ പൂച്ചയെപ്പോലെ ഉയർന്നു നിന്ന് ശത്രുക്കളെ പേടിപ്പിക്കാൻ ചില കീരികൾക്ക് എളുപ്പത്തിൽ കഴിയുന്നു. പക്ഷികളുടെ മുട്ടകൾ ഇരുകാലുകൾ കൊണ്ട് ഇറുക്കിയെടുത്ത്, പാറക്കല്ലിൽ എറിഞ്ഞുടച്ചാണ് കീരികൾ ഭക്ഷിക്കുന്നത്. ഇന്ന് വംശനാശം നേരിടുന്ന ഒരു ജീവിയാണ് കീരികൾ. മനുഷ്യന്റെ ആവാസവ്യവസ്ഥകൾ ഇവയ്ക്ക് വലിയ ഭീഷണിയാണിന്ന്. പുറംപോക്കുകളുടെയും കാടിന്റെയും നാശം കീരിവർഗ്ഗത്തിന്റെ നാശത്തിലേക്ക് വഴിതുറക്കുകയാണ്.

27

ഓന്തുകൾ

വാക്കുകൾ മാറ്റി മറിച്ച് സംസാരിക്കുന്നവരെയും, അവസരങ്ങൾക്കൊത്ത് സമീപനം മാറ്റുന്നവരെയും നാം ഓന്തുകൾ എന്ന് വിശേഷിപ്പിക്കാറുണ്ടല്ലോ? ചില രാഷ്ട്രീയക്കാരെയും മനുഷ്യൻ കളിയാക്കി ഓന്തുകളോട് സാമ്യപ്പെടുത്താറുണ്ട്. എന്തുകൊണ്ടാണിങ്ങനെയെന്ന് ചിന്തിച്ചിട്ടുണ്ടോ? സ്വന്തം ശരീരത്തിന്റെ നിറം പ്രകൃതിയുടെ വർണ്ണത്തിനനുസരിച്ച് മാറാൻ കഴിവുള്ള ഒരു ജീവിയാണ് നമ്മുടെ ചുറ്റുപാടുകളിൽ സുലഭമായിക്കാണുന്ന ഓന്തുവർഗ്ഗങ്ങൾ. ശത്രുക്കളിൽ നിന്ന് രക്ഷനേടാൻ മാത്രമല്ല ഓന്തുകൾ നിറം മാറുന്നത്; മറ്റുചില പ്രധാന കാരണങ്ങൾ കൂടി ഇതിനു പിറകിലുണ്ട്.

മനുഷ്യനും പക്ഷികളും മൃഗങ്ങളും ശബ്ദമുപയോഗിച്ചാണ് ആശയവിനിമയം പലപ്പോഴും നടത്തുന്നതെന്ന് നമുക്കറിയാം. മനുഷ്യന് ശബ്ദത്തോടൊപ്പം ഭാഷയുമുണ്ട്. ചിലയിനം മൃഗങ്ങളും, പക്ഷികളും തങ്ങളുടേതായ അലിഖിത ഭാഷ ആശയസംവേദനത്തിന് ഉപയോഗിക്കുന്നതായി ശാസ്ത്രം കണ്ടെത്തിയിട്ടുണ്ട്. എന്നാൽ ഓന്തുകൾ ആശയവിനിമയം നടത്തുന്നത് നിറംമാറ്റത്തിലൂടെയാണ്. അന്തരീക്ഷ ചൂട് വർദ്ധിക്കുമ്പോഴും കുറഞ്ഞിരിക്കുമ്പോഴും ഇവ ഇങ്ങനെ നിറംമാറ്റത്തിലൂടെ പ്രതികരിക്കുന്നതായാണ് പറയപ്പെടുന്നത്. പ്രത്യേക മാനസികനിലയിലും ഓന്തുകൾ നിറം മാറ്റം നടത്തി മനുഷ്യനെ അതിശയിപ്പിക്കുന്നു.

തലയുടെ ഇരുവശങ്ങളിലുമായി സാമാന്യം വലിപ്പത്തിലുള്ള ഓന്തുകളുടെ കണ്ണുകൾക്കു ചില പ്രത്യേകതകളുണ്ട്. ഇവ നാല് ഭാഗത്തേക്കും വേഗതയോടെ ചലിപ്പിക്കാൻ കഴിയുന്നവയാണ്. 360 ഡിഗ്രി ചുറ്റളവിൽ ഒരു വസ്തുവിനെ പൂർണ്ണമായ രീതിയിൽ വീക്ഷിക്കാൻ അതുകൊണ്ടു തന്നെ ഇവയ്ക്കു കഴിയുന്നു. ഉടലിനെക്കാൾ നീളത്തിൽ വേഗതയോടെ

ചലിപ്പിക്കാൻ കഴിയുന്നതാണ് ഓന്തിന്റെ നാവ്. അതുകൊണ്ടുതന്നെ ഇരയുടെ മീതെ അവയ്ക്ക് അസാമാന്യമായ കയ്യൊതുക്കമുണ്ട്. മുന്നിൽപ്പെട്ട ഇര രക്ഷപ്രാപിക്കും മുമ്പ് തന്റെ നാവ് ഉപയോഗിച്ച് ഓന്തുകൾ വരുതിയിലാക്കുന്നു.

മുന്നിൽ കാണുന്ന ഇരയുടെ ശരീരത്തിൽ ഉണ്ടക്കണ്ണുകൾ ഉപയോഗിച്ച് ശ്രദ്ധ കേന്ദ്രീകരിക്കുകയാണ് ഓന്ത് ആദ്യം ചെയ്യുന്നത്. വായ പാതി മാത്രം തുറന്നു പിടിക്കുകയാണ് ചെയ്യുന്നത്. പൊതുവെ, വളരെ സാവധാനം മാത്രം സഞ്ചരിക്കുന്ന ഓന്തുകൾക്ക് ഇരയെ പിടിക്കാൻ സഹായിക്കുന്നത് സദാ തുറന്നിരിക്കുന്ന കണ്ണുകളും, മാന്ത്രികതയുള്ള അവയുടെ നാവും തന്നെ! അങ്ങനെ നോക്കുമ്പോൾ ചെറുജീവികൾക്കിടയിലെ അസാമാന്യകഴിവുള്ള ഇരപിടിയന്മാരാണിവർ.

ഓന്ത് (Chameleon) പൊതുവെ എന്തും തിന്നുന്ന കൂട്ടത്തിലാണ്. എങ്കിലും പ്രാണികളും, വിരകളും തന്നെയാണ് പഥ്യാഹാരം. ഓന്തുകളിലെ ഭീമന്മാർ ചെറിയ ഇഴജന്തുക്കളെപ്പോലും വേട്ടയാടാറുണ്ട്. ആഫ്രിക്കയിൽ കണ്ടുവരുന്ന "ജാക്ക്സൺസ് ചാമിലിയോൺ" (Jacksons Chameleon) തലയിൽ മൂന്ന് കൊമ്പുള്ള വീരന്മാരാണ്. ഈ വർഗ്ഗത്തിലെ ആൺകൂട്ടത്തിന് മാത്രമേ തലയിൽ കൊമ്പുകളുള്ളൂ. നാവിലെ 'പശ' ഇരകളെ രക്ഷപ്പെടാതെ അകത്താക്കാൻ ഓന്തുകളെ സഹായിക്കാറുണ്ട്. പച്ചക്കാടുകളിൽ പച്ചയിലും, മരുഭൂയിടങ്ങളിൽ തവിട്ടുനിറത്തിലും കാണുന്ന ഓന്തുകൾ പല അന്ധവിശ്വാസങ്ങൾക്കും നിദാനമായിട്ടുണ്ട്. അവയുടെ നിറംമാറ്റം തന്നെ അതിനു കാരണം. മനുഷ്യന്റെ രക്തം കുടിക്കുന്ന ജീവിയാണ് ഓന്തുകളെന്ന് ഈ 'പാവ'ത്തെ പഴിചാരിയിട്ടുമുണ്ട്. കരയുന്ന കുട്ടികളെ നിറം മാറുന്ന ഓന്തുകളെ കാണിച്ച് കരച്ചിൽ നിർത്തുന്ന അമ്മമാരുണ്ടല്ലോ!

28

ആന വിശേഷങ്ങൾ

ആനയെ കണ്ടാൽ ആർക്കാണ് കൊതിതീരുക! എത്ര കണ്ടാലും മതിവരാത്ത കരയിലെ ഈ കൂറ്റൻ·മൃഗത്തെപ്പറ്റിയുള്ള കഥകളും, കാര്യങ്ങളും അതിലേറെ വലിപ്പമുള്ളവയാണ്. ആനകളുടെ പൂർവ്വികരുടെ ചരിത്രം ശാസ്ത്രലോകം ഉൽഖനനങ്ങളിലൂടെ നമുക്ക് കാട്ടിത്തന്നിട്ടുണ്ട്. ഇന്നത്തെപ്പോലെ നീളൻ കൊമ്പുകളോ തുമ്പിക്കൈയോ ഇല്ലാത്തവയായിരുന്നുവത്രെ പൗരാണികകാലത്തെ ആനകൾ.

വലിയൊരു പന്നിയുടെ രൂപമായിരുന്നുവത്രെ അക്കാലങ്ങളിൽ ആനയ്ക്ക്. ഇവയെ ശാസ്ത്രം moeritherinm എന്നാണ് വിശേഷിപ്പിച്ചിരുന്നത്. തുമ്പിക്കൈയുടെ സ്ഥാനത്ത് വലിയൊരു വായയും, നിറയെ പല്ലുകളുമായിരുന്നു അവയ്ക്ക്. പൗരാണികകാല ആനകളെ ശാസ്ത്രലോകം playtebelodon എന്നും വിശേഷിപ്പിച്ചുവന്നു. ഇങ്ങനെ പലതരത്തിൽപ്പെട്ട ആനകൾ ഭൂമുഖത്തുണ്ടായിരുന്നുവത്രെ.

നാമിന്ന് കാണുന്ന തരത്തിലുള്ള ആനകൾ പിന്നെയും നൂറ്റാണ്ടുകൾ കഴിഞ്ഞാണ് ഉണ്ടാവുന്നത്. മാമോത്തുകളായിരുന്നു അവയിലൊന്ന്. ആഫ്രിക്കൻ രാജ്യങ്ങളിൽ കണ്ടുവരുന്ന ആനകളാണ് ലോകത്ത് ഏറ്റവും വലിപ്പമേറിയ ആനകൾ. ശരിക്കുമുള്ള ആനച്ചന്തം അവകാശപ്പെടാവുന്നത് ഇവയ്ക്കാണ്. ഇന്ത്യൻ ആനകൾ ഇത്രയ്ക്ക് ആകാരസൗഷ്ഠവമുള്ളവയല്ല. നമ്മുടെ മഴക്കാടുകളാണ് ഇന്ത്യൻ ആനകളുടെ വിഹാരരംഗം.

ആഫ്രിക്കൻ ആനയെയും ഇന്ത്യൻ ആനയെയും തിരിച്ചറിയുക എളുപ്പമാണ്. ആഫ്രിക്കൻ ആനകൾക്ക് വലിയ ചെവികളാണുള്ളത്. മാത്രവുമല്ല, വലിപ്പത്തിലും ഇവ തമ്മിൽ വലിയ അന്തരമുണ്ട്. എടുപ്പിലും നടപ്പിലും ആഫ്രിക്കൻ ആനകൾ തന്നെയാണ് മുന്നിൽ.

കൂട്ടമായിട്ടാണ് ആനകൾ സഞ്ചരിക്കാറ്. 'കൂട്ടം തെറ്റിയ ആനയെ

പ്പോലെ' എന്നൊരു ചൊല്ല് നമ്മുടെ നാട്ടിലുണ്ടല്ലോ. അനേകം കുടുംബങ്ങളുടെ ഒരു കൂട്ടമായിരിക്കും ഇവ. ഏറ്റവും പ്രായം ചെന്ന അമ്മ ആനയും അവയുടെ മക്കളും മക്കളുടെ മക്കളും ചേർന്ന വലിയൊരു സംഘമാണത്. ഓരോ കൂട്ടത്തിന്റെയും ഒപ്പം ആൺ ആനയുടെ കൂട്ടവുമുണ്ടായിരിക്കും.

പെണ്ണാനകളെ ശാസ്ത്രീയമായി കൗസ് (cows) എന്നാണ് വിളിക്കുന്നത്. ആൺ ആനകളെ ബുൾസ് എന്നും പറയുന്നു. ആഫ്രിക്കൻ ആനകളെ നയിക്കുന്നത് എപ്പോഴും ഒരു പെണ്ണാനയായിരിക്കും എന്നതാണ് ഒരു പ്രത്യേകത. ഇന്ത്യയിലും ഇത് വ്യത്യസ്തമല്ല. കൂട്ടത്തിൽ ഏറ്റവും പ്രായം ചെന്ന പെണ്ണാനയാവും നേതാവ്.

ആനകൾക്ക് അവയുടെ തുമ്പിക്കൈകൾ ഏറെ ഉപകാരപ്രദമാണ്. ശ്വസനത്തിനും ജലപാനത്തിനും തുമ്പിക്കൈകളാണ് ആന ഉപയോഗിക്കുന്നത്. മാത്രമല്ല ഉയരമുള്ള വൃക്ഷങ്ങളിൽനിന്ന് ഇലകളും കൊമ്പുകളും പൊട്ടിച്ച് വയറ് നിറയ്ക്കാനും ഈ നീളൻ തുമ്പിക്കൈകൾ ആനകൾ ഉപയോഗിക്കുന്നു. ആനകൾക്ക് തങ്ങളുടെ കുട്ടിക്കാലത്ത് തുമ്പിക്കൈകൾകൊണ്ട് വലിയ പ്രയോജനം ഉണ്ടാവാറില്ല. ചെറുപ്രായത്തിൽ ആനകൾ വായകൊണ്ടാണ് ജലപാനം നടത്തുന്നത്.

ജലം ഇത്രയേറെ ഇഷ്ടപ്പെടുന്ന മറ്റൊരു മൃഗമുണ്ടാവില്ല. ആനകളുടെ ജലകേളി അത്രയേറെ പ്രസിദ്ധമാണല്ലോ. ചൂടുകാലത്ത് തങ്ങളുടെ ശരീരം തണുപ്പിക്കാൻ ആനകൾ ജലത്തിൽ ചെന്നുകിടക്കും. ജലദൗർലഭ്യം അനുഭവപ്പെടുമ്പോൾ ചളിപ്രദേശത്തെയാണ് ആശ്രയിക്കുന്നത്. ശരീരം തണുപ്പിക്കാൻ മാത്രമല്ല, പ്രാണികളുടെ കടിയിൽനിന്ന് രക്ഷനേടാനും ചളിയിലെ കളി ആനകൾക്ക് ഫലപ്രദമാണ്.

ഒരു നവജാത ആന അതിന്റെ ആദ്യഘട്ടങ്ങളിൽ ഏറെ പ്രയാസങ്ങൾ അനുഭവിക്കുന്നുണ്ട്. അവയെ നടക്കാൻ പഠിപ്പിക്കുന്നതും ഭക്ഷണം കഴിക്കാൻ പരിശീലിപ്പിക്കുന്നതും അമ്മ ആനയാണ്. സിംഹം, പുലി തുടങ്ങിയ ശത്രുക്കളിൽനിന്നു മക്കളെ രക്ഷിച്ചെടുക്കേണ്ട ചുമതലയും അമ്മ ആനയ്ക്കാണ്. മക്കളെ പാലൂട്ടി വളർത്തിവലുതാക്കിയെടുക്കുന്നതുവരെ ആനയ്ക്ക് വിശ്രമമില്ലെന്നു പറയാം. പിൻകാലുകളിൽ അമർന്നിരുന്ന് മുൻകാലുകളിലേക്ക് ശക്തികൊടുത്ത് ആനക്കുട്ടികൾ നടക്കാൻ പഠിക്കുന്നത് രസകരമായ ഒരു കാഴ്ചയത്രെ. നാലു വർഷക്കാലമാണ് ആനകൾ മക്കളെ പാലൂട്ടുന്നത്. ഒരേസമയം രണ്ടു കുട്ടികളെ പാലൂട്ടേണ്ടതായും വരും. കുട്ടിയാനകൾ ഒരുമിച്ചാണ് നടക്കുന്നതും കളിക്കുന്നതും. ചിലപ്പോൾ അവർ തമ്മിൽ ഗുസ്തി പിടിക്കുന്നതും കാണാം.

ആന ഒരിക്കലും അക്രമസ്വഭാവമുള്ള മൃഗമല്ല. എന്നാൽ തങ്ങളുടെ ജീവന് ഭീഷണിയാണെന്നു തോന്നുന്ന മൃഗങ്ങളെയും മനുഷ്യരെയും അവ ആക്രമിച്ച് കൊല്ലാറുണ്ട്. ശക്തിമാൻ ആരെന്നു തെളിയിക്കാനും ഗ്രൂപ്പിന്റെ നേതൃനിരയിലേക്ക് വരാനും ആനകൾ തമ്മിൽ യുദ്ധത്തിലേർപ്പെടാറുണ്ട്.

ആനകൾ ബുദ്ധിശാലികളും സ്നേഹമുള്ളവരുമാണ്. മുറിവേല്ക്കുകയോ, രോഗബാധിതരാവുകയോ ചെയ്ത മറ്റാനകളെ സഹായിക്കാനും പരിചരിക്കാനും കൂട്ടമായി ആനകൾ വരാറുണ്ട്. മുറിവേറ്റ് വീണു കിടക്കുന്ന സഹജീവിയെ സഹായിക്കാനും പരിചരിക്കാനും നേരെ നില്പിക്കാനും ഒരുമിച്ച് ആനകൾ കൈകോർക്കുന്ന അപൂർവ്വം കാഴ്ചകൾ വനത്തിൽ കണ്ടെത്താറുണ്ട്. ഒരു ആന വല്ലവിധേനയും ജീവൻ വെടിയേണ്ടി വന്നാൽ മറ്റുള്ള ആനകൾ അതിനരികെ ദിവസങ്ങളോളം ദുഃഖമാചരിച്ച് കാവൽ നിൽക്കാറുണ്ട്.

മനുഷ്യകുലത്തിന് എക്കാലവും ഉപകാരപ്രദമായ ഒരു മൃഗമാണ് ആന. ആനയുടെ ഉടമസ്ഥാവകാശമുള്ള വ്യക്തികളെ ആദരിച്ചിരുന്ന ഒരു കാലമുണ്ടായിരുന്നു നമുക്ക്. പ്രൗഢിയുടെ ഒരു അടയാളമായിരുന്നു അത്. വന്യജീവികളായ ആനകളെ വേട്ടയാടിപ്പിച്ച് നാട്ടിൽ കൊണ്ടുവരികയും ശാസ്ത്രീയമായ പരിശീലനത്തിലൂടെ മെരുക്കിയെടുത്ത് കഠിനാദ്ധ്വാനം ചെയ്യിക്കുകയും ചെയ്യുന്ന ഒരു രീതി ഇന്ത്യയിൽ സർവ്വസാധാരണമായുണ്ട്. വേട്ടയാടലും വനനശീകരണവും ലോകത്തുള്ള ആനകളുടെ എണ്ണത്തെ കാര്യമായി ബാധിച്ചിട്ടുണ്ട്. ആനക്കൊമ്പുകൾക്ക് അന്താരാഷ്ട്ര വിപണിയിലെ വൻമൂല്യം ആനകളുടെ വംശനാശത്തിന് വേഗത കൂട്ടുന്നു. ആനകളെ നാഷണൽ പാർക്കുകളിൽ മാത്രം കാണാൻ കഴിയുന്ന ഒരു കാലം അതിവിദൂരത്തല്ലെന്നോർക്കണം.

29

ജലവീരർ

മത്സ്യം മുഖ്യാഹാരമായി ജലത്തിൽ കഴിയുന്ന ജീവിയാണ് മുതലകൾ. ഇന്ത്യൻ മുതലകൾക്ക് നീണ്ട ചുണ്ടുകളാണുള്ളത്. മിക്ക സമയങ്ങളിലും ജലത്തിൽ കിടക്കുന്ന ഇവ മുട്ടയിടാനായി കരയിലേക്കെത്തുന്നു. ആഫ്രിക്കയിൽ കാണുന്ന മുതലകളുടെ തല ത്രികോണാകൃതിയിലായിരിക്കും. അതിനാൽ ഒരു മുതലയെ നിരീക്ഷിച്ച് അത് ഏത് ദേശത്തേതാണെന്ന് കണ്ടെത്താൻ കഴിയുന്നു. വംശ വർദ്ധനവിന്റെ കാലത്ത് അക്രമ സ്വഭാവം കാണിക്കുന്ന മുതലകൾ പൊതുവെ ശാന്ത പ്രകൃതിയുടെ ഉടമകളാണ്.

ചിലതരം മുതലകൾ മണ്ണിൽ കുഴിയുണ്ടാക്കി പുല്ലുകളും ചീഞ്ഞളിഞ്ഞ സസ്യങ്ങളും വിരിച്ച് അതിൽ ഏതാണ്ട് നൂറോളം മുട്ടകൾവരെ ഇടാറുണ്ട്. കൂനകൾ നിർമ്മിച്ച് അതിന്റെ വിടവുകളിൽ മുട്ടകളിടുന്ന മറ്റു ചിലതരം മുതലകളുമുണ്ട്. മുട്ട വിരിഞ്ഞു കഴിഞ്ഞാൽ അമ്മ മുതല മക്കളെയെല്ലാം വിളിച്ച് ജലത്തിൽ നീന്തൽ പഠിപ്പിക്കാനായി കൊണ്ടുപോകും. ഇനിയുള്ള കാലം ജലത്തിലാണല്ലോ കഴിയേണ്ടിവരിക. അപകടം പിണഞ്ഞാൽ അതിൽനിന്നു മക്കളെ രക്ഷിക്കാൻ മുമ്പിലുണ്ടാവുക ആൺ മുതലകളാണ്.

മുതല

പുറമെ കാണുന്നതുപോലെ പരുക്കൻ സ്വഭാവക്കാരല്ല മുതലകൾ. മനുഷ്യനുപോലും മാതൃകയാക്കാവുന്ന സ്നേഹവും അനുകമ്പയും അവർക്കുണ്ട്. ശൈത്യകാലമാകുമ്പോൾ കളിമണ്ണിൽ കുഴികളുണ്ടാക്കി ശരീരം അതിൽ പൊതിഞ്ഞുവയ്ക്കുന്ന സ്വഭാവമിവയ്ക്കുണ്ട്. ശൈത്യകാലം കഴിയുന്നതുവരെ ഇവർ ഗാഢനിദ്രയിലായിരിക്കും.

ഭൂമുഖത്ത് ദിനോസറുകൾ ഉണ്ടായിരുന്ന കാലത്തുതന്നെ മുതലകളും ഉണ്ടായിരുന്നു. ഉരഗജീവികളുടെ ലോകത്ത് വലിപ്പത്തിൽ മുമ്പനാണിവൻ. മൂന്ന് കുടുംബങ്ങളിലായി 23 വർഗ്ഗങ്ങളോളം മുതലകൾ ഉള്ളതായാണ് കണക്ക്. ചീങ്കണ്ണി, കെയ്മൻ (caiman) എന്നിവ മുതല കുടുംബത്തിന് വരുന്നവയാണ്. വെള്ളത്തിൽ വളരെ വേഗത്തിൽ നീന്തുന്നതുപോലെ കരയിൽ ഇഴയാനും വിദഗ്ദ്ധരാണ് മുതലകൾ. മാംസഭോജികളായ ഇവർ വലിയ മൃഗങ്ങളെ വരെ പിടിച്ചു തിന്നുകളയും. ഇന്ത്യയിൽ നാം കാണുന്നത് മുതലകളെ മാത്രമാണ്. ചീങ്കണ്ണി നമ്മുടെ രാജ്യത്തില്ല. തലയുടെ ആകൃതിയിൽനിന്നു മുതലയെയും ചീങ്കണ്ണിയെയും തിരിച്ചറിയാൻ കഴിയും.

'അലിഗേറ്റർ' (Aligator) അഥവാ ചീങ്കണ്ണി എന്നറിയപ്പെടുന്ന മുതല വർഗ്ഗം പ്രധാനമായും വടക്കേ അമേരിക്കയിലാണ് ധാരാളമായി കണ്ടുവരുന്നത്. മരംകൊത്തി, കുളക്കോഴി എന്നീ പക്ഷികൾ ചീങ്കണ്ണിയുടെ ഉറ്റചങ്ങാതിമാരാണ്. ചീങ്കണ്ണികളുടെയും മുതലകളുടെയും പുറത്ത് ഇവ സഞ്ചരിക്കാറുണ്ട്. മാത്രവുമല്ല മുതല ആഹാരശേഷം അതിന്റെ വലിയ വായ പിളർന്ന് പിടിക്കും. പക്ഷികൾ നിർഭയമായി അതിന്റെ വായിലേക്ക് പ്രവേശിക്കുകയും വായിലെ പല്ലുകൾക്കിടയിൽ കുടുങ്ങിക്കിടക്കുന്ന ഭക്ഷണ അവശിഷ്ടങ്ങൾ കൊത്തി തിന്നുകയും ചെയ്യുന്നു. ചിലപ്പോൾ പക്ഷികൾ കരഞ്ഞ് ശബ്ദമുണ്ടാക്കി മുതലകൾക്ക് ശത്രുക്കളുടെ സാന്നിദ്ധ്യം അറിയിച്ചുകൊടുക്കാറുണ്ട്. രണ്ട് വിരുദ്ധ ചേരിയിലെ ജീവജാലങ്ങൾ തമ്മിലുള്ള പരസ്പര ഐക്യം ഒന്നാലോചിച്ചു നോക്കൂ.

തിരണ്ടി

ശരിക്കും തിരണ്ടി ഒരു അത്ഭുത മത്സ്യം തന്നെയാണ്. പകുതി മത്സ്യവും പകുതി പറവയുമാണെന്നായിരുന്നു ആദ്യകാല മനുഷ്യൻ തിരണ്ടിയെ വിശേഷിപ്പിച്ചിരുന്നത്. നീണ്ട വാലും വാലിന്റെ വശങ്ങളിലുള്ള ആറിഞ്ചോളം വലിപ്പമുള്ള മുള്ളുകളും തിരണ്ടിയെ ഭയാനകമായ ഒരു ജീവിയാക്കി മാറ്റിയെന്നതാണ് നേര്! തിരണ്ടിവാലിലെ മുള്ളേറ്റാൽ വിഷം ശരീരത്തിലേക്ക് പ്രവേശിക്കുകയും മനുഷ്യന് മാരകമായ രോഗങ്ങൾ വരികയും ചെയ്യുന്നു. ഇതുമൂലം മുക്കുവർ പോലും തിരണ്ടിയെ ശ്രദ്ധയോടെയാണ് കൈകാര്യം ചെയ്യുന്നത്. മരണംവരെ സംഭവിക്കുന്നതാണത്.

പട്ടുപോലെ മൃദുലമാണ് തിരണ്ടികളുടെ ഉടൽ. രുചികരമായതാണ് മാംസം. കടലിന്റെ അടിത്തട്ടിൽ കഴിയാൻ ഇഷ്ടപ്പെടുന്ന തിരണ്ടികൾ ആഹാരപ്രിയരാണ്. പ്രതികൂല കാലാവസ്ഥയിൽ അക്രമ സ്വഭാവം കാണിക്കുന്ന ഈ മത്സ്യം മനുഷ്യനുമായി ഇണങ്ങുന്ന ജീവിയത്രെ!

തിരണ്ടികളുടെ കണ്ണുകൾ തലയ്ക്ക് നിറുകയിലായതുകൊണ്ട് ഇരയെ കണ്ടെത്തുക അവയ്ക്ക് ക്ഷിപ്രസാദ്ധ്യമല്ല. ഘ്രാണേന്ദ്രിയമോ സ്പർശനേന്ദ്രിയമോ ഇല്ല എന്നതും ഒരു പ്രത്യേകതയാണ്. എങ്കിലും ഈ രണ്ട് ഇന്ദ്രിയങ്ങളുടെയും അഭാവം നികത്താൻ പ്രത്യേകതരം

ചോദനോപാധി ഇവയ്ക്കുണ്ട്. ഇരയെ തിരിച്ചറിയാൻ സഹായിക്കുന്നത് ഈ സാദ്ധ്യതയാണ്. തിരണ്ടികളുടെ മുഖ്യാഹാരം പുഴുക്കൾ, ശംഖ്, കക്ക തുടങ്ങിയ പുറംതോടുള്ള ജീവികളാണ്. മത്സ്യങ്ങളെയും ഇവ ഭക്ഷിക്കുന്നു. ഇരയുടെമേൽ ചാടിവീണ് അവയെ കീഴ്പ്പെടുത്തുന്ന രീതിയാണ് തിരണ്ടികളുടേത്.

തിമിംഗലം

പാൽചുരത്തുന്ന ഉഷ്ണരക്തമുള്ള സസ്തനിയാണ് തിമിംഗലം. എന്നാൽ ഒരു സസ്തനിയുടെ മുഖ്യസവിശേഷതയായ രോമങ്ങൾ തിമിംഗലങ്ങൾക്കുണ്ടാവില്ല. രോമങ്ങൾ ജീവികളെ ചൂടിൽനിന്നും സംരക്ഷിച്ചു നിർത്തുകയാണല്ലോ ചെയ്യുന്നത്. തിമിംഗലങ്ങൾ തണുത്ത ആഴിക്കടിയിലും ഉഷ്ണത്തെ തടയുന്ന ഒരുതരം കൊഴുത്ത പദാർത്ഥം തിമിംഗലത്തിന്റെ തൊലിക്കടിയിലുണ്ട്. ഉഷ്ണ സന്തുലനം നടത്തുന്നത് ഈ പദാർത്ഥമാണ്.

വെള്ളത്തിനടിയിൽ ദീർഘനേരം ശ്വാസം പിടിക്കാൻ തിമിംഗലങ്ങൾക്ക് അപാരകഴിവുണ്ട്. ജലോപരിതലത്തിൽ വന്ന് ശ്വസിക്കേണ്ട വായുവിന്റെ 90 ശതമാനവും ആവാഹിച്ച് അടിത്തട്ടിലേക്ക് തിരോധാനം ചെയ്യുകയാണ് ഒരു തിമിംഗലം ചെയ്യുന്നത്! ഒരു തിമിംഗലത്തിന്റെ പേശിക്കകത്ത് 'ഹീമോഗ്ലോബിൻ' എന്ന പദാർത്ഥമുണ്ട്. വായുവിൽനിന്നും ഓക്സിജൻ സ്വീകരിക്കുന്നത് ഇതാണ്. 40 ടണ്ണിലേറെ ഭാരമുള്ള തിമിംഗലങ്ങളുണ്ട്. ഒരു വലിയ കപ്പലിനെ പോലും മറിച്ചിടാൻ ഇവയ്ക്കു കഴിയും.

പല്ലില്ലാത്ത ഒരുതരം തിമിംഗലമുണ്ട്. വലിപ്പത്തിൽ ഇവ അത്ര കാണില്ല. പുറന്തോട് ജീവികളെ ഭക്ഷിച്ച് ഇവ കടലാഴങ്ങളിൽ വിലസുന്നു. പലതരം തിമിംഗലങ്ങൾക്കിടയിൽ നീലത്തിമിംഗലമാണ് വലിപ്പത്തിൽ ഒന്നാമൻ. 30 മീറ്റർ നീളം വരെ ഒരു നീല തിമിംഗലത്തിനുണ്ടായിരിക്കും. ഇരുപത്തിയഞ്ച് ആനകളുടെ തൂക്കവും. ആ അർത്ഥത്തിൽ ഭൂമിയിലെ ഏറ്റവും വലിയ ജീവിയാണിത്. ഇവർ കരയിലാണെങ്കിൽ ഒന്നു സങ്കല്പിച്ചു നോക്കൂ. ഏറ്റവും ചെറിയ തിമിംഗലമാണ് 'ഡോൾഫിൻ' എന്നു പറയാം.

'കടൽ പന്നി' (Popolse) മറ്റൊരുതരം തിമിംഗലമാണ്. വായുവിൽ വവ്വാലുകൾ പ്രയോഗിക്കുന്ന 'സോണാർ സിസ്റ്റം' തിമിംഗലങ്ങൾ വെള്ളത്തിൽ പ്രയോഗിക്കുന്നു. തിമിംഗലങ്ങളുടെ ശബ്ദതരംഗങ്ങൾ 200,000 സെക്കന്റാണ്.

ഡോൾഫിൻ

മത്സ്യവിഭാഗത്തിലാണ് ഡോൾഫിൻ പെടുന്നത്. ഇണക്കിയെടുക്കാവുന്ന ഒരു മത്സ്യമെന്ന് ഡോൾഫിനുകളെ വിശേഷിപ്പിക്കാം. പരിശീലിപ്പിക്കാവുന്നതുമാണിത്. കടലിലെ പല വസ്തുക്കളും എടുത്തുകൊണ്ടു

വരാൻ ഡോൾഫിൻ പരിശീലിപ്പിക്കാറുണ്ട്. പലതരം ശബ്ദങ്ങൾ പുറപ്പെടുവിക്കാൻ കഴിയുന്നവയാണ് ഡോൾഫിനുകൾ. സൂപ്പർ സോണിക് ശബ്ദങ്ങളാണിവ. ചില ശബ്ദങ്ങൾ ഡോൾഫിൻ കൂട്ടങ്ങളെ മനസ്സിലാക്കാനും മുന്നറിയിപ്പിനായും ശബ്ദങ്ങൾ ഉപയോഗിക്കുന്നു. ഇങ്ങനെ പല ആവശ്യങ്ങൾക്കായി 20 തരം ശബ്ദങ്ങൾ ഡോൾഫിനുകൾ ഉപയോഗിക്കുന്നതായി ശാസ്ത്രജ്ഞർ കണ്ടെത്തിയിട്ടുണ്ട്.

മനോഹരമായി പാട്ടുകൾ പാടാൻ കഴിയുന്ന ഒരുതരം ഡോൾഫിനുകളുണ്ട്. ഹംപ്ബാക്ക് (Hump back) ഇനത്തിലാണ് ഇത് പെടുന്നത്. ഹവായ് കടലിൽ ഇവയുടെ വൻ സാന്നിദ്ധ്യമുണ്ട്. ഡോൾഫിൻ കൂട്ടങ്ങളെ ഒരുമിച്ചു കൂട്ടാനാണ് ഈ 'സംഗീത കച്ചേരി'യെന്ന് പറയപ്പെടുന്നു. മനുഷ്യനുമായി ചങ്ങാത്തത്തിലാവാൻ ഇത്രയേറെ ഇഷ്ടപ്പെടുന്ന ഒരു ജീവിയില്ല. ഈ ചങ്ങാത്തം മനുഷ്യനും ഉപയോഗപ്പെടുത്തുന്നു.

കടൽനായ

നായയെപ്പോലെ ഒറ്റനോട്ടത്തിൽ തോന്നാമെങ്കിലും മനുഷ്യന്റെ ഇഷ്ടഭോജ്യമായ മത്സ്യവിഭാഗത്തിൽപ്പെട്ടതാണ് കടൽ നായകൾ അഥവാ 'സീൽ.' അതുകൊണ്ടുതന്നെ വേഗത്തിൽ കുറ്റിയറ്റുകൊണ്ടിരിക്കുകയാണ് സീലുകൾ. വർഷത്തിൽ ഒരു തവണ ചർമം ഉരിഞ്ഞ് പുതിയ മൃദുരോമ ചർമ്മം സ്വീകരിക്കുന്നു. വേട്ടക്കാരെ ആകർഷിക്കുന്നത് ഈ പുത്തൻ രോമമാണ്.

ശാന്തസമുദ്രത്തിലും കരീബിയൻ കടലിലും മദ്ധ്യധരണ്യാഴിയിലും കൂട്ടംകൂട്ടമായി കണ്ടുവരുന്ന കടൽനായ് ഹവായ് ദ്വീപ് സമൂഹത്തിൽ ധാരാളമുണ്ട്. അതിനാൽ ഒരു സംരക്ഷിത മേഖലയാണ് ഹവായ് ദ്വീപിന്ന്. പതിനഞ്ച് മില്യൻ വർഷങ്ങളോളം പഴക്കമുള്ള സീലുകൾ ഭൂമിയിലെ അത്യപൂർവ്വ ജീവികളിൽപ്പെട്ടതാണ്. വലിയ ഒരു ഉള്ളിയുടെ ആകൃതിയിൽ വെള്ളി രോമങ്ങളാൽ ആവരണം ചെയ്യപ്പെട്ട തലയാണ് കടൽനായ്ക്കുള്ളത്. കറുത്ത കണ്ണുകളാണ്. കണ്ണിനോട് ചേർന്നാണ് മൂക്കിന്റെ ദ്വാരങ്ങൾ. ഇടുങ്ങിയ ചെവികളാണ് ഇവയുടേത്. ചെറുതും ഒട്ടിയതുമായ വയർ. പത്ത് മിനിറ്റുവരെ ശ്വാസോച്ഛ്വാസം ചെയ്യാതെ കഴിയാൻ കടൽനായക്ക് കഴിയുന്നു. ഇടയ്ക്കിടെ തുമ്മുക ഇവയുടെ ഒരു രീതിയാണ്. ജലത്തിൽ നീരാടുമ്പോൾ മൂക്കിൽ കയറിപ്പറ്റുന്ന ചെറുമത്സ്യങ്ങളെ പുറന്തള്ളാൻ ഇങ്ങനെ തുമ്മുന്നതിലൂടെ കഴിയുന്നു.

രാത്രി മുഴുവനും ഇരതേടി കഴിയുന്ന കടൽ നായ്ക്കൾ, പകൽ വെയിൽകാഞ്ഞ് കിടക്കാൻ ഇഷ്ടപ്പെടുന്നവരാണ്. നല്ല ചൂടുകാലത്ത് മണലിൽ കുഴിയുണ്ടാക്കി ആ കുഴിയിൽ കഴിയാൻ താല്പര്യപ്പെടുന്ന ഇവ ഒറ്റയ്ക്കോ ചിലപ്പോൾ ചെറുസംഘമായോ ജീവിക്കുന്നു. കലങ്ങിയ വെള്ളമാണെങ്കിൽ വലിയ ഇഷ്ടമാണ്. സ്വന്തം കുഞ്ഞുങ്ങളെ വേട്ടയാടാൻ വരുന്ന സ്രാവുകളിൽനിന്നു രക്ഷപ്പെടാനാണ് ഇത്. ചിപ്പികൾ തിന്നാൻ കടലിന്റെ 125 മീറ്റർ ആഴത്തിൽ വരെ കടൽ നായ്ക്കൾ

ചെല്ലുന്നു. ചിപ്പി കിട്ടിക്കഴിഞ്ഞാൽ ഉപരിതലത്തിൽ വന്ന് അവ തച്ചുടച്ച് തിന്നുന്നു. അതേപോലെ എരുന്ത്, നീരാളി, പവിഴപ്പുറ്റ്, മത്സ്യങ്ങൾ എന്നിവയുമായി ഇവ ഇഷ്ടത്തോടെ ഭക്ഷിക്കാറുണ്ട്.

മുലയൂട്ടുന്ന അമ്മ നാല്പത് ദിവസം ഭക്ഷണമില്ലാതെ കഴിഞ്ഞുകൂടുന്നു. ഈ കാലത്തിനിടയ്ക്ക് ഒരു കുഞ്ഞിന് 125–175 പൗണ്ട് തൂക്കം കൂടും. മുലയൂട്ടും കാലത്ത് അമ്മയുടെ തൂക്കം കുറയും. കടൽ നായ്ക്കളിൽ പെൺവർഗ്ഗം എണ്ണത്തിൽ കുറവാണ്. രതിക്രീഢകളിൽ ഒരു പെണ്ണിനെ പത്തോളം പുരുഷ കടൽനായ്ക്കൾ ഇണചേരാൻ സമീപിക്കാറുണ്ട്. ഇത് ഒരു യുദ്ധസമാനകാഴ്ചയയാണ്. ഒരർത്ഥത്തിൽ ഒരു 'പൂവാലശല്യ'മാണിത്. ഇങ്ങനെ ആക്രമിക്കപ്പെടുന്ന പെൺ കടൽനായ്ക്കൾ ശരീരമാസകലം പരിക്കുപറ്റിയൊടുക്കം മരണപ്പെടുന്നു.

30

തിരോധാന പൊരുൾ

കൃത്യമായ ഒരു കണക്കില്ലെങ്കിലും, 23 കോടി വർഷങ്ങൾക്കു മുമ്പാണ് ദിനോസറുകളുടെ സാന്നിദ്ധ്യം ലോകത്തുണ്ടായത്. ഇവയെങ്ങനെ നാമാവശേഷമായി എന്ന ചോദ്യത്തിന് നാളിതുവരെ ശാസ്ത്രം വ്യക്തമായ ഒരു ഉത്തരം നല്കിയിരുന്നില്ല. വർഷങ്ങളായി ഇതുമായി ബന്ധപ്പെട്ടുള്ള പഠനങ്ങളും നിരീക്ഷണങ്ങളും നടക്കുകയായിരുന്നു.

ദിനോസറുകളിലെ ഒരു വിഭാഗം രൂപപരിണാമം സംഭവിച്ചാണ് പക്ഷികളായി മാറിയതെന്ന് വിശ്വസിക്കുന്ന ശാസ്ത്രകാരന്മാർ ലോകത്തുണ്ട്. ഒരു ഗ്രീക്ക് പദമായ ഡീനോസി (Deinos)ൽ നിന്നാണ് ദിനോസറെന്ന വാക്കിന്റെ നിഷ്പത്തി. ഗ്രീക്ക് ഭാഷയിൽ ഇതിന് ഭീകരം എന്നാണ് അർഥം. സോറ (Saura) അല്ലെങ്കിൽ പല്ലി എന്നർത്ഥം വരുന്ന പദം കൂടി ചേരുമ്പോഴാണ് ദിനോസറായി മാറിയത്. ചുരുക്കത്തിൽ, ഭീകരനായ പല്ലിയെന്നർത്ഥമുള്ള ഗ്രീക്ക് പദമാണിത്. ഏതാണ്ട് 500 ൽപ്പരം വിവിധ തരത്തിലുള്ള ദിനോസറുകൾ ഉണ്ടായിരുന്നതായാണ് ശാസ്ത്രത്തിന്റെ ഭാഷ്യം. ഇവയിൽ സസ്യഭുക്കുകളും (heribivorous) മാംസഭുക്കുകളും (carnivorous) ഉൾപ്പെടും. സ്വഭാവം, ഭക്ഷണരീതി, ആകൃതി എന്നിവയെ അടിസ്ഥാനമാക്കിയാണ് ദിനോസറുകളെ തരം തിരിച്ചിരിക്കുന്നത്.

വലിപ്പത്തിൽ എത്ര?

തെളിവുകളുടെ അടിസ്ഥാനത്തിൽ ദിനോസറുകളുടെ വലിപ്പം ഏതാണ്ട് തിട്ടപ്പെടുത്തിയിട്ടുണ്ട്. കാഴ്ചയിൽ ഭീകരന്മാരായ ദിനോസറുകൾ സോറോപോഡ്സ് (sauropods) വിഭാഗത്തിൽ ഉൾപ്പെടുന്നവയാണ്. കൊളംബിയൻ മാമോത്തുകളെ പോലെ (columbian mammoth) ഒറ്റനോട്ടത്തിൽത്തന്നെ പേടിപ്പെടുത്തുന്ന ആകാര സൗഷ്ഠവമുള്ള ജീവി

കളായിരുന്നു ഇവ. 209 ടൺ ഭാരമുള്ള ഒരു നീലത്തിമിംഗലത്തിനോളം ഭാരമുണ്ടായിരുന്നു ചില ദിനോസറുകൾക്ക്. 100 അടിയിലേറെ വലിപ്പമുണ്ടായിരുന്നു ഇവയ്ക്ക്. ബിൽ എറിക്സനെപ്പോലെയുള്ള നരവംശശാസ്ത്രജ്ഞന്മാരുടെ നിഗമനമാണിത്. പൊതുവെ ഒരു ദിനോസറിന് 500 കിലോഗ്രാം ഭാരവും 60 അടിയിലധികം വലിപ്പവും ഉണ്ടായിരുന്നതായി കണക്കാക്കപ്പെട്ടിട്ടുണ്ട്.

നീളമുള്ളവയും ചെറുതും

ഏറ്റവും നീളമുള്ളതും ഭാരമേറിയതുമായ ദിനോസറുകളെ ശാസ്ത്രം ജിറാഫാറ്റിറ്റൻ (Giraffatitan) എന്ന പേരിലാണ് അറിയപ്പെട്ടിരുന്നത്. 1967 ൽ താൻസാനിയയിൽ നടത്തിയ ചില ഉൽഖനനങ്ങളിൽ നിന്ന് ഇത്തരത്തിലൊന്നിന്റെ അസ്ഥികൂടം ലഭിക്കുകയുണ്ടായി. 38 അടി ഉയരം ഉള്ളതായിരുന്നു ഇത്. 22.5 മീറ്റർ ഉയരമുള്ള മറ്റൊരു ഫോസിലും ഇവിടെനിന്ന് കണ്ടെടുത്തിട്ടുണ്ട്. ഇത്ര വലിപ്പമുള്ള ഒരു ദിനോസറിന് ചുരുങ്ങിയത് 30,000 മുതൽ 60,000 വരെ കിലോഗ്രാം തൂക്കമുണ്ടാകുമെന്ന് അവർ ഊഹിച്ചെടുത്തു.

നീളമുള്ള ദിനോസറുകൾക്ക് ഉയരം കുറവായിരിക്കും. ഏറ്റവും നീളമുള്ള ദിനോസറുകളെ ശാസ്ത്രം ഡിപ്ലോഡോക്കസ് (Diplodocus) എന്നു വിളിപ്പേരിട്ടു. 88 മുതൽ 121 വരെ ടൺ ഭാരമുണ്ടായിരുന്നു ഇവയ്ക്കെന്നാണ് ശാസ്ത്രലോകം വെളിപ്പെടുത്തിയത്. 60 അടിയാണ് ഉയരം. ആറ് നിലയുള്ള ഒരു കെട്ടിടത്തിന്റെ ജാലകം വരെ എത്തിപ്പിടിക്കാൻ കഴിയുന്നവയായിരുന്നു ഈ ദിനോസറുകളെന്ന് ചുരുക്കം. 132 ടൺ വരെ ഭാരമുള്ള ദിനോസറുകളും ഈ വിഭാഗത്തിൽ ഉണ്ടായിരുന്നതായി 1878 ൽ നടത്തിയ ചില ശാസ്ത്ര പര്യവേക്ഷണങ്ങളിൽ തെളിഞ്ഞിട്ടുണ്ട്.

മാംസഭുക്കുകളിൽ ഏറ്റവും ഭീകരന്മാരായ ദിനോസറുകൾ സ്പൈനോസോറസുകളാണ് (Spinosaurus). 16 മുതൽ 18 വരെ മീറ്റർ നീളമുണ്ടിവയ്ക്ക്. മാംസഭുക്കുകളിൽ ചില അവാന്തര വിഭാഗങ്ങളുണ്ട്. അവയിൽ പ്രധാനമാണ് ജിജനോട്ടോസോറസ് (Giganotosaurus), ടിറാനോസോറസ് (Tyrannosaurus) മറ്റൊരിനമാണ്. ലോകത്തിലെ ഏറ്റവും ചെറിയ ദിനോസറുകൾക്ക് ഒരു പക്ഷിയുടെ വലിപ്പമേ ഉണ്ടായിരുന്നുള്ളൂവത്രെ. 60 സെന്റിമീറ്റർ മാത്രം വലിപ്പം. തെറോപോഡ്സ് (Theropods) മൈക്രോറാപ്റ്റർ (Microraptor) എന്നിവ ഈ വിഭാഗത്തിൽപ്പെടുന്നവയാണ്.

തൂവലുള്ള ദിനോസറുകൾ (Feathered dinosaurs)

1861 ലാണ് തൂവലുള്ള ദിനോസറുകൾ ഉണ്ടായിരുന്നതായി ശാസ്ത്രത്തിന് ബോദ്ധ്യപ്പെട്ടത്. ഇവ ഡിലോങ് (Dilong), ബീപിയാസോറസ് (Beipiaosaurus) എന്നിങ്ങനെ എട്ടോളം വിഭാഗങ്ങളിൽപ്പെടുന്നുണ്ട്. ഒറ്റനോട്ടത്തിൽ ഇവ പക്ഷികളാണെന്നേ തോന്നൂ. ഇരുഭാഗങ്ങളിലേക്കും

വിടർത്തിനില്ക്കുന്ന ചിറകുകൾ തന്നെ കൗതുകകരമാണ്. തെക്കൻ ചൈനയിലാണ് ഇവയുടെ സാന്നിദ്ധ്യം ഉണ്ടായിരുന്നതായി പറയപ്പെടുന്നത്. ശരീരം നിറയെ തൂവൽകൊണ്ട് ആവരണം ചെയ്യപ്പെട്ട രൂപത്തിലായിരുന്നു. വലിയ ഒരു വിമാനം പറക്കുന്നതുപോലെ സഞ്ചരിക്കാൻ കഴിയുന്നവയായിരുന്നു ഇവ.

ദിനോസറുകൾ ഇല്ലാതായതെങ്ങനെ?

ഒരു കാലത്ത് ഭൂമി ഭരിച്ച ഈ ഭീകരന്മാർ എങ്ങനെ അപ്രത്യക്ഷരായി എന്നതിനെക്കുറിച്ചുള്ള നിഗൂഢത ഇപ്പോഴും ബാക്കി നില്ക്കുകയാണ്. 1970 ലാണ് ഇതുമായി ബന്ധപ്പെട്ട ഒരു പഠന റിപ്പോർട്ട് പുറത്തുവന്നത്. കൂട്ടിമുട്ടൽ സിദ്ധാന്തം എന്ന് ഇത് അറിയപ്പെടുന്നു. വാൾട്ടർ ആൽവാറെസ് എന്ന ശാസ്ത്രജ്ഞനാണ് ഈ സിദ്ധാന്തം അവതരിപ്പിച്ചിരുന്നത്. പക്ഷേ, ഈ സിദ്ധാന്തം പില്ക്കാലത്ത് തള്ളിക്കളയുകയായിരുന്നു. ഭൂമിയിൽ അപ്രതീക്ഷിതമായി ഉണ്ടായ കൊടുംചൂടാണ് ദിനോസറുകളുടെ അന്ത്യത്തിന് കാരണമായതെന്ന് ചില ശാസ്ത്രജ്ഞർ വിലയിരുത്തി. ആഗോള താപനത്തെ തുടർന്നുണ്ടായ വാൽക്കാനോകൾ ഇവയെ ഇല്ലാതാക്കിയെന്ന നിരീക്ഷണവും ഉണ്ട്. ഓക്സിജന്റെ അഭാവം മറ്റൊരു കാരണമായി പറയുന്നുണ്ട്. എങ്കിലും ഇന്ന് ഏറ്റവും പ്രചാരത്തിലുള്ളത് മെക്സിക്കോയിൽ ഉണ്ടായ ഉൽക്കാപതനമാണ് ഇവയുടെ നാശത്തിന് കാരണമെന്നാണ്. ഒരു കാര്യം നമുക്കറിയാം. സിദ്ധാന്തം എന്തൊക്കെ തന്നെയായാലും ദിനോസറുകൾ ഇന്നില്ല എന്ന കാര്യം.

31

ചില ചെമ്മീൻ കഥകൾ

അനന്തവും അജ്ഞാതവും അവർണ്ണനീയവുമായ ഈ പ്രപഞ്ചം മനുഷ്യകുലത്തിന് എക്കാലത്തും അത്ഭുതങ്ങൾ സൃഷ്ടിച്ചിട്ടുണ്ട്. പ്രകൃതിയും ആകാശവും ആകാശത്തിലെ പരശ്ശതം നക്ഷത്രങ്ങളും ഇന്നും ശാസ്ത്ര ലോകത്തിന് അന്വേഷണത്തിന്റെയും പഠനങ്ങളുടെയും പന്ഥാവുകൾ തുറന്നിടുന്നു. ഭൂമിയിലെ നല്ലൊരു ഭാഗം സമുദ്രമാണല്ലോ? ആ സമുദ്രാന്തർഭാഗത്തെ ജീവജാലങ്ങളെക്കുറിച്ചും, കണക്കിലൊതുങ്ങാത്ത സസ്യലതാദികളെക്കുറിച്ചും പറഞ്ഞാലും, എഴുതിയാലും മതിയാവില്ല തന്നെ. അത്രയ്ക്കുണ്ട് അതിലെ ജീവവൈചിത്ര്യങ്ങൾ.

കൊഞ്ച് അല്ലെങ്കിൽ ചെമ്മീൻ എന്ന വാക്ക് ജർമ്മൻ ഭാഷയിലെ 'Schrimpen' എന്ന പദത്തിൽനിന്നാണ് ഉത്ഭവിച്ചത്. വേഗതയുള്ളത്, ചുറുചുറുക്കുള്ളത് എന്നൊക്കെയാണ് ഈ വാക്കിന് ജർമ്മനിയിലുള്ള അർത്ഥവിശേഷം. ജർമ്മനിയിലെ എഡ്വാർഡ് രണ്ടാമന്റെ കൃതികളിൽ ചെമ്മീനുകളെക്കുറിച്ച് പരാമർശിക്കുന്നുണ്ട്. പതിനാലാം നൂറ്റാണ്ടിലാണ് ഈ കൃതി രചിച്ചിട്ടുള്ളതെന്നോർക്കണം! ഇതേ കാലഘട്ടത്തിൽ ജീവിച്ചിരുന്ന പ്രസിദ്ധ കവി ഷോസർ (Chauser) തന്റെ പല കവിതകളിലും ചെമ്മീനുകളെക്കുറിച്ച് വർണ്ണിച്ചിരിക്കുന്നു. നമ്മുടെ ഭാഷയിൽ ഇതേ പേരിൽ തകഴിയുടെ ഒരു നോവലുണ്ടല്ലോ. ഈ നോവൽ പിന്നീട് സിനിമയാകുകയും ഒട്ടേറെ ദേശീയ പുരസ്കാരങ്ങൾ നേടുകയും ചെയ്തു.

ചെമ്മീനുകളുടെ കർണ്ണാനന്ദകരമായ ആകൃതിയും അവയുടെ പെരുമാറ്റ രീതികളും ശാസ്ത്രലോകത്തെയും മനുഷ്യനെയും ഹഠാദാകർഷിച്ചു. അതുകൊണ്ട് പുരാതന കാലത്തുതന്നെ കൃത്രിമ ജലാശയങ്ങൾ തീർത്ത് കൊഞ്ചുകളെ വാണിജ്യാടിസ്ഥാനത്തിൽ വളർത്താൻ തുടങ്ങിയിരുന്നു. ഇന്ന് ചെമ്മീനുകൾ കയറ്റി അയച്ച് കോടികൾ ഉണ്ടാ

ക്കുന്നു. വിദേശികളുടെ തീൻമേശമേൽ ചെമ്മീൻ വിഭവങ്ങളുടെ വ്യത്യസ്ത ഇനങ്ങൾ ഇന്ന് സ്ഥാനം പിടിച്ചിരിക്കുന്നു. അമേരിക്കയിലെ ഐറിഷ്വാ യൂണിവേഴ്സിറ്റിയിൽ ചെമ്മീൻ പഠനത്തിനുവേണ്ടി മാത്രം പ്രത്യേകം ഫാക്കൽറ്റിയുണ്ട്. ഇന്നുവരെ മനുഷ്യൻ കണ്ടെത്തിയിട്ടില്ലാത്ത ധാരാളം ചെമ്മീനുകളെക്കുറിച്ച് ഈ യൂണിവേഴ്സിറ്റിയിൽ പഠനം നടന്നുകൊണ്ടിരിക്കുന്നു.

ജ്വാലാ കൊഞ്ച്

ആദ്യമായി ജ്വാലാകൊഞ്ചനെ കണ്ടെത്തുന്നത് ആസ്ട്രേലിയയിലാണ്. ചെമ്മീൻ വർഗ്ഗത്തിൽ പേരറിയപ്പെടാത്ത ഒന്നാണിത്. വലുപ്പത്തിൽ ഇവൻ രണ്ടിഞ്ചിൽ കൂടുതൽ വരില്ല. ഉപേക്ഷിക്കപ്പെട്ട മത്സ്യങ്ങളുടെ സെല്ലുകൾ, ചെറുമത്സ്യങ്ങൾ എന്നിവ ഭക്ഷിച്ചാണ് ജ്വാലാകൊഞ്ചൻ ഉപജീവനം നടത്തുന്നത്. സമുദ്രത്തിൽ വെച്ച് ജ്വാലാകൊഞ്ചനെ കണ്ടാൽ ചിലയിനം മത്സ്യങ്ങൾ സ്വയംരക്ഷ നേടാൻ വേണ്ടി ശരീരാവയവങ്ങളും ഭാഗങ്ങളും ഇവയ്ക്കു മുന്നിൽ എറിഞ്ഞു കൊടുക്കാറുണ്ടത്രെ. മറ്റൊരു രസകരമായ കാര്യം ഇങ്ങനെയാണ്: ജ്വാലാകൊഞ്ചൻ മൊറായ് വർഗ്ഗത്തിൽപ്പെട്ട ഈൽ മത്സ്യങ്ങളുടെ വായയും തലയും വൃത്തിയാക്കി കൊടുക്കാറുണ്ടത്രെ! പശുക്കളുടെ ശരീരത്തിൽനിന്നും ഈച്ചകളെയും മറ്റും പിടിച്ചു തിന്നുന്ന പക്ഷികളെ കണ്ടിട്ടില്ലേ? അതേപോലെ മറ്റൊരു പ്രവൃത്തി. രണ്ടുപേർക്കും ഉപകരിക്കുന്ന ഒന്ന്.

കുതിരക്കൊഞ്ച്

കുതിരക്കൊഞ്ചന് ആ പേര് ലഭിച്ചത് അവന്റെ ആകൃതികൊണ്ടും ചാട്ടംകൊണ്ടുമാണ്. നല്ലൊരു ഓട്ടക്കാരനാണിവൻ. ചിത്രപ്പണികളുള്ള പുറംതോട് ഈ കൊഞ്ചുകളെ വല്ലാതെ നമ്മെ ആകർഷിക്കുന്നു. നക്ഷത്ര മത്സ്യങ്ങളാണ് ഇവയുടെ ഇഷ്ടാഹാരം. നക്ഷത്ര മത്സ്യങ്ങളെ മലർത്തിയിട്ട് നീളൻ നഖങ്ങളാൽ, അവയുടെ ശരീരാവയവങ്ങളോരോന്നും ഊറ്റിത്തിന്നുന്നു. രണ്ടര ഇഞ്ച് മാത്രമേ, ശരീര പ്രകൃതിയുള്ളൂവെങ്കിലും ആറിഞ്ച് വലിപ്പമുള്ള ഒരു നക്ഷത്ര മത്സ്യത്തെ അകത്താക്കാൻ കൂടുതൽ സമയം വേണ്ട. മിക്കപ്പോഴും നക്ഷത്ര മത്സ്യത്തിന്റെ ഒരു കൈ മാത്രമേ അവന് ഭക്ഷിക്കാൻ കഴിയുകയുള്ളൂ എന്നു മാത്രം. ഹവായ് ദ്വീപുകളിലാണ് കുതിരക്കൊഞ്ചുകളെ ധാരാളമായി കണ്ടുവരുന്നത്.

കൂനൻ കൊഞ്ച്

ആഴക്കടലിലെ പവിഴപ്പുറ്റുകൾക്കിടയിലാണ് കൂനൻ കൊഞ്ചുകളുടെ അധിവാസം. പവിഴപ്പുറ്റുകളുടെ നിറമുള്ളതിനാൽ ശത്രുക്കളിൽനിന്നും രക്ഷനേടാൻ ഇവർക്ക് കഴിയുന്നു. നല്ല പുള്ളിയുടുപ്പുകൾ എടുത്തണിഞ്ഞിരിക്കുകയാണെന്നേ കണ്ടാൽ തോന്നൂ. അത്രയ്ക്ക് സുന്ദരന്മാരും

സുന്ദരികളുമാണ്. സമുദ്രത്തിലെ ചെറുജീവികളെ തന്നെയാണ് കൂനൻ കൊഞ്ചുകൾ ഭക്ഷിക്കുന്നത്. കാലുകൾക്കുചുറ്റും രോമങ്ങൾ ഇടതൂർന്ന് വളർന്നിരിക്കുന്നത് ഇവയുടെ പ്രത്യേകതയത്രെ! ഈ രോമങ്ങൾ മുഖേന യാണ് ഇന്ദ്രിയ ധർമ്മങ്ങൾ നിർവ്വഹിക്കുന്നത്. പ്രജനന പ്രക്രിയയും ഈ രോമങ്ങൾ മൂലം തന്നെ. മൂന്നിഞ്ചോളം വലിപ്പം വരും. പെൺവർഗ്ഗ ത്തിൽപ്പെട്ട കൂനൻ കൊഞ്ചിന്റെ കാൽ രോമങ്ങൾ ആണിന്റേതിനേക്കാൾ വലിപ്പമുള്ളവയത്രെ!

പതീനക്കൊഞ്ച്

ഈ വർഗ്ഗത്തിൽപ്പെട്ട കൊഞ്ചുകൾക്ക് ശാസ്ത്രലോകം ഒരു ഓമന പ്പേരിട്ടിട്ടുണ്ട്: 'കത്രികച്ചുണ്ടൻ.' ഇതിന്റെ തലയുടെ ഇരുവശങ്ങളിലായി കത്രികപോലെ ചലിക്കുന്ന ഒരു ജോഡി മുള്ളുണ്ട്. അതിനാലാണ് ഇവ യ്ക്ക് ഈ പേരു വീണത്. ഈ കത്രിക മുള്ളുകളുടെ ഉപയോഗം എന്തി നാണെന്ന് ശാസ്ത്രലോകത്തിന് ഇപ്പോഴും അജ്ഞാതമാണ്. കടലിൽ ഇവയുടെ പലായനം നിരനിരയായിട്ടാണ്. ആസ്ത്രേലിയയിലെ പവിഴ പ്പുറ്റുകൾക്കടുത്താണ് ഒരിഞ്ചുമാത്രം വലിപ്പമുള്ള ഇവയെ കണ്ടെത്തിയി ട്ടുള്ളത്. ഇതേ വലിപ്പം വരുന്നവയാണ് വീപ്പക്കൊഞ്ചുകളും (Gnathophy lumpanamenese). എങ്കിലും ആകൃതിയിൽ തടിയന്മാരാണിവർ. കാലി ഫോർണിയയിൽ സുലഭമായി കണ്ടുവരുന്ന വീപ്പക്കൊഞ്ചുകൾ നീർനാ യ്ക്കളുടെ മുള്ളുകൾക്കിടയിലൂടെ നൂഴ്ന്ന് കടന്ന് അവയുടെ കാലുകൾ ഭക്ഷിക്കാറുണ്ടെന്ന് കേട്ടാൽ അതിശയിക്കേണ്ട; നേരാണത്.

നാശകാരി കൊഞ്ച്

കൊഞ്ചുകളിൽ ഭൂരിഭാഗവും ഡെക്കാപോഡ വർഗ്ഗത്തിൽപ്പെട്ടവയാ ണെങ്കിലും നാശകാരിക്കൊഞ്ച് സ്റ്റൊമാടോപോഡ വർഗ്ഗത്തിൽപ്പെട്ടതാണ്. ബലിഷ്ഠമായ മുൻകാലുകളുള്ളതിനാൽ ഭക്ഷണം തേടാനും, അത് ശാപ്പിടാനും ഇവയ്ക്ക് എളുപ്പത്തിൽ കഴിയുന്നു. സമുദ്രാന്തർഭാഗത്തെ ബലിഷ്ഠമായ ചിപ്പികൾപോലും തല്ലിപ്പൊട്ടിച്ച്, അവയ്ക്കിടയിലെ മാംസം ഭക്ഷിക്കാൻ കഴിയുന്നു എന്നു പറഞ്ഞാൽ ഇവയുടെ കൈകളുടെ കരുത്ത് ഊഹിക്കാവുന്നതേയുള്ളൂ. ഏഴ് ഇഞ്ചിലേറെ വലിപ്പം ഉള്ളതി നാൽ, അതിനൊത്ത കരുത്തുണ്ട് എന്നു കരുതിയാൽ മതി. പച്ച മാംസം പിടിച്ചെടുക്കാൻ മുൻകാലുകളിൽ മുള്ളിന്റെ ഘടനയുണ്ട്. അഴകാർന്ന താണ് വാൽ. ഇണചേരുമ്പോഴും, ശത്രുക്കളെ നേരിടുമ്പോഴും ഈ വർണ്ണവാൽ ഉയർത്തിവെച്ചിരിക്കുന്നത് കാണാം.

അന്ധൻ കൊഞ്ച്

അറ്റ്ലാന്റിക് സമുദ്രാന്തർഭാഗത്ത് കാണപ്പെടുന്ന അപൂർവ്വ ജല ജീവികളിൽ ഒന്നാണ് അന്ധൻ കൊഞ്ച്. ബാക്ടീരിയകളാണ് ഇവയുടെ

ഭക്ഷണം. കണ്ണില്ലെങ്കിലും പുറത്ത് പ്രകാശത്തിൽ പ്രതിഫലിക്കുന്ന നേർത്ത പ്രകാശ സ്രോതസുണ്ട്. അന്ധൻ കൊഞ്ചുകളെ രണ്ട് ശത കോടിയോളം വരുന്ന സംഘങ്ങളായാണ് കാണപ്പെടുന്നതെന്ന് ശാസ്ത്ര ലോകം സ്ഥിരീകരിച്ചിട്ടുണ്ട്. നാസാരന്ധ്രത്തിന്റെ അകമേ അടങ്ങിയിരിക്കുന്നത്, ഇതര ജീവികളുടെ കണ്ണുകളിലടങ്ങിയിട്ടുള്ള രാസവസ്തുക്കളാണെന്ന് ഇവയെക്കുറിച്ചുള്ള പഠനങ്ങൾ തെളിയിച്ചിട്ടുണ്ട്. ഇരയുടെയും ശത്രുക്കളുടെയും സാന്നിദ്ധ്യം ഇവയാണ് തിരിച്ചറിയുന്നത്.

ലോകത്ത് കൊഞ്ചുകൾ അനവധിയുണ്ടെങ്കിലും മനുഷ്യന്റെ തീൻമേശമേൽ എത്തിപ്പെടുന്നവ വിരളമാണ്. മാംസളമായ ശരീരവും, ആകർഷകമായ പുറംതോടുമുള്ള "ചിറ്റാക്കൊഞ്ച"നാണ് ഭക്ഷണമാക്കാൻ ഏറ്റവും ഉത്തമൻ. നല്ല രുചിയാണിതിന്. അതുകൊണ്ടുതന്നെ ലോകത്തിലെങ്ങും വലിയ ഡിമാന്റാണിതിനുള്ളത്. നമ്മുടെ നാട്ടിൽ ലഭ്യമായ കൊഞ്ചുകൾ ഈ വിഭാഗത്തിൽപ്പെട്ടവയാണ്. പാറപ്പുറത്തോ, അവശിഷ്ടങ്ങൾക്കു മീതെയോ പറ്റിപ്പിടിച്ചു നിൽക്കുന്ന ചിറ്റാക്കൊഞ്ചനുകളെ ഇന്ത്യയിൽനിന്നും ധാരാളമായി വിദേശങ്ങളിലേക്ക് കയറ്റിപ്പോകുന്നുണ്ട്. വയലുകളിലും, തോടുകളിലും അപൂർവ്വമായി കണ്ടുവരുന്ന ചെറിയ ഇനം കൊഞ്ചുകൾ ചിറ്റാക്കൊഞ്ചൻ വർഗ്ഗത്തിൽപ്പെട്ടവയാണ്.

കടൽ ഒരത്ഭുതമാണ്. ആ കടലിന്റെ ആഴങ്ങളിൽ അധിവസിക്കുന്ന വിവിധതരം ജലജീവികൾ അതിലേറെ അത്ഭുതങ്ങൾ തീർക്കുന്നവയും. ആ ഗണത്തിൽ ഒന്നുമാത്രമാണ് കൊഞ്ചുകളെന്നോർക്കണം. അവയുടെ ജീവിതവും, വർഗ്ഗവും ഒട്ടേറെ പഠിക്കാനുള്ളവയാണെങ്കിൽ, മറ്റുള്ളവയെക്കുറിച്ച് എന്തെന്ത് വസ്തുതകൾ അറിയാനുണ്ടാവും. കടൽപോലെ തന്നെ വിശാലമായ ഒരു വിഷയമാണത്. അനന്തവും അജ്ഞാതവും അവർണ്ണനീയവുമായ ഈ മഹാ പ്രപഞ്ചത്തിൽ ഇങ്ങേത്തലയ്ക്കൽ നില്ക്കുന്ന മനുഷ്യൻ കഥയെന്തു കണ്ടു? കവി സന്ദേഹിച്ചതുപോലെ നില്ക്കാനെ നമുക്കും കഴിയൂ.

32

കേരളത്തിലെ കാട്ടുജീവികൾ

ഭൂവിസ്തൃതിയിൽ ചെറുതെങ്കിലും ഇടതൂർന്ന കാടുകളും മലമ്പ്രദേശങ്ങളും നമുക്കുണ്ട്. ഈ കാരണത്താൽ മൃഗസാന്നിദ്ധ്യം ഏറെയുള്ള ഒരു സംസ്ഥാനമാണ് കേരളം. പശ്ചിമഘട്ട പ്രദേശങ്ങളിൽ മാത്രമല്ല, നമ്മുടെ മഴക്കാടുകളിലും നാനാജാതി മൃഗങ്ങളും പക്ഷികളും ഇഴജന്തുക്കളും വസിക്കുന്നു. ഇവയിൽ മനുഷ്യന് ഭീഷണി ഉയർത്തുന്നവയും അല്ലാത്തവയുമുണ്ട്. കേരളത്തിലെ കാടുകളിൽനിന്ന് അന്യം നിന്നുപോയ പല ജാതി ജന്തുക്കളെപ്പറ്റി നമ്മുടെ ജീവജാല ചരിത്ര കഥകളിലേ കാണാനാവൂ. മനുഷ്യന് വലിയ ഭീഷണി ഉയർത്താത്ത, എന്നാൽ വംശനാശ ഭീഷണി നേരിട്ടുകൊണ്ടിരിക്കുന്ന ചില ജീവികളെക്കുറിച്ചാണ് പറയാൻ പോകുന്നത്.

മരനായ്

തവിട്ട് കലർന്ന കറുപ്പ് നിറത്തോടുകൂടിയ മരനായ് പേരു സൂചിപ്പിക്കുന്നപോലെ മരങ്ങളിലാണ് കഴിയുന്നത്. മരപ്പെട്ടിയെന്ന് നാം ചിലരെ കളിയാക്കി വിളിക്കാറുണ്ട്. വളരെ സാവധാനം മരങ്ങളിൽ പിടിച്ച് മുകളിലേക്ക് കയറുന്ന മരനായ്ക്കളെ കണ്ടാൽ പാവം തോന്നും. മരനായ്ക്കൾ കേരളത്തിൽ മാത്രമല്ല, ലോകത്തിന്റെ പല ഭാഗങ്ങളിലുമുണ്ട്. ഏഷ്യൻ രാജ്യങ്ങളിലാണ് ഇവയെ അധികവും കാണുന്നത്. 10 കിലോ തൂക്കം വരുന്ന മരനായ്ക്കൾ കേരളത്തിൽ പനമരങ്ങളിലാണ് കാണപ്പെടുന്നത്. കൂർത്ത നഖമുപയോഗിച്ച് പനകളിൽ എളുപ്പത്തിൽ അള്ളിക്കയറാൻ ഇവയ്ക്ക് പറ്റും.

ഒരു സമയം സസ്യഭുക്കും മാംസഭുക്കുമാണ് മരനായ്ക്കൾ. രാത്രിയിൽ ഇര തേടുന്ന ഇവ ചെറുപക്ഷികളെ വേട്ടയാടാറുണ്ട്. അതോടൊപ്പം

കായ്കനികളും തിന്നും. ശത്രുക്കളെ പേടിപ്പിക്കാൻ കുരച്ചു ചാടും. ചില പ്പോൾ മനുഷ്യരെയും ഇങ്ങനെ ഭയപ്പെടുത്തും. ഗതികെട്ടാൽ ആക്രമി ക്കുകയും ചെയ്യും. ഒരർത്ഥത്തിൽ ഒറ്റപ്പെട്ട ജിവിതം നയിക്കുന്നവരാണ് ഇവ. ഇണയുമായി വളരെക്കാലം ഒന്നിച്ചുകഴിഞ്ഞതിനുശേഷം മാത്ര മാണ് പ്രസവം. ഇത് മരനായ്ക്കളുടെ വംശവർദ്ധനവിനെ ബാധിച്ചിട്ടുണ്ട്. ഒരു പ്രസവത്തിൽ രണ്ടു കുഞ്ഞുങ്ങളുണ്ടാവും.

കൂരന്മാർ

മാൻ വർഗ്ഗങ്ങളിൽ അനേകം വിഭാഗങ്ങളുണ്ടെങ്കിലും കൂരമാനുകൾ കേരളത്തിലെ കാടുകളിൽ കണ്ടുവരുന്ന മൃഗമാണ്. തവിട്ടും വെള്ളയും കലർന്ന രോമങ്ങളാണ് ഇവയ്ക്കുണ്ടാവുക. ഒരു കൂരമാനിന്റെ ശരാശരി തൂക്കം 12 കിലോഗ്രാമാണ്. മുപ്പത് സെന്റിമീറ്റർ വരെ ഉയരം വെക്കും. വനപ്രദേശങ്ങളിലെ പുൽമേടുകളിലാണ് മേയാനിറങ്ങുന്നത്. മാനുകൾ പൊതുവെ ഓട്ടവിദഗ്ദ്ധന്മാരാണെങ്കിൽ കൂരമാനുകൾ അതിവേഗ ഓട്ട ക്കാരാണ്. ശത്രുവിന്റെ സാന്നിദ്ധ്യം വളരെ ദൂരത്തുനിന്നുതന്നെ തിരിച്ച റിയാനുള്ള കഴിവ് ഇവയ്ക്കുണ്ട്. സംഘമായി സഞ്ചരിക്കാറുള്ള കൂരമാനു കൾ ഇലകളും പുല്ലുകളും പഴവർഗ്ഗങ്ങളും ഇഷ്ടഭക്ഷണമാക്കുന്നു.

കുട്ടിത്തേവാങ്ക്

ഒരുകാലത്ത് കേരളത്തിലെ വനപ്രദേശങ്ങളിൽ ധാരാളമായി കണ്ടു വന്നിരുന്ന കുട്ടിത്തേവാങ്ക് ഇന്ന് അധികമില്ല. കാടാണ് ഇവരുടെ ഇഷ്ട പ്രദേശമെങ്കിലും കാടിനോട് ചേർന്നുള്ള പ്രദേശങ്ങളിലും കുട്ടിത്തേവാങ്കു കളെ കാണാം. രോമങ്ങൾ നിറഞ്ഞ ശരീരത്തോടുകൂടിയ ഇവയുടെ കണ്ണു കൾ തുറിച്ചുനോക്കുന്ന രൂപത്തിലുള്ളവയാണ്. ആരെയോ നോക്കി ഭയ പ്പെടുത്തുന്ന മട്ടിലുള്ളതാണത്. നീണ്ട മൂക്കും മെലിഞ്ഞ കൈകാലു കളും ഇവയുടെ ശരീര പ്രകൃതിയെ വ്യത്യസ്തമാക്കുന്നു. രണ്ടടിയി ലേറെ നീളമുള്ള കുട്ടിത്തേവാങ്കിന്റെ ശരീരഭാരം 7 കിലോ ഗ്രാമിൽ അധികമൊന്നും കാണില്ല. പൊതുവെ പേടിത്തൊണ്ടന്മാരായ ഇവ ശത്രു ക്കളെ ഭയന്ന് രാത്രികാലങ്ങളിലാണ് ഇര തേടാനിറങ്ങുന്നത്. അതുവരെ മരങ്ങളിലോ പൊത്തുകളിലോ കഴിയും. മാംസഭുക്കല്ലാത്തതിനാൽ കായ് കനികൾ, പഴങ്ങൾ, തളിരിലകൾ എന്നിവയാണ് മുഖ്യാഹാരം. സംഘം ചേർന്നാണ് സഞ്ചാരം. ഓരോ സംഘത്തിനും ഒരു ശക്തിമാൻ തലവ നായി കാണും.

കുഞ്ഞുങ്ങളെ പാലൂട്ടി വളർത്തുന്ന കുട്ടിത്തേവാങ്കുകൾക്ക് ഒരു പ്രസവത്തിൽ അധികവും ഒരു കുഞ്ഞേ ഉണ്ടാവൂ.... എട്ട് മാസത്തോളം കുഞ്ഞിന് അമ്മ പാലു നല്കും.

ശേഷമുള്ള കാലം കുഞ്ഞ് സ്വയം ഇര തേടാൻ പഠിക്കുന്നു. ഏതാണ്ട് ഒരു വർഷം പിന്നിട്ടു കഴിഞ്ഞാൽ കുഞ്ഞുങ്ങൾ സ്വയംപര്യാ പ്തത നേടും. കേരളത്തിൽ വ്യാപകമായി വേട്ടയാടപ്പെട്ട കുട്ടിത്തേവാങ്കു കൾ ഇന്ന് ഒരു അപൂർവ്വ കാഴ്ചയാണ്.

സിംഹവാലൻ കുരങ്ങ്

സിംഹവാലൻ കുരങ്ങുകൾക്ക് ഈ പേർ വീണതിന് രണ്ടു കാരണങ്ങളുണ്ട്. അതിലൊന്ന് അവയുടെ വാലിന്റെ പ്രത്യേകതയാണ്. ഒരു സിംഹത്തിന്റെ വാലിനെ ഓർമ്മിപ്പിക്കുന്നതാണത്. രണ്ടാമത്, ഇവയുടെ മുഖാകൃതി സിംഹത്തിന്റേതിനു സമാനമാണ്. അതും ഒരു ആൺസിംഹത്തിന്റേത്. കേരളത്തിൽ സൈലന്റ്‌വാലി കാടുകളാണ് സിംഹവാലന്മാരുടെ ആവാസകേന്ദ്രം. മുഖവും താടിയും വെള്ളനിറത്തിലും മറ്റെല്ലാം കറുപ്പ് നിറത്തോടു കൂടിയതുമാണ്. തവിട്ടു നിറവും ഇടകലർന്നിട്ടുണ്ടാകും. മറ്റെല്ലാം കുരങ്ങുവർഗ്ഗത്തെയുംപോലെ ഇവ മരങ്ങളിലാണ് പാർക്കുന്നത്. രണ്ടടിയാണ് ഉടലിന്റെ നീളം. ഇലകളും കായകളും മറ്റും തിന്നുന്നതോടൊപ്പം തേൻ കിട്ടിയാൽ ഒഴിവാക്കാറില്ല. സംഘം ചേർന്ന് സഞ്ചരിക്കാറുള്ള സിംഹവാലൻ കുരങ്ങുകൾ പലപ്പോഴും ശണ്ഠ കൂടാറുണ്ട്. ഒരു സംഘത്തിൽ അഞ്ചോ പത്തോ പേരുള്ള അംഗങ്ങളുണ്ടാകും. വംശനാശ ഭീഷണി നേരിടുന്ന ഒരു ജീവിവർഗ്ഗമാണ് സിംഹവാലൻ കുരങ്ങുകൾ.

ഈനാംപേച്ചി

ഒരുകാലത്ത് കേരളത്തിലെ നാട്ടിൻപുറങ്ങളിൽപ്പോലും ദൃശ്യമായിരുന്ന ഈനാംപേച്ചികൾ ഇന്ന് വയനാട്, ഇടുക്കി, നെയ്യാർ എന്നിവിടങ്ങളിൽ മാത്രം ഒതുങ്ങിപ്പോയിരിക്കുന്നു. ശരീരത്തിൽ നിറയെ ശൽക്കങ്ങളുള്ള ഈ ജീവി മന്ദഗതിക്കാരാണ്. പൂർണ്ണ വളർച്ചയെത്തിയ ഈനാംപേച്ചിക്ക് 10 കിലോഗ്രാം തൂക്കം കാണും. നാല് അടിയോളം ഉയരമുണ്ടാകും. കാലുകളിലെ നീണ്ട നഖങ്ങൾ കൊണ്ട് മണ്ണിൽ മാന്തി ഉറുമ്പുകളെയും ചിതലുകളെയും ഇവ ശാപ്പിടുന്നു. ഉറുമ്പുകളാണ് പ്രധാന ഭക്ഷണമെന്നതിനാൽ പാറക്കെട്ടുകൾ, മരയിടുക്കുകൾ എന്നിവിടങ്ങളിലാണ് ഇവയെ ഏറെയും കാണുക. കേരളത്തിൽ ചിലയിടങ്ങളിൽ ഈനാംപേച്ചികളെ ഉറുമ്പുതീനികൾ എന്നും വിളിക്കാറുണ്ട്. മാളങ്ങൾ നിർമ്മിച്ചാണ് താമസം. മരങ്ങളിൽ നിഷ്പ്രയാസം കയറിപ്പറ്റാനും ഒരു മരത്തിൽനിന്ന് മറ്റൊന്നിലേക്ക് ചാടാനും സഹായിക്കുന്നത് കൈകാലുകളിലെ നീണ്ട നഖങ്ങളാണ്. തന്റെ കുഞ്ഞുങ്ങളെ ഇത്രയേറെ ശ്രദ്ധയോടെ പോറ്റി വളർത്തുന്ന ജീവികൾ ഈനാംപേച്ചികളെപ്പോലെ വേറെയുണ്ടാകില്ല.

വെരുകുകൾ

മലബാർ പ്രദേശങ്ങളിലെ കാടുകളിൽ വെരുകുകൾ ധാരാളമായി കണ്ടുവന്നിരുന്ന ഒരു കാലമുണ്ടായിരുന്നു. ഇന്നതിന് വലിയ മാറ്റം സംഭവിച്ചിട്ടുണ്ട്. മനുഷ്യന്റെ കടന്നുകയറ്റം തന്നെ കാരണം. മരുന്നിലും തോലിനും വേണ്ടി വെരുകുകളെ ധാരാളമായി വേട്ടയാടുന്നു. പൂച്ചകളോട് സാമ്യം പുലർത്തുന്ന ഈ സസ്തനികൾ പൂച്ച കുടുംബത്തിൽ

പ്പെട്ടതല്ല. മുതുകിൽ നെടുകെ വരകളും പുള്ളികളുമുള്ള ശരീരമാണ് ഇവയുടേത്. മരങ്ങളിൽ കയറാൻ വിരുതന്മാരായ ഇവ നല്ല ചാട്ടക്കാരും ഓട്ടക്കാരുമാണ്. കൂട്ടിൽ പിടിച്ചിട്ട വെരുകിനെപ്പോലെ എന്നൊരു പഴ മൊഴി തന്നെ കേരളത്തിലുണ്ടല്ലോ. 70 സെ മീറ്റർ നീളവും അഞ്ച് കിലോഗ്രാം തൂക്കവുമുള്ള വെരുകുകളുടെ നെയ്യ് ദുർഗന്ധം വമിക്കുന്ന താണെങ്കിലും നല്ലൊരു ഔഷധമാണ്. പലപ്പോഴും പൂച്ചകളെപ്പോലെ തന്നെ വെള്ളത്തിൽനിന്നും മീനുകളെ പിടിക്കാൻ വിരുതന്മാരാണിവർ. കാടുകൾക്കുള്ളിലെ തടാകങ്ങളിലും പുഴകളിലും ഇവ മത്സ്യ വേട്ടക്കിറങ്ങാറുണ്ട്. രാത്രിയിൽ ഇര തേടാനിറങ്ങുന്ന വെരുകുകൾ മീനു കളെ കൂടാതെ പക്ഷികളെയും ചെറുജീവികളെയും പിടിച്ചു ഭക്ഷിക്കുന്നു.

33

ഇരപിടിയൻ ചെറുജീവികൾ

കൊമോഡൊ ഡ്രാഗൻസ് (Komodo)

പല്ലിവർഗ്ഗത്തിൽപ്പെട്ട കൊമോഡൊ ഡ്രാഗൻസ്. ലോകത്തെ ഏറ്റവും ഭാരമുള്ള പല്ലിവർഗ്ഗ ജീവിയാണ്. 68 കിലോയിലേറെ ഭാരവും 3.4 മീറ്റർ വരെ വലുപ്പവുമുള്ള ഈ ജീവി ഒറ്റനോട്ടത്തിൽത്തന്നെ ഭയം ജനിപ്പിക്കും. ലോകത്ത് വളരെ അപൂർവ്വമായേ ഇവയെ കണ്ടെത്താൻ കഴിയൂ. വളരെ വേഗത്തിൽ സഞ്ചരിക്കാൻ കഴിയുന്നുവെന്നതാണ് ഈ ജീവിയുടെ ഒരു പ്രത്യേകത. വലിയ മരങ്ങളിൽ ഇരതേടി വലിഞ്ഞുകയ റാനും സമുദ്രത്തിൽ നീന്താനും ഒരുപോലെ കഴിയുന്നു എന്നതാണ് കൊമോഡൊകളുടെ പ്രത്യേകത!

ഇരതേടുന്നത് പലപ്പോഴും പകൽനേരങ്ങളിലാണ്. വലിയ പന്നിയെ പ്പോലും എളുപ്പത്തിൽ വേട്ടയാടി പിടിക്കാൻ കൊമോഡൊകൾക്ക് കഴി വുണ്ട്. മിക്കപ്പോഴും ഈ 'വേട്ട'ക്കാരന്റെ മുന്നിൽപ്പെടുന്ന ഓട്ടക്കാരൻ മാനിനുപോലും രക്ഷയുണ്ടാവാറില്ല. ചെറിയ മാനുകളാണ് കൊമോഡൊ കളുടെ ഇഷ്ട ആഹാരമെന്ന് വേണമെങ്കിൽ പറയാം. മാംസാഹാര പ്രിയ രായ ഇവർ എന്തും ഭക്ഷിക്കുന്ന കൂട്ടത്തിലാണ്. വലിയമൃഗങ്ങൾ ആക്ര മിച്ച് പരിക്കേൽക്കുന്ന ജീവികൾ ഒടുക്കം കൊമോഡൊകൾക്ക് ഭക്ഷണ മാവാറുണ്ട്. വെള്ളത്തിലും മരത്തിലും അഭയംതേടാൻ കഴിയുന്നതു കൊണ്ടുതന്നെ ശത്രുക്കളെ വേണ്ടത്ര ഭയക്കേണ്ടതുമില്ല. യുദ്ധവേളക ളിൽ മുറിവേറ്റ് അശക്തരാവുന്ന പട്ടാളക്കാരെ പിടിച്ചുതിന്നുന്ന സ്വഭാവം ഇവയ്ക്കുണ്ട്. ആ അർത്ഥത്തിൽ മാംസഭോജികൾ കൂടിയാണിവർ!

ഉറുമ്പുതീനികൾ

ഉറുമ്പുതീനികൾ എന്ന പേരുതന്നെ വിചിത്രമായ ഒന്നാണ്. ദിവസവും ആയിരക്കണക്കിന് ഉറുമ്പുകളെ ഇരയാക്കുന്നതുകൊണ്ടാണ്

ഈ ജീവികൾക്ക് ഉറുമ്പുതീനികളെന്ന വിളിപ്പേര് വീണത്. നമ്മുടെ നാട്ടിൽ അപൂർവ്വമായി കണ്ടുവരുന്ന 'ഈനാംപേച്ചികൾ' ഈ വർഗ്ഗത്തിൽപ്പെട്ടതാണ്. ഉറുമ്പുകളെ കൂടാതെ ചിതലുകളെയും ഇവ തിന്നാറുണ്ട്.

ഉറുമ്പുതീനികൾക്ക് പല്ലുകൾ ഉണ്ടായിരിക്കുകയില്ല. നീണ്ടുമെലിഞ്ഞ കൊക്കിന്റെ ആകൃതിയിലുള്ള വായ്ഭാഗമാണ് ഈ ജീവിയുടെ മുഖ്യ അവയവം. വായോട് ചേർന്നുനിൽക്കുന്ന നാസികയാണ് ഇവയ്ക്കുള്ളത്. രോമാവൃതമായ വാൽ വിശറിപോലെ രൂപാന്തരപ്പെടാറുണ്ട്. ഉറുമ്പുതീനികൾക്ക് കാഴ്ചശക്തി കുറവായിരിക്കും. പക്ഷേ, കേൾവിയിലും മണംപിടിച്ച് ഇര കണ്ടെത്തുന്നതിലും മുമ്പന്മാരാണിവർ!

പകൽനേരങ്ങളിൽ മണ്ണിൽ കുഴിയുണ്ടാക്കി അതിൽ കഴിയാനാണ് ഉറുമ്പുതീനികൾക്കിഷ്ടം. രാത്രിയാവുമ്പോൾ മരച്ചുവട്ടിൽ കിടക്കും. മുൻകാലുകൾ ഉപയോഗിച്ച് ഇരകളുടെ സങ്കേതങ്ങൾ മാന്തി പുറത്തിട്ട് ഭക്ഷിക്കുകയാണ് ഒരു രീതി. ഒട്ടുന്ന നാവ് ഉപയോഗിച്ച് പെട്ടെന്ന് ഇവ ഇരകളെ അകത്താക്കുന്നു.

ആഫ്രിക്കയിൽ കണ്ടുവരുന്ന ആർഡ് വാർക്സ് (Aard varks) വിഭാഗത്തിൽപ്പെട്ട ഉറുമ്പുതീനികൾ അവയുടെ ശരീരപ്രകൃതികൊണ്ടാണ് വ്യത്യാസപ്പെട്ടിരിക്കുന്നത്. ഒറ്റനോട്ടത്തിൽ കാട്ടുപന്നിയുടെ രൂപമാണിതിന്. സൗത്ത് അമേരിക്കയിൽ കണ്ടുവരുന്ന സിൽക്ക് ശരീരത്തോടുകൂടിയ ഉറുമ്പുതീനികൾ വംശനാശം നേരിടുന്നു. ഇതിനെ കണ്ടാൽ വലിയ പല്ലിയെ ഓർമ്മവരും. മഴക്കാട് പ്രദേശങ്ങളിലാണ് ഉറുമ്പുതീനികളെ ധാരാളം കണ്ടുവരുന്നത്. ഭക്ഷണത്തിന്റെ ലഭ്യതയാണ് അതിനു കാരണം.

കരിങ്കണ്ണികൾ (Centipede)

നമ്മുടെ വീട്ടിലും നാട്ടിലും സർവ്വസാധാരണമായി കണ്ടുവരുന്ന ഒരു ചെറുജീവിയാണിത്. മണ്ണടരുകൾക്കുള്ളിലും ഈർപ്പമാർന്ന ഇടങ്ങളിലുമാണ് ഇവയുടെ ആവാസകേന്ദ്രം. നൂറുകാലുകളുള്ള വിരകളെന്ന് 'സെന്റിപെഡിനെ' ശാസ്ത്രം വിശേഷിപ്പിക്കാറുണ്ട്. പ്രാണികളാണ് ഇവയുടെ മുഖ്യാഹാരം. വായയുടെ മുൻവശത്ത് നീണ്ടുകിടക്കുന്ന ശക്തമായ കൈകളിൽനിന്ന് ഇരകൾക്ക് രക്ഷപ്പെടുക സാദ്ധ്യമല്ല. ഇരയെ കീഴ്പ്പെടുത്തുന്നത് ശരീരത്തിൽ വിഷംകുത്തിവെച്ചാണ്. മനുഷ്യനെയും ഇവ കടിക്കാറുണ്ടല്ലോ! കടിച്ചഭാഗത്ത് മണിക്കൂറുകളോളം കടച്ചിലും വേദനയും അനുഭവപ്പെടുന്നത് ഈ വിഷത്തിന്റെ ശക്തികൊണ്ടാണ്. മുൻകാലുകളിലാണ് ഈ വിഷത്തിന്റെ പ്രഭവകേന്ദ്രം. വിഷം ഉൽപ്പാദിപ്പിക്കുന്ന ഗ്രന്ഥി കരിങ്കണ്ണികൾക്കുണ്ട്.

യൂറോപ്യൻ 'മിങ്കു'കൾ (European Mink)

വലിയൊരു എലിയുടെ എടുപ്പുള്ള ഒരു കൊച്ചു ഇരപിടിയനാണ് യൂറോപ്യൻ മിങ്കുകൾ. അമേരിക്കയിൽ മാത്രം കണ്ടുവരുന്നവയുമുണ്ട്.

ഇവയെ അമേരിക്കൻ മിങ്കുകളെന്ന് വിളിക്കുന്നു. മിക്ക നേരങ്ങളിലും ജലത്തിൽ കഴിയാനാണ് മിങ്കുകൾക്കിഷ്ടം. ആ അർത്ഥത്തിൽ ഇവയൊരു ജലജീവിയാണെന്നു പറയാം. എന്നാൽ, കൂട് ഉണ്ടാക്കുന്നതും കുഞ്ഞുങ്ങളെ വളർത്തുന്നതും കരയിൽവെച്ചാണ്. അതിർത്തികൾ പങ്കിട്ട് സ്വയംനിർണ്ണയാവകാശമുള്ള ദേശങ്ങളായി ഒരു പ്രദേശത്തെ കാണാനിഷ്ടപ്പെടുന്ന മിങ്കുകൾ അതിർത്തി ലംഘിക്കുന്നവരുമായി ശണ്ഠ കൂടാറുമുണ്ട്. ചെറിയ കാലുകൾ, നീളമുള്ള ഉടൽ എന്നിവയാണ് ഇവയുടെ ശരീരഘടന. വളരെ ചെറിയ കണ്ണുകളും ചെവികളും ജലത്തിൽ നീന്താനും മുങ്ങാംകുഴിയിടാനും ഇവയെ സഹായിക്കുന്നു. മത്സ്യമാണ് ഇരതേടി തിന്നുന്നത്. എങ്കിലും കരയിലെ ചെറിയ ചെറിയ ജീവികളെയും ഇവ വേട്ടയാടാറുണ്ട്. വളരെ മൃദുലമായ തൊലിയും സമൃദ്ധമായ രോമങ്ങളും ഇവയെ വേട്ടയാടാൻ മനുഷ്യനെ പ്രേരിപ്പിക്കുന്നു.

ഹയനകൾ (Hyenas)

കാഴ്ചയിൽ നായയുടെ രൂപസാദൃശ്യമുള്ള ഹയനകൾ, പക്ഷേ, പൂച്ചകളുമായി അടുത്തുനിൽക്കുന്ന ഒരു വേട്ടമൃഗമാണ്. ആഫ്രിക്കയാണ് ഹയനകളുടെ കേന്ദ്രം. ശരീരത്തിന്റെ പിൻഭാഗം അല്പം ചരിഞ്ഞ മട്ടിലായതുകൊണ്ട് കാഴ്ചക്ക് കൗതുകമെങ്കിലും അത്ര സൗന്ദര്യമുള്ളവയല്ല. ഹയനകൾ പല തരമുള്ളതിൽ ഏഷ്യൻ രാജ്യങ്ങളിലെ കാടുകളിലും മരുഭൂപ്രദേശങ്ങളിലും കുന്നിൻചരിവുകളിലും വിഹരിക്കാൻ താല്പര്യപ്പെടുന്നവയാണ്.

ഹയന ഒരു സാമൂഹിക മൃഗമായതുകൊണ്ട് പരസ്പര സംവേദനങ്ങൾ ധാരാളമുണ്ട്. ഉച്ചത്തിലുള്ള ശബ്ദം, ചലനങ്ങൾ, ഭാവങ്ങൾ എന്നിവ കൊണ്ട് ഹയനകൾ ആശയവിനിമയം നടത്തുന്നു. നല്ല ശക്തമായ ശരീരം, ഉറപ്പുള്ള കൈനഖങ്ങൾ എന്നിവ ഇരകളെ വരുതിയിലാക്കാൻ ഇവയെ സഹായിക്കുന്നു. വേട്ടയാടുന്നതോടൊപ്പം, വേട്ടയാടപ്പെട്ട (മറ്റുള്ളവ) മൃഗങ്ങളെ ഭക്ഷണമാക്കുന്നതിൽ വിരുതന്മാരാണിവർ. ബുദ്ധിശക്തിയിലും പിന്നിലല്ല. ഉറപ്പുള്ള പല്ലുകൾ എത്രതന്നെ ശക്തമായ എല്ലുകളും കടിച്ചുപൊട്ടിക്കാൻ പ്രാപ്തമായതാണ്. വേട്ടമൃഗത്തിന്റെ രോമവും കൈകാൽ നഖങ്ങളുമൊഴികെ എന്തും ഹയനകൾ ഭക്ഷണമാക്കും. ഒരൊറ്റ തവണ തന്റെ ശരീരത്തിന്റെ മൂന്നിരട്ടി ഭക്ഷണം ഇവ അകത്താക്കും. എന്നാലും മതിയാകാത്ത മട്ടാണ്. ധൈര്യശാലികളും തന്റേടികളുമാണ് ഈ കൊച്ചുമൃഗങ്ങൾ. മൃഗങ്ങളെ മാത്രമല്ല, ഒറ്റയ്ക്കുള്ള മനുഷ്യരെപ്പോലും ആക്രമിക്കാൻ മടിക്കാത്തവരാണിവർ. പുരാതന ഈജിപ്തുകാർ ഹയനകളെ വീടുകളിൽ വളർത്തുകയും കൊന്ന് ഭക്ഷണമാക്കുകയും ചെയ്തിരുന്നു.

പ്രധാനമായും രണ്ടുതരം ഹയനകളുണ്ട്. ശരീരത്തിൽ പുള്ളികളോടുകൂടിയവയാണ് (Spotted) അവയിലൊന്ന്. ഇവയുടെ വർഗത്തിൽ ഏറ്റവും നീളം കൂടിയവയാണ് ഈ കൂട്ടർ. പലതരം ശബ്ദം പുറപ്പെടു

വിക്കാൻ കഴിയുമെന്നതാണ് ഇവരുടെ പ്രത്യേകത! 'ഹയനകളുടെ ചിരി' ലോകത്ത് ഏറെ പ്രസിദ്ധമാണ്. കടലിൽനിന്ന് പുറന്തള്ളപ്പെടുന്ന ചത്ത ജീവികളെ ഭക്ഷണമാക്കാൻ ഇഷ്ടപ്പെടുന്നവരാണിവർ. അതിനാൽ, കടൽത്തീരങ്ങളിൽ ചുറ്റിനടക്കാൻ ഇവർ താല്പര്യം കാണിക്കുന്നു. രാത്രികാലങ്ങളിലാണിവ സജീവമാകുന്നത്. പകലാവട്ടെ പാറക്കെട്ടുകൾക്ക് സമീപം അനങ്ങാതെ അങ്ങനെ കിടക്കും.

35

വിചിത്ര ജീവികൾ

ജലക്കരടി

കാഴ്ചയിൽ ഒരു കരടിയുടെ രൂപസാദൃശ്യമുള്ളതിനാലാണ് ഇവയ്ക്ക് ജലക്കരടികളെന്ന പേര് വന്നത്. 750 ലേറെ സ്പീഷീസുകളിലായി കണ്ടുവരുന്ന ജലക്കരടികൾ ശുദ്ധജലത്തിലും സമുദ്രജലത്തിലും ഒരുപോലെ ജീവിക്കാൻ കഴിയുന്നവയാണ്. ഒരുപോലെ തടിച്ച ശരീരപ്രകൃതിയുള്ള ജലക്കരടികൾക്ക് തല, ഉടൽ, പാദങ്ങൾ എന്നിങ്ങനെയുള്ള ശരീരഘടനയാണുള്ളത്.

ഒരു ജലക്കരടിയുടെ ആകെ വലിപ്പം ഒരു മില്ലീ മീറ്ററിലധികം വരില്ല. മുട്ട വിരിഞ്ഞാണ് കുഞ്ഞുങ്ങൾ ഉണ്ടാകുന്നത്. കടൽപ്പായകൾ, ആൽഗകൾ എന്നിവയിൽ പറ്റിപ്പിടിച്ചാണ് ഇവ കഴിയുന്നത്. ഇങ്ങനെയൊക്കെയാണെങ്കിലും ശാസ്ത്രലോകം ജലജീവികളുടെ വിചിത്രലോകത്തെക്കുറിച്ച് അധികമൊന്നും പഠനം നടത്തിക്കണ്ടിട്ടില്ല. ആഴമുള്ള സമുദ്രങ്ങളിലും ഉയരമുള്ള പർവ്വതനിരകളിലും ജലക്കരടികൾ ജീവിക്കുന്നു. ധ്രുവ പ്രദേശങ്ങളിലും ജലക്കരടികൾ ജീവിക്കാറുണ്ട്. ജലക്കരടികൾ 10 ശതമാനം കടലിലും ബാക്കി ശുദ്ധജലത്തിലും കഴിയുന്നവയാണ്.

വൃത്താകൃതിയിലുള്ള തലയാണ് ജലക്കരടിയുടേത്. തലയുടെ മുൻവശത്താണ് കണ്ണുകളും വായയും സ്ഥിതിചെയ്യുന്നത്. ഉടലിൽ ശല്ക്കങ്ങളുണ്ട്. ഇവ ദൃഢമാണ്. ശരീരത്തെ ആവരണം ചെയ്തിരിക്കുന്ന രീതിയിലാണിവ. നാഡീവ്യവസ്ഥ തലച്ചോറിൽനിന്ന് ആരംഭിക്കുന്നു.

വലിപ്പത്തിൽ ചെറുതെങ്കിലും തങ്ങളെക്കാൾ വലിയ ജീവികളെ ആക്രമിക്കാൻ മടിക്കാത്തവയാണ് ജലക്കരടികൾ. കൂർത്ത മുള്ളുപോലെയുള്ള അവയവം ശരീരത്തിലുള്ളതിനാൽ, ശത്രുക്കൾക്കു നേരെ അവ പ്രയോഗിക്കാൻ ജലക്കരടികൾ മടിക്കാറില്ല. ശത്രുക്കളെ കുത്തി മുറി

വേല്പിക്കുകയാണ് ജലക്കരടികൾ ചെയ്യുന്നത്. ജലക്കരടികളിൽ ലൈംഗികമായും അലൈംഗികമായും പ്രത്യുല്പാദനം നടക്കുന്നുണ്ട്. ആൺവർഗ്ഗമില്ലാത്ത ചിലയിനം ജലക്കരടികളിലാണ് ഇണചേർന്നല്ലാതെ പ്രത്യുല്പാദനം നടക്കുന്നത്. ബീജസങ്കലനമില്ലാതെ ക്രോമസോമുകൾ രണ്ടായി വിഭജിക്കപ്പെട്ട് നടക്കുന്ന പ്രജനനമാണിത്.

റോട്ടിഫെർ

ശുദ്ധജലത്തിൽ ജീവിക്കുന്ന അതിസൂക്ഷ്മ ജീവിയാണ് 'റോട്ടിഫെർ.' എങ്കിലും ചെറിയൊരു ശതമാനം വരുന്നവ ഉപ്പുജലത്തിലും കഴിയാൻ പ്രാപ്തരാണ്. റോട്ടിഫെറിന് ആ പേര് വരാൻ ഒരു കാരണമുണ്ട്. ഇവയുടെ തലയിൽ സീലിയകൊണ്ട് നിർമ്മിച്ചതും കിരീടത്തോട് രൂപസാദൃശ്യവുമുള്ളതുമായ ഒരു ഭാഗമുണ്ട്. ഒറ്റനോട്ടത്തിൽ ഒരു ചക്രം പോലെ തോന്നിക്കുമിത്. ഈ ശരീരഘടന നിമിത്തമാണ് ഒരു ജലജീവിയായ റോട്ടിഫെറിന് ഇത്തരമൊരു പേര് വീണത്.

വലിപ്പത്തിൽ തീരെ ചെറിയവയാണ് റോട്ടിഫെർ. 0.105 മില്ലി മീറ്റർ മാത്രമാണ് ഇവയുടെ വലിപ്പം. ജലത്തിൽ ഇഴഞ്ഞാണ് ഇവ സഞ്ചരിക്കുന്നത്. അപൂർവ്വം ചിലത് നീന്തുന്നവയുമുണ്ട്. നീന്തി നടക്കുന്നവയിൽ, ശരീരത്തിൽ നേർത്ത മുള്ളുകളാൽ ആവരണമുള്ളവയായിരിക്കും. നീന്തുകയോ ഇഴയുകയോ ചെയ്യാത്ത റോട്ടിഫെർ പലതും മറ്റു ജീവികളുടെ ശരീരത്തിൽ പറ്റിപ്പിടിച്ച് കഴിയുന്നവയാണ്. ഒരു ജലജീവിയാണെങ്കിലും വരൾച്ചയെ അതിജീവിക്കാനുള്ള കഴിവും ഇവയ്ക്കുണ്ട്.

റോട്ടിഫെറുകൾക്ക് പൂർണ്ണമായ ദഹനവ്യവസ്ഥയുണ്ട്. ഇരകളെ ചവച്ചരച്ചാണ് കഴിക്കുന്നത്. ആമാശയത്തിലെ ദഹനഗ്രന്ഥികൾ ദഹനരസം സ്രവിപ്പിക്കുകയും അങ്ങനെ ആഹാരം പൂർണ്ണമായും ദഹിക്കുകയും ചെയ്യുന്നു. ഇവയ്ക്കിടയിൽ മാംസഭുക്കുകളും സസ്യഭുക്കുകളും ഉണ്ട്. ജലത്തിലെ പൂപ്പലുകളും ആൽഗകളും തിന്നു നശിപ്പിക്കുന്നതുകൊണ്ട് റോട്ടിഫെർ നല്ല ശുചീകരണ പ്രവർത്തകരാണ്.

മറ്റെല്ലാ ജീവിവർഗ്ഗങ്ങളെപ്പോലെ റോട്ടിഫെറുകളിലും ആൺ, പെൺ വിഭാഗമുണ്ടെങ്കിലും ഇവയ്ക്കിടയിൽ ഇണചേരലിന് വലിയ സ്ഥാനമില്ല. എന്നുപറഞ്ഞാൽ ഒരു പെണ്ണിന് ആൺ ബീജമില്ലാതെ തന്നെ കുഞ്ഞുങ്ങളെ മുട്ടയിട്ട് സ്രവിപ്പിക്കാൻ കഴിയുമെന്നർത്ഥം. അതുകൊണ്ടാകാം റോട്ടിഫർ വിഭാഗത്തിൽ ചിലതിൽ ആൺവർഗ്ഗം ഇല്ലാതെ പോയത്. സൃഷ്ടിയിലെ ഒരു അത്ഭുത പ്രതിഭാസമാണിത്.

മൈറ്റ്

മണ്ണിലും ജലത്തിലുമായി ജീവിക്കുന്ന വലിപ്പത്തിൽ അത്രയൊന്നും ചെറുതല്ലാത്ത ഉപദ്രവകാരികളായ ജീവികളാണ് മൈറ്റ് അഥവാ നായുണ്ണികൾ. നായുണ്ണികളിലെ വേറൊരു വിഭാഗം സസ്യങ്ങളിലുമൊക്കെയായി കഴിയുന്നുണ്ട്. 400 ദശലക്ഷം വർഷങ്ങൾക്കുമുമ്പ് ഭൂമിയിൽ അധി

വസിക്കാൻ തുടങ്ങിയ നായുണ്ണികളിൽ 40,000 ലധികം ഉപവർഗ്ഗങ്ങളുണ്ടെന്ന് ശാസ്ത്രം കണ്ടെത്തിയിട്ടുണ്ട്.

കൂടുതലായും സസ്തനികളെ ഭക്ഷണമാക്കുന്ന നായുണ്ണികൾക്ക് സ്വഭാവത്തിലും ശരീരഘടനയിലും ചെള്ളുകളോട് സാമ്യമുണ്ട്. മനുഷ്യർക്ക് ഒട്ടേറെ ഉപദ്രവങ്ങൾ സാമ്പത്തികമായും ശാരീരികമായും ചെയ്യുന്ന ജീവികളാണ് നായുണ്ണികൾ. ഇവ ഭക്ഷണപദാർത്ഥങ്ങൾ തിന്നു നശിപ്പിക്കുകയും മനുഷ്യനെ ആക്രമിക്കുകയും ചെയ്യുന്നു.

സാധാരണയായി നായുണ്ണികൾ ചെറുജീവികളെയാണ് ഭക്ഷണമാക്കാറുള്ളത്. അക്രമസ്വഭാവമുള്ള ഈ ജീവികൾ വീട്ടുമൃഗങ്ങളായ പൂച്ച, നായ എന്നിവയെയും ആക്രമിക്കുന്നു, ശരീരത്തിൽ കടിച്ചുതൂങ്ങി രക്തം ഊറ്റിയെടുക്കുന്ന നായുണ്ണികൾ പക്ഷേ, രോഗവാഹകരല്ല. ഇവയുടെ കടിയേറ്റ ഭാഗം ചുവന്നു തുടുത്ത് നീർക്കെട്ടുണ്ടാക്കുന്നു. ചെറിയ പനിയും മനുഷ്യന് അനുഭവപ്പെടുന്നു. നായുണ്ണികളിലെ ഏറ്റവും ഉപദ്രവകാരികളായ വിഭാഗമാണ് ചീനാറുകൾ. വളരെ വേഗം കൂടിയ ഒരു പ്രാണിവർഗ്ഗമാണിത്.

36

ഹായ്, ചിത്രശലഭങ്ങൾ

ചിത്രശലഭങ്ങളുടെ വൈവിദ്ധ്യം

വർണ്ണങ്ങളിൽ മാത്രമല്ല, ആകൃതിയിലും ഏറെ വൈവിദ്ധ്യങ്ങൾ പുലർത്തുന്ന ചിത്രശലഭങ്ങൾ ഷഡ്പദലോകത്തെ അത്ഭുതപ്രതിഭാസ മാണ്. ഫ്രഞ്ചുകാർ 'പാപ്പിലിയോ' എന്നും റഷ്യക്കാർ 'ബബോയ്ക' എന്നും വിളിക്കുന്ന ചിത്രശലഭങ്ങളെ ഇംഗ്ലീഷുകാർ 'ബട്ടർഫ്ളൈ' എന്ന ഓമനപ്പേരിൽ വിളിക്കുന്നു. ആ വിളിപ്പേരിനു പിന്നിൽ ഒരു ഐതിഹ്യമി ങ്ങനെയുണ്ട്: വർഷങ്ങൾക്കുമുമ്പ് തെക്കൻ യൂറോപ്പിലെ കുന്നിൻചരി വിൽ കാലികളെ മേച്ചുനടന്നവർ, ആകാശത്ത് ചിത്രശലഭങ്ങൾ കൂട്ടമായി പറക്കുന്നത് കണ്ടപ്പോൾ 'ബട്ടർ' 'ഫ്ളൈ' ചെയ്യുന്നതുപോലെ തോന്നി യത്രെ! ബട്ടർ എന്നുപറഞ്ഞാൽ മഞ്ഞനിറത്തിലുള്ള ഒരുതരം ക്രീമാ ണല്ലോ! ചിറകുകളിൽ വർണ്ണചിത്രങ്ങൾ പതിഞ്ഞതിനാലാണ് നാമിവയെ 'ചിത്രശലഭങ്ങൾ' എന്നു വിളിക്കുന്നത്.

ചിത്രശലഭങ്ങൾ പൊതുവെ രണ്ട് തരത്തിലുണ്ട്. അവയിലൊന്ന് നിശാശലഭമാണ്. 'ഹെറ്ററോസിറ' എന്ന ഉപഗോത്രത്തിലാണ് ഇവ ഉൾപ്പെടുന്നത്. ചിത്രശലഭങ്ങളുടെ സ്പർശിനികൾ പൊതുവെ അറ്റം വളഞ്ഞവയായിരിക്കും. നിശാശലഭങ്ങളുടേത് അല്പം വ്യത്യാസമുള്ള താണ്. തൂവൽപോലെയോ അറ്റം നേർത്തതോ ആവും ഇവയുടെ സ്പർ ശിനികൾ. ശലഭങ്ങളിൽനിന്നും നിശാശലഭങ്ങളെ വേർതിരിക്കുന്ന ഒരു ഘടകമാണിത്. പേര് സൂചിപ്പിക്കുന്നതുപോലെ, രാത്രിസഞ്ചാരികളാണ് ഇവ.

നിശാശലഭങ്ങളുടെ വിശ്രമങ്ങൾക്കുമുണ്ട് ചില പ്രത്യേകതകൾ. ചിറകുകൾ ശരീരത്തോട് സമാനമായി വിടർത്തിയാണ് നിശാശലഭങ്ങൾ വിശ്രമിക്കുന്നത്. ലോകത്താകെ, നിശാശലഭങ്ങളടക്കം 1,40,000 ഇനം

ശലഭങ്ങളുണ്ടെന്ന് കണ്ടെത്തിയിട്ടുണ്ട്. നാം കാണുന്ന ശലഭങ്ങൾ ഇവയിൽ ചെറിയൊരു അംശം മാത്രമാണ്. ഇന്ത്യയിൽ അഞ്ച് കുടുംബങ്ങളിലായി 1501 ഇനം ശലഭങ്ങളുണ്ട്. കേരളത്തിൽ മാത്രം 322 ഇനം ചിത്രശലഭങ്ങളുണ്ടെന്ന് കണ്ടെത്തിയിട്ടുണ്ട്. ഇത് കൃത്യമായ കണക്കല്ലെങ്കിലും കൂടാനാണ് സാദ്ധ്യതയെന്ന് നിരീക്ഷിക്കപ്പെടുന്നു.

ഇന്ത്യയിൽ ചിത്രശലഭങ്ങളെക്കുറിച്ച് പഠനം നടത്തുന്നവരും ഗ്രന്ഥങ്ങൾ രചിക്കുന്നവരും ഇന്ന് ധാരാളമുണ്ടെങ്കിലും ഇന്ത്യയിലെ ചിത്രശലഭങ്ങളെക്കുറിച്ച് സമഗ്രമായി പഠിക്കുകയും എഴുതുകയും ചെയ്തിട്ടുള്ളത് 1944 കളിൽ നീലഗിരിയിലെ ഒരു സ്കൂളിൽ ജോലി നോക്കിയിരുന്ന വിന്റർ ബ്ലെത്ത് എന്ന ബ്രിട്ടീഷുകാരനാണ്. 1957 ൽ പ്രസിദ്ധീകരിക്കപ്പെട്ട അദ്ദേഹത്തിന്റെ വിഖ്യാത കൃതിയാണ് *ബട്ടർഫ്ളൈസ് ഓഫ് ഇന്ത്യൻ റീജ്യൻ.* ഒരു അമൂല്യ ഗ്രന്ഥമാണിത്. കേരളം ഉൾപ്പെടെയുള്ള ദക്ഷിണേന്ത്യയിലെ 290 ഇനം ചിത്രശലഭങ്ങളെക്കുറിച്ച് ഈ കൃതിയിലുണ്ട്. പൂമ്പാറ്റ നിരീക്ഷകരുടെ 'ബൈബിൾ' എന്നൊരു ഖ്യാതി ഈ ഗ്രന്ഥത്തിനുണ്ട്.

ജീവിതഘട്ടങ്ങൾ

മനുഷ്യൻ ഭൂമിയിൽ ആവിർഭവിക്കുന്നതിനും 970 ലക്ഷം വർഷങ്ങൾക്കുമുമ്പ് ശലഭങ്ങൾ പറന്നുതുടങ്ങി എന്നുപറഞ്ഞാൽ വിശ്വസിക്കാൻ പ്രയാസം തോന്നുമെങ്കിലും 1973 ൽ ഫ്രാൻസിൽനിന്ന് കണ്ടെടുക്കപ്പെട്ട ചില ഫോസിലുകളുടെ പഠനത്തിൽനിന്നുള്ള നിഗമനങ്ങളിൽ നിന്ന് ഇത് ശാസ്ത്രീയമായി തെളിയിച്ചിട്ടുണ്ട്.

ജന്തുലോകത്തിൽ വളരുന്നവയാണ് ശലഭങ്ങളെന്നതിനാൽ ഇവയെ 'ലെപിഡോപ്റ്ററ' (Lepidoptera) ഗോത്രത്തിലാണ് ഉൾപ്പെടുത്തിയിരിക്കുന്നത്. ശല്ക്കങ്ങൾ എന്ന് അർത്ഥം വരുന്ന Lepis ചിറക് എന്ന് അർത്ഥം വരുന്ന Petron എന്നീ ഗ്രീക്ക് പദങ്ങളിൽനിന്നാണ് ഈ വാക്ക് രൂപംകൊണ്ടത്.

ചിത്രശലഭങ്ങളുടെ ചിറകുകൾക്ക് ഇത്രയും ഭംഗി എങ്ങനെ ലഭിച്ചു എന്ന് എപ്പോഴെങ്കിലും ആലോചിച്ചുനോക്കിയിട്ടുണ്ടോ? അതിലോലമായ ചിറകുകളിൽ ചെറുശല്ക്കങ്ങൾ പൊടിപോലെ പറ്റിച്ചേർന്നിരിക്കുന്നതായി സൂക്ഷിച്ചുനോക്കിയാൽ നമുക്ക് കണ്ടെത്താനാവും. ശല്ക്കങ്ങളിലെ വർണ്ണകണങ്ങളാണ് ഇവയുടെ ചിറകുകളെ ആകർഷകമാക്കുന്നത്.

ഒരു ചിത്രശലഭത്തിന്റെ ജീവിതചക്രം നാല് ദശകൾ ചേർന്നതാണ്. മുട്ട, ലാർവ, പ്യൂപ്പ, പൂമ്പാറ്റ എന്നിവയാണത്. സസ്യങ്ങളിൽനിന്ന് ഭക്ഷണം സ്വീകരിക്കുമ്പോൾ പെൺ പൂമ്പാറ്റ മുട്ടകൾ നിക്ഷേപിക്കുന്നു.

ഇലത്തലപ്പുകൾ തിന്ന് ലാർവകൾ വളരുകയും ഈ ലാർവകളെ ഭക്ഷണമാക്കി പുഴുക്കൾ വളരുകയുമാണ് ചെയ്യുന്നത്. പുഴുവാണ് പ്യൂപ്പയായി മാറുന്നത്. ഒടുവിൽ പ്യൂപ്പ കൂട് പിളർന്ന് പൂമ്പാറ്റയായി പുറത്തുവരുന്നു.

മുട്ടവിരിഞ്ഞ് പുറത്തുവരുന്ന പൂമ്പാറ്റപ്പുഴുവിന്റെ ആദ്യഭക്ഷണം മുട്ടയുടെ പുറംതോടാണ്. പിന്നീടാണ് ഇലകൾ തിന്നുന്നത്. ശലഭപ്പുഴുവിന്റെ സഞ്ചാരത്തിനിടയിൽ നാം കാണുന്ന സിൽക്ക് നൂലുകൾ അവയ്ക്ക് ദിശാബോധമുണ്ടാക്കാൻ സഹായിക്കുന്നവയാണ്. വായയുടെ പിറകുവശത്തായിട്ടാണ് പുഴുവിന്റെ സിൽക്ക് ഗ്രന്ഥികൾ. പ്യൂപ്പ ദശയിൽ കഴിയുന്ന ഒരു ശലഭപ്പുഴു ഏതാണ്ട് 7–15 ദിവസങ്ങൾ കൊണ്ട് പൂമ്പാറ്റയായി മാറും!

പ്യൂപ്പ ദശയിൽനിന്ന് ഒരു പൂമ്പാറ്റ പുറത്തുവരുന്ന കാഴ്ച രസകരമാണ്. പലപ്പോഴും രാവിലെയാണ് ഇങ്ങനെ സംഭവിക്കുന്നത്. കാലുകൾ കൊണ്ട് പ്യൂപ്പയുടെ അതിലോലമായ വശങ്ങൾ അടർത്തി ആദ്യം തലഭാഗവും, പിന്നെ ചിറകുകളും ഒടുവിലായി ഉദരവും പുറത്തേക്ക് വരുന്നു. വെയിൽ കാഞ്ഞാണ് ഇവ ശരീരത്തെ ദൃഢപ്പെടുത്തിയെടുക്കുന്നത്! ഒരു മണിക്കൂർ സമയംകൊണ്ട് തന്നെ പറക്കാൻ പാകത്തിലാവും.

ആയുസ്സും വലുപ്പവും

ചിത്രശലഭങ്ങളുടെ ആയുസ്സിനെക്കുറിച്ച് വ്യത്യസ്ത അഭിപ്രായങ്ങളാണ് നിലനില്ക്കുന്നതെങ്കിലും ഈ രംഗത്ത് സമഗ്രമായ പഠനങ്ങളൊന്നും ഇനിയും നടന്നു കഴിഞ്ഞിട്ടില്ല. വലിയ ഇനം ശലഭങ്ങളുടെ ആയുസ്സ് മൂന്നാഴ്ച മുതൽ ആറാഴ്ച വരെയാണെന്ന് പൊതുവെ ഗണിക്കപ്പെട്ടിട്ടുണ്ട്. ഏറിയാൽ രണ്ടാഴ്ചയാണ് താരതമ്യേന ചെറിയ ശലഭങ്ങളുടെ ജീവിതഘട്ടം. എങ്കിലും ദേശാടകരായ ചിത്രശലഭങ്ങളുടെ ആയുസ്സ് കൂടും. അവ മാസങ്ങളോളം ജീവിക്കുമെന്നാണ് ചില പഠനങ്ങളിലൂടെ കണ്ടെത്തിയിട്ടുള്ളത്. ഉദാഹരണമായി, യൂറോപ്പിൽ കണ്ടുവരുന്ന 'ബ്രിംസ്റ്റോൺ' ഇനം ശലഭങ്ങൾ ദീർഘായുസ്സുള്ളവയാണ്. ഒരു വർഷക്കാലത്തോളം ഇവ ജീവിക്കുമത്രെ! അപ്പോഴും ഈ സുന്ദര ജീവികൾ അത്രകാലമല്ലേ ഭൂമിയെ അലങ്കരിക്കുന്നുള്ളൂ എന്ന സങ്കടം ബാക്കിനില്ക്കുന്നു.

ന്യൂഗിനിയയിലെ ദ്വീപസമൂഹങ്ങളിലാണ് ലോകത്തിലെ ഏറ്റവും വലിയ ചിത്രശലഭങ്ങളുടെ ആവാസകേന്ദ്രം. 'ക്വീൻബേർഡ് വിങ്' (Queenbird wing) എന്ന സുന്ദരൻ പേരാണ് ഇവയ്ക്കുള്ളത്. 250 മിമീറ്റർ വരെ വലുപ്പമുള്ളവയാണത്രെ ഇവയുടെ ചിറകുകൾ! ഇന്ത്യയിൽ കണ്ടുവരുന്ന ഏറ്റവും വലിയ ചിത്രശലഭങ്ങളായ 'ഗരുഡ ശലഭ'ത്തിന്റെ വലുപ്പം 140 മുതൽ 190 മി മീറ്റർ വരെയാണെന്നോർക്കണം. ലോകത്തിലെ ഏറ്റവും വലിയ ചിത്രശലഭം നമ്മുടെ നാട്ടിലില്ലെങ്കിലും ഏറ്റവും ചെറുത് ഇന്ത്യക്ക് അവകാശപ്പെട്ടതാണ്. 'രത്നനീലി' എന്നാണതിന്റെ പേര്. വലുപ്പം വെറും 15–22 മി മീറ്റർ മാത്രം.

അതിജീവനങ്ങൾ, ദേശാടനങ്ങൾ

പൊതുവെ അല്പായുസ്സുകളായ ചിത്രശലഭങ്ങൾക്ക് അതിജീവനത്തിനുള്ള മാർഗ്ഗങ്ങൾ പ്രകൃതിതന്നെ നല്കാറുണ്ട്. ജീവിതപരിസര

ത്തോട് ചേർന്നുനിൽക്കാറുള്ള നിറവ്യത്യാസങ്ങൾ ചിത്രശലഭങ്ങൾ സ്വീകരിക്കുന്നത് അങ്ങനെയാണ്. തവിടൻ ശലഭത്തെയും കരിയില ശലഭങ്ങളെയും ഉണക്കയിലകൾക്കിടയിൽ തിരിച്ചറിയുക സാദ്ധ്യമല്ലല്ലോ! ചില ശലഭങ്ങൾക്ക് ഇരപിടിയന്മാരെ പേടിപ്പിക്കാനായി ചിറകുകളിൽ വലിയ പൊട്ടുകൾ കാണാം. ചിലതിന്റെ വാലും തലയും തിരിച്ചറിയുകതന്നെ പ്രയാസമായിരിക്കും. ചില ജനുസ്സിൽപ്പെട്ട ചിത്രശലഭങ്ങളുടെ ശരീരത്തിൽ വിഷാംശം ഉള്ളതിനാൽ ശത്രുക്കളായ പക്ഷികളും ഉരഗങ്ങളും ഇവയെ ഭക്ഷിക്കാറില്ല.

പക്ഷിവർഗ്ഗത്തെപ്പോലെ, ചിത്രശലഭങ്ങളും ദേശാടനപ്രിയരാണ്. മൊണാർക്ക് ശലഭങ്ങളാണ് ലോകത്തിൽ ഏറ്റവും കൂടുതൽ അറിയപ്പെടുന്ന ദേശാടകർ. ശൈത്യകാലമാകുമ്പോൾ 3200 കി മീ താണ്ടി വടക്കേ അമേരിക്കയിൽനിന്ന് തെക്കേ അമേരിക്കയിലേക്ക് മൊണാർക്കുകൾ ദേശാടനം നടത്തുന്നു. 'ചിത്രിത' (Painted lady) എന്നു വിളിപ്പേരുള്ള മറ്റൊരു വർഗ്ഗവും പലായനത്തിന് ഇഷ്ടപ്പെടുന്നവയാണ്. ആഫ്രിക്കയിൽനിന്ന് യൂറോപ്പിന്റെ വിവിധ ഭാഗങ്ങളിലേക്കാണ് ഇവയുടെ യാത്ര!

ഇന്ത്യയിലെ ദേശാടനപ്പൂമ്പാറ്റകൾ ചെറുതല്ലാത്ത ശതമാനമുണ്ട്. ഏതാണ്ട് അറുപതിൽപ്പരം ഇനങ്ങൾ ഇങ്ങനെയുണ്ട്. 'പീറിഡോഡൈന' വിഭാഗമാണ് ഇത്തരം ദേശാടകരിൽ മുന്നിൽ നില്ക്കുന്നത്. കേരളത്തിലെ 'തകരമുത്തി,' 'നീലക്കടുവ,' 'കരിനീലക്കടുവ,' 'അരളിശലഭം' എന്നിവ ദേശാടനം ചെയ്യുന്നതായി കണ്ടെത്തിയിട്ടുണ്ട്. സഹ്യപർവ്വത നിരകളിലും വയനാട്ടിലും നീലഗിരിയിലും ഇത്തരം ശലഭങ്ങളെ ധാരാളമായി കാണാൻ കഴിഞ്ഞിരിക്കുന്നു. നമ്മുടെ സംസ്ഥാനത്ത് മാത്രം 40 ഇനം ചിത്രശലഭങ്ങൾ ദേശാടനം നടത്തുന്നുണ്ട്. മഴ കഴിഞ്ഞയുടൻ ഒക്ടോബർ മാസം മുതൽക്കാണ് ചിത്രശലഭങ്ങൾ ദേശാടനത്തിന് തെരഞ്ഞെടുക്കുന്ന മുഖ്യസമയം. എങ്കിലും ദേശാടന ശലഭങ്ങളുടെ സ്വഭാവം, കാരണങ്ങൾ, വഴികൾ എന്നിവയെക്കുറിച്ച് വലിയ അറിവൊന്നും നമുക്ക് കിട്ടിയില്ല. ആ വഴിക്കുള്ള അന്വേഷണങ്ങൾ കുറവാണെന്നതാണ് സത്യം.

ഇങ്ങനെയൊക്കെയാണെങ്കിലും പ്രകൃതിയുടെ വരദാനമായ ചിത്രശലഭങ്ങൾക്ക് നാൾക്കുനാൾ വംശനാശം സംഭവിച്ചുകൊണ്ടിരിക്കുകയാണ്. പ്രകൃതിക്ക് മീതെയുള്ള മനുഷ്യന്റെ അമിതമായ കടന്നുകയറ്റം, കീടനാശിനി പ്രയോഗം, നീർത്തടങ്ങളുടെ അഭാവം എന്നിവയെല്ലാം ഈ സുന്ദരന്മാരുടെയും, സുന്ദരികളുടെയും നാശത്തിന് വല്ലാതെ കാരണമാകുന്നുണ്ട്. നിയമവിരുദ്ധമായ പൂമ്പാറ്റശേഖരണം, വിദേശ കടത്ത് എന്നിവയും മറ്റു കാരണങ്ങളാണ്. ഇങ്ങനെ വംശം കുറ്റിയറ്റുപോയ ചിത്രശലഭമാണ് ഇംഗ്ലണ്ടിലെ 'ചാർജ് കോമർ' (Charge comer). നാം ഗൗരവപൂർവ്വം ഉണർന്നു പ്രവർത്തിച്ചില്ലെങ്കിൽ ചിത്രശലഭങ്ങളുടെ ആ ലോകം തന്നെ നമുക്ക് അന്യാധീനമാകും.

37

വീട്ടിലെ വിരുന്നുകാർ

പല്ലികൾ

മനുഷ്യനുമായി ഏറ്റവും അടുത്ത് കഴിയുന്ന ഒരു ജീവിയാണ് പല്ലി. വീട്ടിലെ ചെറിയ പൊത്തുകളിലും ചുമർ ഘടികാരത്തിനുള്ളിലും മറ്റു മായി ഇവ വല്ലപ്പോഴും മനുഷ്യന് മുഖം കാണിച്ച് കഴിയുന്നു. രാത്രിയി ലാണ് ഇവന്മാരുടെ ഇരതേടൽ സമയം. ഉരഗവർഗ്ഗത്തിൽപ്പെട്ട പല്ലികളെ ജെക്കോ (Gecko) എന്ന വിഭാഗത്തിലാണ് ഉൾപ്പെടുത്തിയിരിക്കുന്നത്.

ഭൂമിയിൽ ഏതാണ്ട്, അന്റാർട്ടിക്ക ഒഴികെ മറ്റെല്ലാ ഭൂഖണ്ഡങ്ങളിലും പല്ലികളുണ്ടെന്നതാണ് വാസ്തവം. വീട്ടിൽ മാത്രമല്ല നാട്ടിലെ മരത്തിനു മുകളിലും മണ്ണിലുമൊക്കെയായി കഴിയാനിഷ്ടപ്പെടുന്ന പല്ലിവർഗ്ഗങ്ങ ളുണ്ട്. ഇവർ ജലവിരോധികളാണെന്ന് വിശ്വസിക്കേണ്ടതില്ല. വെള്ളത്തിൽ നീന്താൻ കഴിവുള്ള പല്ലികളുമുണ്ട്. ഇനി അധികം ദൂരെയല്ലാതെ പറ ക്കാൻ കഴിയുന്ന പല്ലികളും ഇവരുടെ കൂട്ടത്തിലുണ്ടെന്ന് പറഞ്ഞാൽ വിശ്വസിക്കാൻ പ്രയാസമുണ്ട് അല്ലേ? എന്നാൽ അത്തരത്തിലുള്ള പല്ലി കളുമുണ്ട്. ഏറെ വിഷമുള്ള പല്ലികളുമുണ്ട്. മെക്സിക്കോയിലെ ഗിലാ മോൺസ്റ്ററും അമേരിക്കയിലെ ബീഡഡ് ലിസാഡും വിഷമുള്ള രണ്ടു തരം പല്ലിവർഗ്ഗങ്ങളാണ്.

നാം പല്ലികളെ ആക്രമിക്കാൻ ചെന്നാൽ അവ സൂത്രപ്പണിയൊപ്പിച്ച് സ്വയം രക്ഷനേടുന്നത് കണ്ടിട്ടില്ലേ? സ്വന്തം വാലിന്റെ ഒരു ഭാഗം മുറി ച്ചിട്ട് അവ കടന്നുകളയുന്നു. നമ്മുടെ ശ്രദ്ധ മുറിഞ്ഞുവീണ വാലിൽ കേന്ദ്രീകരിക്കപ്പെടുമ്പോൾ ഇവ തക്കത്തിൽ രക്ഷപ്പെടും. മുറിഞ്ഞുവീണ വാൽ കുറേനേരം അങ്ങനെ പിടഞ്ഞുകൊണ്ടിരിക്കും. പിന്നെ നിശ്ചല മാകും. പല്ലിയുടെ ശരീരത്തിലെ മാംസപേശികൾ സങ്കോചിച്ചിട്ടാണ് വാൽ ഇങ്ങനെ മുറിയുന്നത്. മുറിഞ്ഞ ഭാഗത്ത് രക്തക്കുഴൽ ഇല്ലാത്തതി

നാൽ രക്തം പൊടിയില്ല. നഷ്ടപ്പെട്ട വാൽ ഭാഗം പൂർവ്വസ്ഥിതിയിലാകാൻ ഒരു ആഴ്ചയോളം വരും. വീടുകളിൽ കഴിയുന്ന പല്ലിവർഗ്ഗം മനുഷ്യന് ചില ഉപകാരങ്ങളൊക്കെ ചെയ്യും. രാത്രികാലങ്ങളിൽ ചിലയിനം പ്രാണികളെയും പാറ്റകളെയും ഇവ പിടിച്ചു തിന്ന് നശിപ്പിക്കുന്നു. ഇവ ഭക്ഷണത്തിൽ വീണാൽ അപകടകരമാണ്. പല്ലിയുടെ ശരീരത്തിലെ വിഷാംശം മനുഷ്യനെ അപകടപ്പെടുത്തും. ചില ഭക്ഷ്യബാധകൾ പല്ലി വിഷം ചേർന്നിട്ടാണ് സംഭവിക്കുന്നത്. മലേഷ്യയിൽ പല്ലികൾ ഐശ്വര്യത്തിന്റെയും ഭാഗ്യത്തിന്റെയും പ്രതീമാണത്രെ!

ഒരു തുള്ളി ദിനോസർ

ഉടുമ്പുകളെ കണ്ടിട്ടില്ലേ? കൈയും കാലും പതുക്കെ നീക്കി പമ്മി നടക്കുന്ന വീരനെ. ഒരു തുള്ളി ദിനോസറാണ് ഒരു ഉടുമ്പ് എന്ന കവിത്വമുള്ള ഒരു നിർവ്വചനം ഇവയ്ക്കുണ്ട്. ഒറ്റനോട്ടത്തിൽ ഒരു ദിനോസറിനെ ഓർമ്മപ്പെടുത്തുന്നതാണ് ഇവന്റെ ആകമാനരൂപം. കാട്ടിലാണ് വാസമെങ്കിലും വല്ലപ്പോഴും നമ്മുടെ വീടുകളിലും പറമ്പുകളിലും എത്തിപ്പെടുന്ന ഉടുമ്പുകളുടെ ജീവിതം ഏറെ രസാവഹമാണ്. കുട്ടികൾ മാത്രമല്ല, മുതിർന്നവർ കണ്ടാൽത്തന്നെ പെട്ടെന്ന് പേടിച്ചു പോകും. ആ നോട്ടവും തലയെടുപ്പും അത്രയ്ക്കുണ്ട്. എങ്കിലും ഒരു ചെറു ശബ്ദം കേട്ടാൽ പോലും പേടിച്ച് വിറച്ച് മാളത്തിലൊളിക്കുന്നവരാണ് ഉടുമ്പുകൾ.

ഏത് പ്രകൃതിയിലും ജീവിക്കാൻ കഴിയുന്നവയാണ് ഉടുമ്പുകൾ. മരം കയറേണ്ട ഗതികേട് വന്നാൽ അങ്ങനെ ചെയ്യാനും വെള്ളത്തിലിറങ്ങി നീന്തേണ്ടിവന്നാൽ ഒട്ടും മടിയില്ലാതെ സമുദ്രം മുറിച്ചു നീന്താനും ഇവയ്ക്ക് കഴിയും. മുട്ട, ചെറുപക്ഷികൾ എന്നുവേണ്ട എന്തും ഭക്ഷിക്കും. കോഴികളെയും കോഴിമുട്ടയും തിന്നാനാണ് നമ്മുടെ വീടുകളിലേക്ക് വല്ലപ്പോഴും ഇവന്റെ വരവ്. ഉടുമ്പ് വർഗ്ഗത്തിൽ ധാരാളം ഇനങ്ങളുണ്ട്. എങ്കിലും അടിസ്ഥാനപരമായി വലിയ വ്യത്യാസങ്ങളൊന്നുമില്ല. ഉടുമ്പുകൾ പൊതുവെ വരാനിഡേ (Varanidae) കുടുംബത്തിലാണ് പെടുന്നത്. മോണിറ്റർ ലിസാർഡ് (Monitar Lizard) എന്ന പേരിലും ഇവ അറിയപ്പെടാറുണ്ട്. നമ്മുടെ നാട്ടിൽ പൊതുവെ കണ്ടുവരുന്നത് രണ്ടുതരം ഉടുമ്പുകളാണ്. ഒന്ന് കറുത്ത വിഭാഗത്തിൽപ്പെട്ടവയും മറ്റൊന്ന് മണ്ണിന്റെ നിറത്തിൽപ്പെട്ടതുമാണവ. മണ്ണിന്റെ നിറത്തിലുള്ള ഉടുമ്പുകളെ പൊന്നുടുമ്പെന്നും വിളിക്കാറുണ്ട്. കറുത്ത ഉടുമ്പുകൾ മരമുകളിലാണ് അധികവും കഴിയാൻ ഇഷ്ടപ്പെടുന്നത്. ഇര തേടേണ്ടപ്പോൾ ഇവ താഴോട്ടിറങ്ങിവരുന്നു.

ദ്വീപ് സമൂഹങ്ങളിൽ വൻതോതിൽ കണ്ടുവരുന്ന ഒരുതരം ഉടുമ്പുകളുണ്ട്. ശാന്തസമുദ്രത്തിലെ ഈസ്റ്റ് ഇൻഡീസ് ദ്വീപ സമൂഹത്തിലെ കൊമോഡോ ദ്വീപിലും സമീപ ദ്വീപിലും ജീവിക്കുന്ന ഒരിനം ഉടുമ്പുകളാണ് വരാനസ് കൊമാഡോയെൻസിസ് (Komodoensis). ഇവിടങ്ങളിൽ

മുതലകൾ കഴിഞ്ഞാൽ ഇവയാണ് കൂടുതൽ. ആക്രമണ സ്വഭാവം പ്രകടിപ്പിക്കുന്നവയാണ് ഈയിനം ഉടുമ്പുകൾ.

അനുദിനം വംശനാശം നേരിടുന്ന ഒരു ജീവിയാണ് ഉടുമ്പുകൾ. പ്രകൃതിനാശം ഒരു കാരണമാണെങ്കിലും മുഖ്യ വില്ലൻ മനുഷ്യൻ തന്നെയാണ്. ഉടുമ്പുകളുടെ മുട്ടകൾക്കും മാംസത്തിനും ഔഷധവീര്യമുണ്ടെന്ന് പലരും വിശ്വസിക്കുന്നു. ശരീരശക്തിക്കും ധൈര്യത്തിനും ഉടുമ്പിന്റെ രക്തം കുടിക്കുന്ന ഒരു ജനത തന്നെയുണ്ടായിരുന്നു. ചില ഗോത്ര മതക്കാരും ആദിവാസികളും ഇത്തരം ചില വിശ്വാസങ്ങളിൽപ്പെട്ട് ഉടുമ്പുകളെ ധാരാളമായി വേട്ടയാടാറുണ്ട്. പല രാജ്യങ്ങളും ഉടുമ്പുവേട്ട നിയമം മൂലം വിലക്കിയിട്ടുണ്ട്. ഉടുമ്പുകളുടെ മാംസം മനുഷ്യരിൽ ചിലയിനം മസ്തിഷ്കജ്വരം ഉണ്ടാക്കുമെന്ന് ഡോക്ടർമാർ മുന്നറിയിപ്പ് നല്കുന്നുണ്ട്.

അരണവിശേഷം

പല്ലികളെപ്പോലെ എപ്പോഴും വീടുകളിൽ കഴിയാൻ ഇഷ്ടപ്പെടാത്തവരാണ് അരണകൾ. 'അരണകടിച്ചാൽ ഉടനെ മരണം' എന്നൊരു ചൊല്ല് നമ്മുടെ നാട്ടിലുണ്ടെങ്കിലും അത് വെറും ഒരു ചൊല്ല് മാത്രമായി തള്ളിക്കളയേണ്ട ഒന്നാണ്. പാമ്പുകളെപ്പോലെ മനുഷ്യനെ കടിക്കുന്ന സ്വഭാവക്കാരല്ല അരണകൾ. ഒരർത്ഥത്തിൽ പല്ലികളുടെ ബന്ധുക്കളാണിവർ. മനുഷ്യരുള്ളിടത്തെല്ലാം അരണകളുമുണ്ട്. തെക്കുകിഴക്കൻ ഏഷ്യൻ രാജ്യങ്ങളിൽ അരണകൾ ധാരാളമുണ്ട്.

പൊതുവെ ചെറിയ മാളങ്ങളിലും ചപ്പുചവറുകൾക്കിടയിലുമാണ് അരണകളുടെ വാസം. അതിയായ ഉഷ്ണം ഇഷ്ടപ്പെടാത്തതിനാൽ ഈർപ്പമുള്ളയിടങ്ങൾ അരണകൾ തെരഞ്ഞെടുക്കുന്നു. ഇരുണ്ട തവിട്ട് നിറമായതിനാൽ ഇവ പ്രകൃതിയുടെ നിറവുമായി താദാത്മ്യം പ്രാപിക്കുന്നു. പച്ച നിറം കലർന്നവയുമുണ്ട്. പല്ലികളുടെ ശരീരംപോലെ മിനുസമാർന്നവയല്ല അരണകളുടെ ശരീരപ്രകൃതി. ഉടലിൽ ഉടുമ്പുകളെപ്പോലെ ചെറിയ 'ചെതുമ്പലുകൾ' നിറഞ്ഞതാണ്.

അരണകൾ വലിയ മറവിക്കാരാണ്. ഒരു പ്രവൃത്തി ചെയ്യാൻ തീരുമാനിച്ച് മുന്നോട്ട് വരുമ്പോഴേക്കും അത് മറന്നുപോകുന്ന സ്വഭാവക്കാരാണിവർ. മനുഷ്യനെ കടിക്കണമെന്ന് വിചാരിച്ചാലും അത് മറന്നുപോകും. ഇത് ശരിയല്ലെന്ന് പറയുന്നവരുമുണ്ട്. ബുദ്ധിക്കുറവുള്ളവരെ 'അരണ ബുദ്ധിക്കാരൻ' എന്നുവിളിച്ച് ചിലർ പരിഹസിക്കാറില്ലേ? ശത്രുക്കളിൽനിന്ന് രക്ഷപ്പെടാൻ ഓടിയൊളിക്കുകയല്ലാതെ മറ്റ് മാർഗ്ഗങ്ങളൊന്നും അരണകൾക്കറിയില്ല. ഓന്തുകൾ നിറംമാറി രക്ഷപ്പെടുന്നതുപോലെയോ, പല്ലികൾ വാൽ മുറിച്ചിട്ട് സ്വയം രക്ഷനേടുന്നതുപോലെയോ അരണകൾക്കാവില്ല. എങ്കിലും അരണകൾക്കിടയിലെ ഒരു വിഭാഗം, പല്ലികളുടെ സൂത്രം പ്രയോഗിക്കാറുണ്ട്. വാൽ മുറിച്ചിട്ട് രക്ഷപ്പെടുന്ന മാർഗ്ഗം.

കരിങ്കണ്ണികൾ

പഴകിയ വസ്ത്രങ്ങൾക്കിടയിലും കിടക്കവിരിക്കകത്തും എന്തിന് തറയോടുകൾക്കിടയിൽ വരെ ഇവ സ്ഥാനമുറപ്പിച്ച് തക്കം പാർക്കുന്നു. ചെറിയ പ്രാണികളെ പിടിച്ചുതിന്നാണ് ഇവ ഉപജീവനം കഴിക്കുന്നത്. ശരീരത്തിലെ തലഭാഗത്തിനു മുന്നിലെ നീളമുള്ള രണ്ട് കൊമ്പുകളാണ് ഇവയുടെ ആയുധം. ഇവ ശക്തമായ കത്രികകളെപ്പോലെ പ്രവർത്തിക്കുന്നു. ഇരയെ കൈയിൽ കിട്ടിക്കഴിഞ്ഞാൽ ചെറുതായി വിഷം കുത്തിവെച്ച് ഇരയെ കീഴ്പ്പെടുത്തുന്നു. ഇരുവശങ്ങളിലേക്കും അല്പം ചുരുണ്ട് കിടക്കുന്നവയാണ് ഇവയുടെ മുൻകാലുകൾ.

വിഷാംശം ഉല്പാദിപ്പിക്കാനുള്ള വിഷഗ്രന്ഥി ഇവയുടെ ശരീരത്തിലുണ്ട്. കരിങ്കണ്ണികൾ പല നിറങ്ങളിൽ കാണപ്പെടുന്നുണ്ടെങ്കിലും നമ്മുടെ നാട്ടിൽ സർവ്വ സാധാരണയായി കണ്ടുവരുന്നവയ്ക്ക് ഇളം ചുവപ്പ് നിറമാണ്. മലയോര പ്രദേശങ്ങളിൽ പ്രത്യക്ഷപ്പെടുന്ന ചിലയിനം കരിങ്കണ്ണികൾ കറുത്ത നിറമുള്ളവയാണ്.

38

പത്ത് കാലുള്ള ജീവി

ഞണ്ടുകളുടെ കഥ കേട്ടിട്ടില്ലേ? നമ്മുടെ പഞ്ചതന്ത്രം കഥകളിലും, പുരാണകഥകളിലും ഒരു പ്രധാന കഥാപാത്രമായി ഞണ്ടുകൾ കടന്നു വരാറുണ്ട്. അത്യാഗ്രഹിയും വഞ്ചകനുമായ കൊറ്റിയുടെ 'കഥ' കഴിച്ച ഒരു ഞണ്ടിന്റെ കഥ ചെറിയ ക്ലാസിൽ പഠിച്ചിട്ടുണ്ട്. പലതരം നിറങ്ങളിലും, ആകൃതിയിലും ലോകത്തിന്റെ വിവിധ ഭാഗങ്ങളിൽ കണ്ടുവരുന്ന ഞണ്ടുകളുടെ കഥ രസകരമാണ്. അതിന്റെ ചലനത്തിനു തന്നെയുണ്ട് ഒരു പ്രത്യേകത! കരയിലും കടലിലും ഒരുപോലെ ജീവിക്കുന്ന ഞണ്ടുകളെ അത്രകണ്ട് വിശ്വസിക്കാൻ കഴിയില്ല. കാരണം അക്രമ സ്വഭാവം കാണിക്കുന്നവയാണ് മിക്ക ഞണ്ടുകളും. പത്ത് കാലുകളുള്ള ഈ ജീവി, മുൻഭാഗത്തെ ശക്തമായ കാലുകൾകൊണ്ട് ഇറുക്കിക്കളയും! അതിൽനിന്നുള്ള വിടുതൽ ക്ഷിപ്രസാദ്ധ്യവുമല്ല!

പലതരം ഞണ്ടുകൾ

ഞണ്ടുകളെ പലതായി തിരിക്കാറുണ്ട്. അവയുടെ ആകൃതി, നിറം, ചലനരീതി, ആവാസവ്യവസ്ഥ എന്നിങ്ങനെ വേർതിരിച്ചാണ് ഞണ്ടുകളെ തരംതിരിക്കുന്നത്. ഇന്ത്യയിൽ കണ്ടുവരുന്ന പല ജാതി ഞണ്ടുകളിൽ മിക്കതും മറ്റുരാജ്യങ്ങളിൽ കണ്ടെന്നുവരില്ല. മിക്ക ഞണ്ടുകളുടെയും വാസസ്ഥലം സമുദ്രമാണെങ്കിലും, അല്ലാത്തയിടങ്ങളിലും ഞണ്ടുകളുണ്ട്. കരയിൽമാത്രം കഴിയുന്നവയുമുണ്ട്. സമുദ്രജലത്തിലല്ലാതെ, സമതലങ്ങളിലും, ശുദ്ധജലതടാകങ്ങളിലും ഈ ജീവി യഥേഷ്ടം ജീവിക്കുന്നു. മരുഭൂമി മാത്രമുള്ള ചില പ്രദേശങ്ങളിലും ഇവയുടെ സാന്നിദ്ധ്യമുണ്ടെന്നത് വിസ്മയകരമാണ്. ഇത്തരം ഞണ്ടുകളുടെ സ്വഭാവത്തിലും നിറത്തിലും പ്രകടമായ മാറ്റങ്ങൾ കാണുമെന്നു മാത്രം.

ശരീരപ്രകൃതിയും ഇന്ദ്രിയങ്ങളും

നീളം കുറഞ്ഞ് വീതിയേറിയ ശരീരമാണ് ഞണ്ടുകളുടേത്. ആമകളുടെയത്ര കട്ടിയേറിയതല്ലെങ്കിലും ശക്തമായ പുറംതോടാണ് ഞണ്ടുകൾക്കുള്ളത്. ശത്രുക്കളിൽനിന്ന് രക്ഷനേടാൻ ഈ പുറംതോട് ഞണ്ടുകളെ സഹായിക്കുന്നു. ഒരർത്ഥത്തിൽ ഞണ്ടുകളുടെ കണ്ണ്, തല മുതലായ ബാഹ്യാവയവങ്ങളെ സംരക്ഷിച്ചു നിർത്തുന്നത് ഈ ശക്തമായ പുറംതോടുതന്നെയാണ്. പത്ത് കാലുകളുടെ സഹായത്തോടെ നീളെയാണ് ഞണ്ടുകളുടെ സഞ്ചാരം. സഞ്ചാരവേഗതയെ നിയന്ത്രിക്കുന്നത് ഈ കാലുകളുടെ ചലനമാണ്. ശത്രുക്കളുടെ സാന്നിദ്ധ്യം തിരിച്ചറിഞ്ഞാൽ അതിവേഗത്തിൽ ഇവ മാളത്തിലേക്കോ, ജലത്തിലേക്കോ രക്ഷ പ്രാപിക്കുന്നു.

മറ്റിതര ജലജീവികളിൽനിന്നും ഞണ്ടുകളെ വ്യത്യസ്തമാക്കുന്നത് അവയുടെ അപാരമായ ഇന്ദ്രിയശേഷിയാണ്. കാഴ്ചയും കേൾവിയും മാത്രമല്ല സ്പർശനം, ഗന്ധം എന്നിവയിലൂടെയെല്ലാം ഞണ്ടുകൾ പുറംലോകത്തെ മനസ്സിലാക്കുന്നു. തന്റെ മാളത്തിൽനിന്നും മീറ്ററുകൾക്കപ്പുറത്ത് (ഏതാണ്ട് 20 മുതൽ 30 വരെ) എന്താണ് നടക്കുന്നതെന്ന് തിരിച്ചറിയാൻ ഒരു ഞണ്ടിന് കഴിയും. സൂക്ഷിച്ചുനോക്കിയാൽ ഇവയുടെ കാലുകളിൽ നേർത്ത രോമങ്ങൾ നമുക്ക് കണ്ടെത്താൻ കഴിയും. ഈ രോമങ്ങളാണ് ഞണ്ടുകളുടെ സ്പർശനാവയവങ്ങൾ. ശത്രുസാന്നിദ്ധ്യം മാത്രമല്ല, ആഹാരസമ്പാദനത്തിനും ഇവ സഹായിക്കുന്നു.

മനുഷ്യരെപ്പോലെതന്നെ ഭക്ഷണകാര്യത്തിൽ വൈവിദ്ധ്യം പുലർത്തുന്നവരാണ് ഞണ്ടുകൾ. ചിലത് മാംസഭുക്കുകളാണെങ്കിൽ, മറ്റു ചിലത് സസ്യഭുക്കുകളാണ്. ഈ രണ്ട് ഗണത്തിലുംപെടാത്ത മിശ്രഭോജകരുമുണ്ട്.

പ്രത്യുല്പാദനവും ആയുസ്സും

ഞണ്ടുകളിലെ പെൺവർഗ്ഗം പാമ്പുകളെപ്പോലെ പുറംതോട് പൊഴിക്കാറുണ്ട്. ലൈംഗിക സമയത്തിന്റെ സൂചനയാണിത്. പുതിയ പുറംതോട് ശരീരത്തിൽ ഉറയ്ക്കുന്നതിനുമുമ്പാണ് ഇവർക്കിടയിലെ ഇണചേരൽ നടക്കുന്നതെന്ന് ശാസ്ത്രം കണ്ടെത്തിയിട്ടുണ്ട്. ഒരേസമയം ഒരു പെൺഞണ്ടിനെ പ്രാപിക്കാൻ പലകൂട്ടം ആൺഞണ്ടുകൾ എത്തിപ്പെടുന്നു. ഇത് ചെറിയ സംഘർഷങ്ങളെ സൃഷ്ടിക്കാറുണ്ട്. കൂട്ടത്തിൽ ബലവാൻ കാര്യം നേടി പോകുന്നു. ഇണചേരാനുള്ള താല്പര്യത്തെ കാണിക്കാൻ പ്രത്യേക ചലനങ്ങളും ശബ്ദങ്ങളും ആൺഞണ്ടുകൾ കാണിക്കാറുണ്ട്. പെൺഞണ്ടുകൾ ഇതിൽ ആകൃഷ്ടരാവുന്നു.

ഇണചേരലിനുശേഷം അധികനാളുകൾ കഴിയാതെ മുട്ടയിടുന്നവരാണ് പെൺഞണ്ടുകൾ. ഒറ്റത്തവണതന്നെ ധാരാളം മുട്ടയിടുന്ന ഇവ, ഈ മുട്ടകൾ ശരീരത്തിന്റെ ഒരു പ്രത്യേക അറയിൽ സൂക്ഷിക്കുകയാണ് ചെയ്യുന്നത്. അവിടെവെച്ചാണ് മുട്ട വിരിയുന്നത്. മുട്ട വിരിഞ്ഞുണ്ടാവു

ന്നത് ലാർവകളാണ്. ഈ ലാർവകൾ വെള്ളത്തിൽ നീന്തിത്തുടിച്ച് കളിക്കുന്നു. മാർദ്ദവമേറിയ പുറംതോടായിരിക്കും അപ്പോൾ ഇവയ്ക്ക് ഉണ്ടാവുക. നാളുകളുടെ കാത്തിരിപ്പിനൊടുവിലാണ് കട്ടിയേറിയ പുറംതോടുകളുണ്ടാവുന്നത്. അതിനു മുന്നോടിയായി നിരവധിതവണ ഇവ പുറംതോട് പൊഴിക്കുന്നു.

ലാർവയിൽനിന്ന് പല വൈതരണികളെ പിന്നിട്ട് ഒരു ഞണ്ടായി ജീവിതം തുടങ്ങുന്ന ഈ ജീവിയുടെ ആയുസ്സ് അത്ര ദൈർഘ്യമേറിയതല്ല. മൂന്നുമുതൽ 12 വർഷംവരെയാണ് ഇവയുടെ ആയുർദൈർഘ്യം. 70 വയസുവരെ ജീവിതകാലഘട്ടമുള്ള സന്ന്യാസി ഞണ്ടുകളാണ് (saint crab) ആയുസ്സിന്റെ കാര്യത്തിൽ ഒന്നാമൻ. കട്ടിയേറിയ പുറംതോടില്ലാത്ത ഞണ്ടുകളാണിവ.

ഞണ്ടുകളിലെ പ്രധാനികൾ

മറ്റു ജീവജാലങ്ങളെപോലെ തന്നെ ഞണ്ടുകളിലും വിവിധ തരക്കാറുണ്ട്. അവയിൽ പ്രധാനികളാണ് കോക്കനട്ട് ഞണ്ടുകളും (Cocunut Crab), നീല ഞണ്ടുകളും (Blue crabs), കൂടാതെ ജാപ്പനീസ് ചിലന്തി ഞണ്ട് (Japanees spider crabs), രാജ ഞണ്ട് (King crab), സന്ന്യാസി ഞണ്ട് (Saint crab) എന്നിവ. തീര ഞണ്ടുകളും (Shore crab) ഈ ഗണത്തിൽപ്പെടുന്നവ തന്നെ.

ദേശങ്ങളുടെയും രാജ്യങ്ങളുടെയും വ്യത്യാസങ്ങൾക്കനുസൃതമായി മേൽപ്പറഞ്ഞ ഞണ്ടു വർഗ്ഗങ്ങൾക്ക് വ്യത്യസ്തമായ പേരുകൾ നിലവിലുണ്ട്. ആകർഷകമായ രൂപപ്രകൃതിയുള്ള കോക്കനട്ട് ഞണ്ടുകൾ ശക്തിയേറിയ നഖങ്ങളോടുകൂടിയവയാണ്. തെങ്ങിൻമീതെ കയറി തേങ്ങയും കരിക്കും ഭക്ഷിക്കുന്നതിനാലാണ് ഈ ഞണ്ടുകൾക്ക് ആലങ്കാരികമായ ഈ പേര് വീണത്. ഏതാണ്ട് 28 കി ഗ്രാം വരെ തൂക്കംവരുന്ന ഇവ ശക്തന്മാരാണ്. നിറങ്ങളിലുമുണ്ട് ഇവയ്ക്ക് വൈവിദ്ധ്യം.

നിറത്തിൽ നീലയല്ല 'നീല ഞണ്ടുകൾ.' ഒലീവ് പച്ചനിറമാണിവയ്ക്ക്. വളരെ മനോഹരമായി ജലത്തിൽ നീന്തിത്തുടിക്കാൻ കഴിയുന്നവയാണിവ. മാളങ്ങളുണ്ടാക്കി അതിൽ കഴിയാനാണ് ഇവയ്ക്കിഷ്ടം. പെൺ വർഗ്ഗം പോലെത്തന്നെ ആൺവർഗ്ഗവും പുറംതോട് പൊഴിക്കുന്നവയാണ്. ഇണചേർന്നു കഴിഞ്ഞാൽ മാസങ്ങൾതന്നെ കഴിയണം പെൺ ഞണ്ടുകൾ മുട്ടകളിടാൻ. മുട്ട വിരിഞ്ഞുണ്ടാവുന്ന ലാർവകളെ 'സോയിയ' എന്നാണ് വിളിക്കുന്നത്. നീണ്ട കാലത്തോളം ജലത്തിൽ മാത്രം കഴിയാൻ കഴിയുന്നവയാണ് നീല ഞണ്ടുകൾ.

ഒരു ഞണ്ടിന്റെ സവിശേഷതകൾ, ആ പേരിൽത്തന്നെ അടങ്ങിയിരിക്കുന്ന ഞണ്ടുകളാണ് ജാപ്പനീസ് ചിലന്തി ഞണ്ടുകൾ. വലിപ്പമേറിയ ഞണ്ടുകളാണിവ. ഒറ്റനോട്ടത്തിൽ ഒരു ചിലന്തിയെ ഓർമ്മിപ്പിക്കുന്ന രൂപഘടനയാണ് ഇവയ്ക്കുള്ളത്. ജപ്പാനിലെ പസഫിക് സമുദ്രത്തിലാണ് ഇവയുടെ വാസസ്ഥലം. പതിമൂന്ന് അടിയാണ് ഈ ഞണ്ടുകളുടെ നീളം.

ശരീരത്തിന്റെ വലിപ്പം നിമിത്തം വേഗത കുറഞ്ഞവയാണ് ഈ ചിലന്തി ഞണ്ടുകൾ. അതുകൊണ്ടുതന്നെ ശത്രുക്കളും കുറവല്ല. സമുദ്രാഴങ്ങളിൽ കുഴിയുണ്ടാക്കിയാണ് താമസം. ഏറെ സ്വാദുള്ള ഈ ഞണ്ടുവർഗ്ഗം മനുഷ്യരുടെ തീൻമേശമേൽ ഹോമിക്കപ്പെടുന്നു.

വാണിജ്യപരമായി കയറ്റി അയക്കപ്പെടുന്ന ഞണ്ടുവർഗ്ഗമാണ് 'കിങ് ക്രാബ്.' വ്യത്യസ്ത നിറങ്ങളിലുള്ള ഈ ഞണ്ടുകളുടെ മാംസം രുചികരമാണ്. ആറ് കാലുകൾ മാത്രമുള്ള ഞണ്ടുകളാണിത്. മാംസഭുക്കുകളായ ഈ ഞണ്ടുകൾ ഒറ്റത്തവണ 4 ലക്ഷംവരെ കുഞ്ഞുങ്ങളെ ഉല്പാദിപ്പിക്കാൻ കഴിവുള്ളവരാണ്. ശരീര ഭാരംകൊണ്ടാണ് ഈ പേര് വീണത്.

ബ്രിട്ടീഷ് ദ്വീപിന് ചുറ്റുമുള്ള തീരപ്രദേശങ്ങളിൽ ധാരാളമായി കണ്ടുവരുന്ന 'തീര ഞണ്ടുകൾ' (Shore crabs) വേനൽക്കാലങ്ങളിൽ നദീമുഖങ്ങളിലും അഴിമുഖങ്ങളിലുമായി പ്രത്യക്ഷപ്പെടുന്നു. വലിയ പാറക്കെട്ടുകൾക്കിടയിൽ ഒളിച്ചു താമസിക്കാൻ വിരുതന്മാരാണിവർ. പ്രകൃതിയിലെ ജീർണ്ണതകൾ, ചിലയിനം വിരകൾ, പ്രാണികൾ എന്നിവയെയെല്ലാം ഇവ ഭക്ഷണമാക്കുന്നു. നമ്മുടെ വയലുകളിൽ കണ്ടുവരുന്ന 'കുറുക്കൻ ഞണ്ടുകൾ' (Fox crabs) ഇതിനോട് സാമ്യമുണ്ട്.

ലോകത്ത് വംശനാശഭീഷണി നേരിടുന്ന ഒരു ജീവിവർഗ്ഗമാണ് ഞണ്ടുകൾ. മനുഷ്യൻ മാത്രമല്ല, കടലിലെയും കരയിലെയും ധാരാളം ജീവികൾ ഞണ്ടുകളെ കൊന്നൊടുക്കുന്നു. പ്രകൃതിയുടെ അവിഭാജ്യ ഘടകമായ ഞണ്ടുകളെ നിലനിർത്തേണ്ടത് നമ്മുടെ ആവാസ വ്യവസ്ഥയ്ക്ക് ആവശ്യമാണ്.

www.ingramcontent.com/pod-product-compliance
Lightning Source LLC
LaVergne TN
LVHW100841051026
849519LV00006B/2380
9789385045707